முதற்பதிப்பின் முகப்பு

எல்லோர்க்கும் அன்புடன்

வண்ணதாசன்

"அவரின் கடிதங்கள் மிகவும்
துடிப்புமிக்கவை. என்னைச்
சிநேகமாக வைத்திருப்பவை.
எல்லோரிடமும் அன்பாக இருக்கச்
சொல்லிக் கொடுத்தவை.
மேலும், ஓர் ஆத்மார்த்த
சிநேகிதி போல என்னோடு இழைந்தவை..."

- காயத்ரி

(முதற்பதிப்பின் நிலைவாசகம்)

அட்டை வடிவமைப்பு
அமெரிக்காவில் வாழும்
வண்ணதாசனின் தீவிர வாசகர்
பிரபாகரன்

நன்றி
இந்தப் புதிய பதிப்புக்கு
ஆசைப்பட்டு, ஆட்பட்டு, நினைவூட்டி, நெருக்கி,
காரியம் கைகூடச் செய்த
வண்ணதாசனின் உற்ற நண்பர்
ஷண்முகசுந்தரத்திற்கு

எல்லோர்க்கும் அன்புடன்

வண்ணதாசன்

சந்தியா பதிப்பகம்
சென்னை - 83

எல்லோர்க்கும் அன்புடன்

வண்ணதாசன்

முதற்பதிப்பு: நவம்பர் 1995 (வைகறை)
சந்தியா பதிப்பக வெளியீட்டில்
முதற்பதிப்பு: 2001 இரண்டாம் பதிப்பு: மே, 2019

அளவு: டெமி ● தாள்: 60gsm ● பக்கம்: 232
அச்சு அளவு: 11 புள்ளி ● விலை: 240/-
அச்சாக்கம்: அருணா எண்டர்பிரைஸஸ்
சென்னை - 40.

சந்தியா பதிப்பகம்
புதிய எண்: 77, 53வது தெரு, 9வது அவென்யூ,
அசோக் நகர், சென்னை - 600 083.
தொலைபேசி: 24896979.

ISBN: 978-93-87499-73-7

Ellorkkum Anbudan
© Vannadasan

Printed at Aruna Enterprises.,
Chennai - 40.

Published by
Sandhya Publications
New No. 77, 53rd Street, 9th Avenue, Ashok Nagar,
Chennai - 600 083. Tamilnadu.
Ph : 044 - 24896979

Price Rs. **240/-**

sandhyapathippagam@gmail.com
sandhyapublications@yahoo.com
www.sandhyapublications.com

SAN-65

சமர்ப்பணம்

இமைப்பொழுதும் சோராது இடைவிடாத இலக்கியப் பணியில்
தம்மை இணைத்துக்கொண்ட எங்கள் அன்பிற்குரிய
திரு.தி.க. சிவசங்கரன் அவர்களுக்கு....

627007

27.04.2019.

அன்புமிக்க நடராஜன் சாருக்கு,

வணக்கம்.

எப்போது நினைத்தாலும் மடிக்கணினியைத் திறந்து எழுத ஆரம்பித்திருக்கலாம். இது என்னுடைய கதைகளின் அல்லது கவிதைகளின் தொகுப்பு எனில், அப்படிச் செய்வதே என் வழக்கமாக இருந்தது.

ஏற்கனவே ஒத்திப் போட்டிருப்பேன். 'இதோ எழுதி அனுப்பி விடுகிறேன்' என்று தவணை சொல்லி, அதையும் தாண்டி வந்திருப்பேன். அதுவே எனக்கு ஒரு நெருக்கடியை அல்லது சமன்குலைவை உண்டாக்கிவிட, ஏதோ ஒரு குமிழி திரண்டு, குமிழி வெடித்து, எழுத ஆரம்பித்திருப்பேன். அன்றைய மனம், அன்றைய விரல், அன்றைய முன்னுரையாகியிருக்கும்.

இது கதை அல்ல, கவிதை அல்ல, கடிதங்களின் தொகுப்பு. அதுவும் வைகறை நஞ்சப்பனால் தொகுத்து வெளியிடப்பட்ட 'எல்லோர்க்கும் அன்புடன்' மீள்பதிப்பிற்கான முன்னுரை. இதைக் கணினியில் எழுதச் சம்மதமில்லை. கணினியில் எழுதுவதும் நான் தான் எனினும், இதை ஒரு கடிதம் போலக் கைப்பட ஏதாவது ஒரு தாளில், ஏதோ ஒரு பேனாவால் யாருக்காவது எழுதவேண்டும் என்று தோன்றிற்று.

நான் யாருமற்றுப் போய்விடவில்லை. நான் எழுதியதும் எழுதுவதும் யார் யாரையோ எல்லாம் என் வாழ்வுக்குள் வர வைத்திருக்கிறது. என்னை அவர்கள் வாழ்வுக்குள் பிரவேசிக்க வைத்திருக்கிறது. யாரோ என் கையைப் பிடித்திருக்கிறார்கள். யாருடைய தோளிலோ நான் கை வைத்திருக்கிறேன்.

நீங்கள் எனக்குக் கடிதம் எழுதியதில்லை. நான் உங்களுக்கு ஒரு காலத்தில், ஒரு கட்டத்தில் சில நீண்ட கடிதங்களை எழுதியிருக்கிறேன். எனக்கு இப்படித் தோன்றிற்று. இந்த முன்னுரையை உங்களுக்கே ஏன் ஒரு கடிதமாக எழுதக் கூடாது? என் கைகளைப் பற்றியிருப்பது நீங்களாக, நான் கை வைத்திருக்கும் தோள் உங்களுடையதாக ஏன் இருக்கக் கூடாது? ஞானக்கூத்தனின் தொகுப்புத் தலைப்புப் போல, 'என்னுளம் நிற்றி நீ' எனச் சொல்லி ஏன் இந்தக் கடிதத்தைத் துவங்கவோ முடிக்கவோ கூடாது?

●

கடிதம் என்பதே 'என் உளம் நிற்றல்' அல்லது 'யார் உளத்தோ நிற்றல்'தான்.

நான் நஞ்சப்பன் உளத்தில் எப்படியோ நின்றிருந்தேன். நஞ்சப்பன் என்றால் நஞ்சப்பன் மட்டுமா? புவனா அம்மா என்கிற புவனேஸ்வரியும் தான். வலது மணிக்கட்டில் கடிகாரம் கட்டிக்கொண்டு, என்ன பாடல் என்று யூகிக்கவும் தெரியவும் முடியாமலே, ஏதோ ஒரு பாடலை முரலோசையாகச் சிந்திக்கொண்டே நடமாடிவரும் ஜான்சியும் தான். எல்லோர்க்கும் என் எழுத்துக்களைப் பிடித்திருந்தது. என் எழுத்துக்களைப் பிடித்ததால் என்னையும் பிடித்துப் போயிற்று. என்னையும் என் எழுத்துக்களையும் விட எதனாலோ என் கடிதங்களைப் பிடித்துப் போயிற்று.

என் கடிதங்களைச் சேகரிக்கும் பொறுப்பு ரவி சுப்ரமணியனிடம் கொடுக்கப்பட்டது. ரவி என் மேல் எப்போதும் அவருக்கே உரிய அக்கறையுடன், நான் கொடுத்த நண்பர்களின் முகவரிகளின் பட்டியலில் இருந்து சேகரிக்க ஆரம்பித்தார்.

நான் யாருக்கு எழுதினேனோ, அவர்களை எல்லாம் விட, அந்தக் கடிதங்களை நஞ்சப்பனுடைய ஐடியல் பள்ளி ஆசிரியைகளும் மாணவர்களுமே அதிகமாக வாசித் திருந்தார்கள். 'கண்டிப்பாக இருங்கள். ஆனால் பிள்ளைகளை

வேப்பம் பழம் பொறுக்க அனுமதியுங்கள் என்ற ஒரு வரியை அவர்கள் காற்று வெளியிடை நீக்கமற எழுதியிருந்தார்கள். அப்படி வாசித்து வாசித்து, அவர்களின் கை எழுத்தில் என்னுடைய கடிதங்களுக்கு மாற்றுப் படி எடுத்தார்கள். நான் என் கை எழுத்தில் ஊன்றியது வெவ்வேறு கை எழுத்துகளில் மலர்ந்துகொண்டு இருந்தது. முற்றிலும் அகற்றப்பட்ட என் கை எழுத்தை அவர்கள் எங்கே வைத்தார்கள் என்று தெரியவில்லை. நான் ஒரே ஒரு இன்லேண்ட் லெட்டரில் எழுதிய ஒரு நீல இலைக் கடிதம், அந்த நரசிம்மன் நாயக்கன் பாளையத்தின் ஏதோ ஒரு வளாக மரத்தின் அத்தனை இலைகளுமாக அசைந்தன.

அத்தனை காலமும் என் கடிதங்களின் வெயிலில் நின்றவன், என் கடிதங்களின் நிழலில் நிற்பதை நான் அந்தச் சமயம் நஞ்சப்பன் வீட்டுத் தாழ்வாரப் பிரம்பு நாற்காலி ஒன்றில் அமர்ந்து பார்த்தபடி இருந்தேன்.

●

இப்போது நஞ்சப்பன் இல்லை.

புவனாம்மா இல்லை. (அவரிடம் அவர் எழுதிய கவிதைகளின் நோட்டு ஒன்று இருந்தது. ஒவ்வொரு முறையும் புவனாம்மா அந்த நோட்டை எனக்கு வாசிக்கத் தருவார். கவிஞர் புவனேஸ்வரி என்று அறிவிப்புச் சொல்லி, அந்தக் கவிதைகளை நான் வாசித்த உரத்த குரலின் கிரணங்களில் அவருடைய முகம் அதன் இறுதி நோய்மையை மீறி ஒளிரும்).

ஜான்சி மட்டுமே அந்தப் பெரிய வீட்டில் தனியாக நடமாடிக்கொண்டு இருக்கிறார். வீட்டிற்கு எதிரே, நடை தூரத்தில் அவருடைய ஐடியல் பள்ளிக் கட்டிடங்கள். இடையில் உயர் மரங்கள் அடர்த்தியாக.

அங்கிருந்து எடுத்துக்கொண்டு வந்த பெருங்கொன்றை நாற்றைத்தான் எங்கள் வீட்டுச் சுற்றுச் சுவர்ப் பக்கம் வெளியே வைத்தோம். பத்துப் பன்னிரண்டு வருடங்கள் இருக்கும். இந்தக் கோடையில் தான் அது பூத்துச் சொரிகிறது. உதிர்ந்து கிடக்கும் வீட்டு மரத்தின் பூக்கள், அந்த வீட்டுக்குத் தன்னுடைய நிறத்தை அளித்துவிடுகின்றன. இப்போது எங்கள் வீட்டின் நிறம் கொன்றை மஞ்சள்.

இரண்டு தினங்களுக்கு முந்திய பின்னிரவு ஒன்றில் – ஒரு நாளில் உங்களுக்கே உங்களுக்கு என மிஞ்சுவது எப்போதும்

ஒரு பின்னிரவு மட்டுமே – அடர்ந்த தனிமையில் உண்டாகும் சில சமயச் சமன் குவிப்பில்,. சில சமயச் சமன் குலைவில், வாசிக்க வைத்திருந்த புத்தகத்தை வாசிக்காமல் அப்படியே இருந்தேன். ஒரு புற நகர்க் குடியிருப்பின் இரவுத் தெரு, ஒரு ஆறு போல அதன் போக்கில் நகர்ந்துகொண்டு இருந்தது.

என் இடது புறமிருக்கும், நீங்கள் வந்தால் உட்காரக் கூடிய சின்னக் கருங்கல் திண்டில், ஒன்றாக ஒன்றாக ஒவ்வொன்றாகக் கொன்றைப் பூ உதிர்ந்து கொண்டு இருந்தது. உதிர்தலே அக் கணத்தின் மலர்தல். நஞ்சப்பனை நினைத்துக் கொண்டேன். புவனாம்மாவை நினைத்துக்கொண்டேன். பூ விழுந்த மாறுகண்ணோடு சிரிக்கும் அந்த வீட்டின் இன்னொரு மனுஷியின் முகத்தை நினைத்துக்கொண்டேன். நான் உதிர உதிர நினைப்பது போல, பூ நினைத்து நினைத்து உதிர்ந்தபடி இருந்தது.

இந்த முன்னுரையை, அந்த முதல் பூ உதிர்ந்த சலனத்தில் அல்லது நிச்சலனத்தில் எழுதத் துவங்கியிருக்க வெண்டும்.

●

ரவி சேகரித்ததை நஞ்சப்பனும் கோபாலும் (கலாப்ரியா) ராமச்சந்திரனும் (வண்ணநிலவன்) ஒரு சுற்று மறு சுற்றாக வாசித்து இறுதி வடிவத்தை உறுதிசெய்தார்கள். நான் எந்தக் கடிதத்தையும் சேர்க்கவும் சொல்லவில்லை. நீக்கவும் சொல்லவில்லை.

முதல் பதிப்பின் முகப்பை, சுபமங்களா மூலம் அறிமுகமான ராஜா வரைந்து தந்தார். இந்தப் புதிய பதிப்பின் முகப்பாக, எட்டு வருடங்களுக்கு முந்திய என்னுடைய முகம் வைக்கப் பட்டிருந்தாலும், எனக்கு அந்த முதல் பதிப்பு முகப்பின் மஞ் சளும் கருப்பும் சிவப்புமே எப்போதும் ஞாபகம் இருக்கும். முதல் ஒரு போதும் கடைசி ஆகாது.

நான் மட்டுமல்ல. 'தன்னுடைய பயணப் பட்டியில் முன்பு எப்போதும் 'எல்லோர்க்கும் அன்புடன்' பிரதி இருக்கும்" என்று சொல்கிற முத்தையா (மரபின் மைந்தன்) வைக் கேட்டால் அப்படித்தான் சொல்வார். அவர் மட்டும் அல்ல, 'எல்லோர்க்கும் அன்புடன்' முதல் பதிப்பின் பழுப்புப் பிரதியை வைத்திருக்கும் எல்லோர்க்கும் அந்த உணர்வே இருக்கும். பழுப்பை விடவா வெள்ளை அழகு?

●

'சில இறகுகள், சில பறவைகள்' (என்ன அழகான தலைப்பு!) கடிதத் தொகுப்பை நீங்கள் தான், சந்தியா பதிப்பகம் தான், வெளியிட்டீர்கள். அனேகமாக, கடிதம் எழுதுபவரும் பெறுபவரும் எல்லாம், ஒரு அருகிப் போன பறவையினமாக மறையத் துவங்கிய காலம் அது. ஏற்கனவே மைப் பேனாக்கள் தொலைந்திருந்தன. விரல்கள் கணினி விசைப்பலகையில் பதியத் துவங்கி, தேவைப்பட்டால் கனமற்ற பால் பேனாக்களால் கையெழுத்திட மிச்சம் இருந்தன. இந்த இரண்டாம் தொகுப்பிலேயே மின்னஞ்சல் கடிதங்கள் கணிசமாக உண்டு. என்னுடைய கடிதங்களை இந்த முறை தங்கராஜ் (சண்முக சுந்தரம்) சேகரித்துத் தர, சாம்ராஜ் தொகுத்துக் கொடுத்தார்.

ஒரு துயரம் அல்லது குற்றம் அல்லது வழு என்னவெனில், 'எல்லோர்க்கும் அன்புடன்' மற்றும் 'சில இறகுகள், சில பறவைகள்'' இரண்டு தொகுப்புகளுக்காகவும், 'திருப்பித் தந்துவிடுவோம்' என்ற உத்தரவாதத்துடன் சேகரிக்கப்பட்ட கடிதங்களை முறையாக யாருக்கும் திருப்பி அனுப்ப முடியவில்லை.

சமீபத்தில் என்னைப் பார்க்க வந்திருந்த ராம கிருஷ்ணன் (கிருஷி) இரண்டு கைகளையும் ஒரு புத்தகக் கனத்திற்குக் காற்றில் நீட்டி, "இம்புட்டுக் காணும் இருக்கும் சார்வாள். கையில இருந்த மொத்தக் கார்டுகளையும் அவங்களுக்கு அனுப்பீட்டேன். அதில ஒண்ணு கூடத் திரும்ப வரலை' என்றார். அவர் அப்படிச் சொன்ன, அவருக்குத் தபால் கார்டில் எழுதிய கடிதம் ஒன்றின் பின் பக்கத்தில் ஏழெட்டுப் பெண்கள் சுயம்பாக ஒரு வளையம் போல நடனமிடும் ஓவியம் ஒன்றை வரைந்திருப்பேன். எனக்கே அது தொலைந்ததில் வருத்தம் அதிகம். வாசல் கோலத்தின் மேலேயே இரண்டு நாட்கள் படுத்துக் கிடக்கிற இந்த நாய்க்குட்டிகள் எங்கே போய்விடுகின்றன? என்ன செய்ய முடிகிறது நமக்கு?

இன்னும் நிறையப் பேருக்கு அப்படி அந்த வருத்தம் இருக்கும். கடிதம் என்பது தாள் அல்ல. வரிகள் அல்ல. இரண்டு பேருக்கு இடைப்பட்ட ஒரு குறிப்பிட்ட காலம், குறிப்பிட்ட வாழ்வு, குறிப்பிட்ட உறவு, உணர்வு.

யாருக்குக் காலத்தை, வாழ்வை, உறவை, உணர்வை இழக்கச் சம்மதமிருக்கும்?

●

நான் கைப்படக் கடிதம் எழுதும் நண்பர்களுக்கு, அது தனிப்பட்ட பரிமாற்றமாக இருக்கிறதெனில், இன்னும் கைப்படப் பதில் எழுதிக்கொண்டே இருக்கிறேன். இன்னும் என்னிடம் போதுமான அளவு இன்லேண்ட் லெட்டர்களும் ஐந்து ரூபாய் ஸ்டாம்புகளும், வெள்ளை உறைகளும் இருக்கவே செய்கின்றன. தானியம் குறைந்து விடாமல் அவ்வப்போது நிரப்பப் படவும் பார்த்துக் கொள்கிறேன்.

ஆனால் என்ன செய்ய? தபால் பெட்டிகள் அகற்றப்பட்டு விட்ட காலமாக இருக்கிறது இது. என்னைப் போன்ற ஒரு சிலர் தவிர, காணாமலே போய்விட்ட சிவப்புத் தபால் பெட்டியைப் பற்றி யாரும் கவலைப்படுவோரும் கிடையாது.

தேவகோட்டை வா.மூர்த்தி, மதுரை ந.ஜயபாஸ்கரன், மு.பழனி, இராகுலதாசன் போன்றோர் எல்லாம் அவ்வப்போது கடிதம் எழுதிக் கொண்டு இருக்கிறார்கள். தனசீலன் கடிதம் எழுதினால் நேரிலேயே தந்துவிடுகிறார். தன்னுடைய வாட்ஸாப் பரிமாற்றங்கள் போக, சென்னையில் இருந்து அடிக்கடி எழுதி, பதில் எழுத என் பேனாவை இன்றுவரை திறக்கவைப்பவராக K.B. நாகராஜன் இப்போது இருக்கிறார்.

இதை எல்லாம் விட, இவர்கள் எல்லோரையும் விட, இரண்டு மூன்று வருடங்களாக, நான் பதில் எழுதினாலும் எழுதாவிட்டாலும், சென்னையை சார்ந்த வெவ்வேறு முகவரிகளில் இருந்து, தற்சமயம் செங்கல்பட்டு, தொடர்ந்து கடிதம் எழுதிக்கொண்டே இருப்பவராக, நான் இதுவரை நேரில் பார்த்தே இராத, 'க.வேலன்' என்பவர் இருக்கிறார். அவருடைய கையெழுத்து ஒரு தடவை ராமச்சந்திரனுடையது போல இருக்கிறது. இன்னொரு தடவை நாஞ்சில் நாடனுடையது போல இருக்கிறது.

யார் என்றே இதுவரை முகம் தெரியாத ஒருவர், எனக்குத் தெரிந்த யார் யாருடைய முகங்களையோ தன்னுடைய முகமாக ஆக்கிக் கொள்வது எவ்வளவு பெரிய விந்தை! எவ்வளவு பெரிய மாயம்!

ஒரு வகையில் 'எல்லோர்க்கும் அன்பு' என்பதும், 'எல்லோர்க்கும் அன்புடன்' என்பதெல்லாம் கூட அப்படித்தான்.

அது ஒரு மாயம்.

அது ஒரு விந்தை.

அது ஒரு உண்மை.

கல்யாணி.சி

முன்னுரை அல்ல

(முதற்பதிப்பின் முன்னுரை)

மதுரை
28.12.1994

அன்புமிக்க திரு. நஞ்சப்பன்,

வணக்கம்.

அலுவலக மேஜையில் இருந்து இந்தக் கடிதத்தை எழுதலாமா! எழுதிவிட முடியுமா என்று தெரியவில்லை. எனினும் சென்ற வாரம் எங்கள் குரலை, அம்மாவின் குரலை, ஜான்ஸியின் குரலை, திரு. சுப்பையன் குரலை எல்லாம் கேட்ட பிறகு அன்றிரவே எழுதத் தோன்றி, அடுத்தடுத்த முடியாத நாட்களின் பின், இன்றுதான் வாய்த்திருக்கிறது வேளை.

உங்களுக்கு கிடைத்திருக்கிற அந்த இருநூற்றுச் சொச்சம் கடிதங்களைத் தாண்டி, என் 16 அல்லது 15 வயதிலிருந்து இந்த 48 வயது வரை குறைந்தது இரண்டாயிரம் கடிதங்களாவது எழுதியிருக்க மாட்டேனா. தாவரம் உதிர்க்கிற இலைகளைப் போலவும், மலர்களைப் போலவும், காலம் கீழ் மேலாய்ப் புரட்டி மண்ணுள் மக்கிப் போனவை எவ்வளவு இருக்கும். திரும்பத் திரும்ப முளைத்தவை, முளைத்தவற்றுள் தளைத்தவை எத்தனை. இதைப் பற்றியெல்லாம்தான் நான் உங்களுக்கு உணர்வுபூர்வமாக எழுதியிருந்தேன். அந்தக் கடிதம், என் எத்தனையோ கடிதங்கள் போலத் தொலைந்து போயிற்று. மிகச் சரியாக அதே உணர்வுடன், அதே இடத்தில் போய் மறுபடி நிற்கச் சாத்தியமில்லை. இருப்பினும் மறுபடியும் இது.

நான் ஐந்தாம் வகுப்பு படிக்கும்போது, 'ஐயர் சார்வா' தான் முதன் முதலில் ஒரு கார்டை எழுதச் சொன்ன ஞாபகம். அநேகமாக அப்பாவுக்கு, பென்சிலால் வாத்தியார் எழுதிக் கொடுத்த வரிகளுடன் இருந்திருக்கக்கூடும் அது. அதை எழுதின வகுப்பு, அந்த வகுப்புக்குப் பக்கத்திலிருந்த ஏதோ ஓர் மடம், அந்த மண்டபத்தில் தொங்கிய மணி எல்லாம் இப்போது ஞாபகத்துக்கு வருகிறது. பத்தாம் வகுப்புப் படிக்கும்போதே தினத்தந்திக்குச் சிரிப்புப் படம் போட, கதை எழுத எல்லாம் ஆரம்பித்துவிட்டேன். மிக அழகாகப் படங்கள் வரைகிற, 'சந்திரா' என்கிற பெயரில் சிரிப்புப் படங்கள் பரிசு பெற்ற, காரைக்கால், டூப்ளே தெரு முகமது ஜெகபர் என்கிற நபர் ஒரு பெண்ணைப் போலவே எனக்கு எழுத, அக்கா அக்கா என நான் எழுதிய கடிதங்கள், கோவில்பட்டி லக்ஷ்மி மில் காலனியில் இருந்த சண்முக வடிவுக்கு எழுதிய கடிதங்கள், களக்காட்டில் பத்தாவது வகுப்பு லீவில் சிகரெட் குடித்துப் பழகி மறந்தது பற்றி என் சித்தப்பாவுக்கு எழுதிய கடிதம், என் ஹைஸ்கூல் சிநேகிதர்கள் எல். பாலுவுக்கு, T. அலெக்ஸாண்டருக்கு *62–65*இல் நான் ஹாஸ்டலில் இருந்து எழுதிய கடிதங்கள், எங்கள் அப்பா தாம்கோஸ் பாங்க் வேலையை விட்டுவிட்டு, சோவியத் லாண்ட் வேலையில் சேர்ந்த சமயம் நான் அவர்களுடைய முடிவைக் கடுமையாக விமர்சித்து எழுதிய கடிதம், நான் B.comல் தோற்று, என் சிநேகிதன் L. பாலு சட்டம் பயிலுகையில் அவனுக்கு நான் எழுதிய கடிதம், என்னுடைய இரண்டாவது B.com தேர்விலும் தோற்று நான் ஓடிப்போனபோது, என்னைக் கனிவுடன் கவனித்த இன்றும் மதுரையில் இருக்கிற நாகம்மக்காவுக்கு எழுதிய கடிதம், அவள் தம்பி சொக்கலிங்கம் (இன்று பாட்டா ஷாப் மேனேஜர்) என்ற சொக்கனுக்கு நான் எழுதியவை, சொக்கனின் ஊர்க்காரி, ராதா என்கிற ராதா பமேலாவுக்கு நானும் பாலுவும் எழுதிய கடிதம் – அதிலும் எங்கள் வீட்டுப் பசு, கன்று ஈன முடியாத பலவீனத்தில் இறந்து போனது பற்றி எழுதிய கடிதம், என்னுடைய இரண்டாவது தங்கை கல்யாணம் ஆன சமயம் ஏற்பட்ட ஒரு கூட்டுக் குடும்பச் சிக்கலில் நானும் வள்ளியும் பாதிக்கப்பட்டிருக்க, என் அண்ணன் எழுதிய கடிதத்திற்கு மிக மூர்க்கமான கோபத்தில் அமிலம் வீசி நான் எழுதிய கடிதம், வள்ளிக்கு மிக அந்தரங்கமாக நான் எழுதிய காதலும் பரிவும் கனிவும் நிரம்பிய கடிதங்கள், அம்பாசமுத்திரம் கிளையில் என்னுடன் பணியாற்றிய என் மிக அருமையான சிநேகிதி ஒருத்தி பெற்ற கடிதங்கள், இதுவரை நான் சந்தித்த

ஒவ்வொரு நல்ல மனிதனுக்கும், நான் வாசித்த ஒவ்வொரு நல்ல படைப்புக்குமாக நான் சமீபத்திய 15 ஆண்டுகளில் எழுதியிருக்கிற கடிதங்கள் எல்லாம் மீண்டும் மொத்தமாகக் கிடைப்பது கடினம். திருநெல்வேலியில் இருக்கிற கிராஜுவேட் காபி பார் பரமனுக்கு எழுதிய கடிதங்கள், நந்தலாலாவுக்கு எழுதிய கடிதங்கள், எல்லாம் உங்களுக்குக் கிடைக்கவில்லை. ஊட்டி கார்த்திகா ராஜ்குமார் உங்களுக்கு அனுப்பினாரா என்று தெரியவில்லை. மீராவிடம், அஃக் பரந்தாமனிடம் என்னுடைய கடிதங்கள் இருக்கலாம்.

இப்படி எங்கெல்லாமோ சிதறிக் கிடக்கிற என் கடிதங்களை, இத்தனை வருடங்கள் கழித்துப் பொறுக்குவது சிரமமே. என் சமீபத்திய கடிதங்கள் மட்டுமே நானல்ல. என் மேல் படிந்திருக்கிற காலத்தின் புழுதி, என்னைச் செதுக்கிய மிக எளிய மனிதர்களின் அடையாளங்கள், என் வலியில் தசை ஒதுக்கித் துடித்த என் முகத்தின் கோணல்கள் எல்லாம், ஒரு எளிய தனி தனிமனிதனின் புற அடையாளங்களை மட்டுமே காட்டும். நானே எழுதியது போல, எனக்கு மட்டுமே தெரியும் நுகர்ச்சியின் துன்பங்களை மறைத்து வைத்திருக்கிறேன் மூச்சோடு மூச்சாக!

இதையெல்லாம் கணக்கில் எடுத்து, இதையெல்லாம் தாண்டி ஒரு தொகுப்பைக் கொண்டு வரும்போது, மீண்டும் என் கதைகளைப் போலவேதான் விமர்சனத்திற்கு உள்ளாகக்கூடும். என் கதைகளின் மீதான விமர்சனத்தைத் தாங்க முடிவது போல, என் மீதான விமர்சனங்களைத் தாங்க முடியுமா என்று தெரியவில்லை. எனக்கு 'மாட்டேன்' என்றோ 'வேண்டாம்' என்றோ சொல்லத் தெரியாததால்தான் இவையெல்லாம் நிகழ்கின்றன. கடிதத் தொகுப்பு அப்படியொரு சமீபத்திய நிகழ்வு.

வேறென்ன,

புத்தாண்டு வாழ்த்துக்களுடன்,

கல்யாணசுந்தரம் சி.

உள்ளே...

1. வல்லிக்கண்ணன் 19 ❧ 2. மனுஷ்ய புத்திரன் 26
3. ரவி சுப்ரமணியன் 30 ❧ 4. கலாப்ரியா 37
5. கார்த்திகா ராஜ்குமார் 43 ❧ 6. ஆனந்தன் 46
7. ஞானி 60 ❧ 8. கைவல்யம் 65
9. இராகுலதாசன் 68 ❧ 10. அய்யனார் 72
11. அம்பை 78 ❧ 12. சங்கரி 88
13. கி. ராஜ நாராயணன் 89 ❧ 14. ரமேஷ் 93
15. கந்தர்வன் 98 ❧ 16. நாஞ்சில் நாடன் 105
17. விக்ரமாதித்யன் 108 ❧ 18. காயத்ரி 117
19. சோமு 132 ❧ 20. சந்திரா 140
21. அசோகன் 142 ❧ 22. சமயவேல் 157
23. தேவிபாரதி 159 ❧ 24. லிங்கம் 162
25. பவா. செல்லத்துரை 174 ❧ 26. நஞ்சப்பன் 176
27. ஜான்சி ராணி 183 ❧ 28. ராமசுப்ரமணியம் 185
29. புவனேசுவரி 187 ❧ 30. வண்ணநிலவன் 189
31. ராமகிருஷ்ணன் 207 ❧ 32. தி.க. சிவசங்கரன் 209
33. இளையபாரதி 214

கடித லகரி

வண்ணநிலவன்

நம்பிராஜன் கொடுத்திருந்த வண்ணதாசனின் முகவரிக்கு நான் ஒரு கடிதம் எழுதினேன். வல்லிக்கண்ணனைப் போல் வண்ணதாசனும் உடனே பதில் எழுதினார். வண்ணதாசனின் கடிதம் அபூர்வமான இலக்கிய சாளரத்தைத் திறந்து விட்டது. தங்குதடையற்ற ஆற்றொழுக்கான நடை, ஜீவன் ததும்பும் வர்ணனைகள். அவரது கடிதங்கள் தரும் லகரியை விவரிக்க முடியாது. அது அனுபவித்து உணர வேண்டிய ஒன்று. நானும் எனக்குத் தெரிந்த மாதிரி வண்ணதாசனுடன் தொடர்ந்து கடிதத் தொடர்பில் ஈடுபட்டேன். அந்த நாட்களில் நானும் வண்ணதாசனும் தினசரி ஒரு இன்லேண்டோ, கார்டோ எழுதி விடுவோம்.

அழகான கையெழுத்தில் வண்ணதாசனிடமிருந்து வந்த கடிதங்களை வாங்குவதற்காக, காலை ஒன்பதரை மணிக்கு சைக்கிளை எடுத்துக்கொண்டு பாளையங்கோட்டை தலைமை தபால் நிலையத்துக்கே சென்றுவிடுவேன். என்னைப் பார்த்ததுமுமே தபால்காரர், 26. திருவனந்தபுரம் ரோட்டுக்கு வந்த கடிதங்களை என்னிடம் கொடுத்துவிடுவார். அவருடைய கடிதங்களுக்காக அவ்வளவு ஏங்கிக்கிடந்தேன். ஒருநாள் அவரிடமிருந்து கடிதம் வராவிட்டால் மனமே சோர்ந்துவிடும். எதையோ இழந்துவிட்டது போலிருக்கும்.

சில சமயங்களில் வணணதாசனிடமிருந்து காலைத் தபாலில் ஒரு கடிதமும், மதியத் தபாலில் ஒரு கடிதமும்கூட வந்ததுண்டு. அவருடைய கடிதங்களை எப்போதும் என் சட்டைப் பையிலேயே வைத்திருப்பேன். கோர்ட்டில் வேலைப்பளு இல்லாத இடைவெளி நேரங்களில் சட்டைப் பையிலிருந்து அவருடைய கடிதத்தை எடுத்துத் திரும்பப் படிப்பேன். அவர் கடிதங்களைப் படிக்கும்போது ஏற்படும் அந்தப் பரவசத்தை விவரிக்க இயலாது. அவரது கடிதங்கள் தந்த மனமயக்கத்தை மனம் திரும்பத் திரும்பத் தேடிற்று. அவரது உரைநடையின் உச்சபட்சம் அவரது கடிதங்கள்.

‘பின்நகர்ந்த காலம்’ நூலில்

வல்லிக்கண்ணன்

15.12.90

அன்புமிக்க வ.க.,

வணக்கம்.

தங்கள் 71 ம் பிறந்த நாள் சிறப்பிதழாக வெளிவந்திருக்கிற 'முகம்' கிடைத்தது. உங்களை, உங்களின் ஒளிக்கீற்றை இப்படி எங்கேனும் எவரேனும் உணர்ந்து போற்றுகிறார்கள் என்பது மகிழ்வு தருவது. மலைச் சுனை போலவும் வனச் சிற்றோடை போலவும் எங்கோ, யாருக்காகவோ என்ற நிச்சிந்தையில் அழுக்கற்றுக் காலம் கழிந்து விடுமாகில் எனக்கும் கூட அது உவப்பானது தான். உங்களைப் போல் 'பொதிகை மலையில் போய் மறைகிற' ஆசை எனக்கென்ன, எல்லோர்க்கும் உண்டு. ஆனால், 'பணியை முடித்துக்கொண்டு' என்று சொல்லியிருக்கிறீர்கள். பணி தீர்வதில்லை. மலையாள சினிமாத் தலைப்பு போல, இந்த வாழ்வு ஒரு 'பணி தீராத வீடு.' எது பணி என்று அறிந்து துவங்குவதற்கு வெகுநாள் ஆகிவிடுகிறது. ஆகும் நேரத்தில் பணிக்குப் பிணையாய் பிணி. பிணியின் கவ்வலில் கிழிந்து தொங்கும் நம் 'இனி'!

எல்லோர்க்கும் அன்புடன்

கல்யாணி சி.

தூத்துக்குடி

9.3.91

அன்புமிக்க வ.க.,

வணக்கம்.

பண்டம் சுடுகிற வாசனையுள்ள வீடு எவ்வளவு அருமையானது. அதுவும் சொந்த வீட்டு அடுக்களையில் மண் அடுப்பில், விறகு எரித்துச் சுடுகிற நேரத்தின் நெருப்பும், அடுப்பின் உட்பக்கத்துத் தணலும், தணலின் சிவப்பில் ஜொலிக்கிற அம்மா அல்லது ஆச்சி அல்லது அத்தைகளின் முகமும் எவ்வளவு ஜீவன் நிரம்பியது. உங்களின் கல்யாண முருங்கைகள் மட்டுமா தொலைந்து போயின. நெருப்பு வெளிச்சத்தில் சுடர் தகதகக்கிற எவ்வளவோ முகங்கள் தொலைந்து போயின. சில சமயம் விசேஷ வீடுகளில் தொலைகிற சிறுமிகளின் காதுத் திருக்குகள் போல, அவை திரும்பக் கிடைத்துச் சந்தோஷங்களையும் உண்டாக்கிவிடுகின்றன.

உங்களைப் பார்க்க மட்டுமல்ல, சென்னையில் நான் இருக்கும் போது எனக்கு எவ்வளவோ உதவிகளைச் செய்தவராக ராமச்சந்திரன் இருந்தார். அவருடன் இருக்கவும், அவருடன் தங்கவுமே நான் சென்னை வந்தது போலவே நான் இப்போதும் நினைத்துக் கொள்கிறேன். என்னுடைய சிநேகிதன் என்று உணர்வது அவரை மட்டும்தான் என்றே தோன்றுகிறது.

உடல் நிலை குறித்து யோசிக்க முடியவில்லை. வேலைக்குப் போக ஆரம்பித்த பிறகு எப்போதுமே வேலைதான் வாழ்க்கையாகி விடுகிறது.

எல்லோர்க்கும் அன்புடன்

கல்யாணி சி.

தூத்துக்குடி
19.3.91

அன்புமிக்க வ.க.,

வணக்கம்.

அண்ணன்கள் பாதிக்காத பிரியமான தம்பிகள் இருக்க மாட்டார்கள் என்று நினைக்கிறேன். நான் இன்றைக்கு எழுதுகிற கதை, கவிதை, வரைகிற படம், நான் தலை சீவிக்கொள்வது, என்னுடைய சில குண இயல்புகள் எல்லாம் என்னுடைய அண்ணன்

சார்ந்து, அவன் துவங்கியதை நான் வாங்கி மேற்செல்வதாகவே படுகிறது.

உங்களுக்குக் கூட இந்த முன்னனுபவம் உண்டு என்று இந்த நேரத்தில் தோன்றுகிறது. அண்ணாச்சி திரு.அசோகன் போல உங்களைப் புரிந்த இரண்டாவது மனிதர் இருந்திருப்பாரா என்பது சந்தேகம் தான். ஒருவரை ஒருவர் அடியொற்றிச் சென்று கொண்டிருந்த உங்களின் மேன்மை மிகு பயணத்தில் வரவிருக்கும் பாதையில் பதிவதற்கு உங்களின் காலடிச் சுவடுகள் மட்டுமே இருக்கின்றன.

கல்யாணி அண்ணாச்சியும் சரி, கோமதி நாயகம் அண்ணாச்சியும் சரி, உங்களுக்கு மட்டுமல்ல, எங்களைப் போன்ற, ராமச்சந்திரன், நம்பிராஜன் போன்ற மூன்றாவது தலைமுறையினர்க்குக் கூட அற்புதமான மனிதர்கள். உங்கள் வாழ்வின் அடர்த்திமிக்க பரிமாணங்களை அவர்களும், இசக்கி போன்ற மனுஷிகளும் நல்கி வந்திருக்கிறார்கள். இப்போது அண்ணாச்சியின் குடும்பத்திற்கும் மற்றவர்களுக்கும் நீங்கள் அமைதி நல்க வேண்டிய நேரம். வாழ்க்கை எப்போதும் ஆதாரமற்றுப் போய்விடுவதில்லை. ஆதாரத்தின புள்ளியும் தளமும் அவ்வப்போது மாறிச் சமன் செய்து கொண்டிருக்கின்றன.

இந்தச் சமன், காலப்போக்கில் உங்களுக்கும், அண்ணாச்சியின் குடும்பத்திற்கும் கிடைக்கும். இப்போது நினைக்கும் போது, கோமதி அண்ணாச்சியின் முகம், உதடு பிரிக்காமல் சிரித்தபடி எதிர்வருகிறது. அன்புதான் அப்படிச் சிரிப்பாகக் குமிழியிட்டிருக்க வேண்டும்.

எங்கள் குடும்பத்தினர் அனைவரின் ஆழ்ந்த இரங்கலுடன்.

கல்யாணி சி

மதுரை
30.9.91

அன்புமிக்க திரு.வ.க.,

வணக்கம்

கடந்த ஒரு வருடமாக, குறிப்பாக ஆகஸ்ட் 90க்கு மேல், நான் கடிதங்கள் எழுதுவதையும், வந்த கடிதங்களுக்குப் பதில் எழுதுவதையும் கூட விட்டுவிட்டேன் என நினைக்கிறேன். என் சமீபத்திய உடல் நலிவின் விளைவான மன நிலைகளில் அதுவும்

ஒன்றாகக் கூட இருக்கலாம். எதுவும் நிச்சயமற்றது என்றும், சாவுகூட மறுக்கப்படலாம் என்றும் வேறொரு புறத்து நிஜங்களாக இருக்க, எல்லா விஷயங்களிலும் பொதுவானதோர் அ-நாட்டம் வந்துவிட்டது. என் கடைசி இரண்டு புத்தகங்கள் என்ன ஆயிற்று, என்ன செய்தார்கள் என்று இன்று வரை ஆர்வமில்லை. இதெல்லாம் ஒரு புறமிருக்க, நான் பதில் எழுதாத, எழுத வேண்டிய கடிதங்களைத் தூத்துக்குடி விட்டு மதுரை கிளம்பும்போது கூடத் தனியாக எடுத்து வந்திருந்தேன். அவற்றுள் ஒன்றுதான் திரு. ஜெரால்டின் கடிதமும். உங்களின் 25.9 கடிதம் வந்தவுடன் அதை எடுத்து, நீங்கள் உடன் அனுப்பிய படிவம் போல ஒப்புதல் கடிதம் ஒன்று அவர்களுக்கு அனுப்பி வைக்கிறேன்.

உங்களுடைய குறுநாவல்கள், சிறுகதைகள், கட்டுரைகள் எல்லாம் புத்தகமாவதற்கு மகிழ்ச்சி. முன் எப்போதையும்விட ஒரே சமயத்தில் நான்கு புத்தகங்கள் வெளியிடப்படுவது இந்நேரமாகத்தான் இருக்கவேண்டும்.

ஒரு சிறு பொழுதுதான் எனினும், நானும் ராமச்சந்திரனும் வந்திருந்த நேரத்தில் உங்களைப் பார்த்ததும், இப்போது அண்ணாச்சியின் மறைவுக்குப் பிறகான உங்களின் வாழ்நிலையும், பெரும் அடர்த்தியுடன் நகர்ந்து கொண்டிருக்கிற ஒரு சித்திரம் போலத் தோன்றுகிறது.

எல்லோர்க்கும் அன்புடன்

கல்யாணி சி.

மதுரை
19.12.91

அன்புமிக்க வ.க.,

வணக்கம்.

நேற்றுக் காலை பாண்டியனில் மதுரை திரும்பினோம். மிகக் குறுகிய பயணம். ஆனால் மகிழ்ச்சியும் கதவுகள் திறந்ததுமான சூழல். உடலின் நலிவுக்கு மத்தியில் மனம் புதிய தளங்களை அடைந்து கொண்டிருக்கிறது. வாத்திய இசை, எப்போது நிற்குமென்று தெரியாது ஒருமித்து உயர்ந்துகொண்டிருக்கிறது. உறுத்தாத இதமான வெளிச்சம் சீராகப் பரவிக்கொண்டிருக்கிறது. மூழ்கடிக்காத எங்கும் நீரலை. ஈரல் குலையில் இருந்து முளைத்து எழுந்து கொண்டிருக்கிற ஒரு அற்புத மலரின் மேல் பருவப் போதை போல் அடர்ந்து

இறங்குகிற குளிர். ராமச்சந்திரனுடன் உங்களைப் பார்க்கவந்த பொழுது அருமையானது.

உங்கள் தோற்றம், உங்கள் இரண்டு பையன்களின் நடமாட்டம், உள்ளிருந்து கேட்டுக்கொண்டிருந்த குரல், மண்ணெண்ணெய் வாங்கிக் கொண்டு போன உங்கள் மகள், ரேஷன் கார்டுடன் வந்து நின்ற அந்த மூக்குத்திப் பெண், அந்த அகன்ற ஓனிடா காலண்டர், அகிலன் கண்ணன், உடனிருந்த மனிதர், காலியாக்கி என் வலது புறத்தில் நான் வைத்த டம்ளர், இடதுபுற வாசலில் இருந்து வந்து கொண்டே இருந்த வெளிச்சத்தின் படித்துறை மோதல்கள்.

உங்களை வணங்குகிறேன்.

முன் எப்போதையும் விட இப்போது நீங்கள் இருக்கிற நிலை உயர்ந்தது.

வாழ்வின் மர்மும் புன்னகையும் ஒளியும் நிரம்பியது. உங்களின் முகத்தில் ஜீவனைத் தரிசிக்க முடிந்தது. நீங்கள் எவ்வளவு அழகு.

உங்களுடைய புத்தகம் இன்று வந்திருக்கிறது. 70களில் (74 வரை) வந்த எழுத்துக்கள். எதுவுமே அநேகமாய் படிக்காதவை.

இனிமேல் தான் படிக்க வேண்டும்.

எல்லோர்க்கும் அன்புடன்

கல்யாணி சி.

மதுரை
20–12–91

அன்புமிக்க வ.க.,

வணக்கம்.

நேற்று உங்களுடைய ‘மன்னிக்கத் தெரியாதவர்’ தொகுப்புக் கிடைத்தது. ‘அருமையான துணை’ ஏற்கனவே கிடைத்து விட்டிருந்ததை உங்களுக்கு எழுதிய ஞாகபம்.

இரண்டு புத்தகங்களுக்கும் என்னிடம் சொல்லியிருந்தால், அழகான அட்டைப்படங்கள் எழுதித் தந்திருப்பேன். புத்தகங்கள் வரப்படுகிற பாட்டில், இதைவிடத் தரமும் அழகும் நிரம்பிய முகப்புகளை CLS ஒழுங்கு செய்திருக்கலாம். அரும்பு புத்தக வடிவமைப்பு எல்லாம் பார்க்க நன்றாகத் தானே இருந்தது.

NCBH ற்கும் இதுபோன்ற அசிரத்தை இருப்பது எதனால் என்று தெரியவில்லை.

இன்று பிற்பகல் 'அருமையான துணை' தொகுதி முழுவதையும் வாசித்தேன். அவள் சொர்க்கம், புரியாத விஷயம், கள்ள பார்ட்காரி எனக்குப் பிடித்திருக்கிறது. பார்வை பேதமும், அணைந்த பெருமாள் கதையும் ருசிகரமானவை. 'அனுதாபம்' சிறுகதையில் என்னுடைய 70ம் வருட முக, மனச் சாயைகள் தெரிகின்றன.

அநேகமாக நாளையப் பொழுது, 'மன்னிக்கத் தெரியாத' வருடன் கழியும்.

இன்று மதுரையில் திராவிட இயக்கப் பவளவிழா. ஒலி பெருக்கி நெரிசலில் முழு மதுரையும் நசுங்கிப்போய் இருக்கிறது. 'இந்தப் படை போதுமா இன்னும் கொஞ்சம் வேணுமா' என்று உச்சி வெயிலில் கத்திக்கொண்டு போகிறார்கள். இவர்களுடைய பெண்டாட்டி பிள்ளைகள் அவரவர்கள் இடத்தில் எப்படி இருக்கிறார்களோ. ஒரு வேளை இரண்டு நாள் நிம்மதியாகக் கூட அவர்கள் இருக்கலாம்.

எல்லோர்க்கும் அன்புடன்

கல்யாணி சி.

மதுரை
25–6–94

அன்புமிக்க வ.க.,

வணக்கம்.

ஸ்ரீதர் இரண்டு தினங்களுக்கு முன்பு இங்கு வந்திருக்கும்போது, திருநெல்வேலியில் வைத்து எடுக்கப்பட்ட புகைப்படங்களைக் காட்டினான். கருப்பு வெள்ளைப் புகைப்படங்களுக்கே உள்ள ஆழ்ந்த உயிர்ததும்புகிற தன்மை. இதைவிடவும் தினமலரில் வெளிவந்த ஒரு புகைப்படம் நன்றாக இருந்ததாம். பின்னர் எப்போதாவதுதான் அதை அப்பாவிடம் பார்க்க வேண்டும்.

தனிமை நிரம்பிய ஆண்களின் பிற்பகுதி வாழ்க்கையில் நண்பர்கள் தருகிற வெளிச்சத்தை வேறு யாராலும் தர முடிவதில்லை. நெருக்கமான சிநேகிதர்களின் வருகையின்போது, 'மனம்மொழி மெய் இனிக்க' வாழ்வது போல இருப்பதை நானே அனுபவிக்க ஆரம்பித்து விட்டேன். அப்பாவுக்கு உங்களுடைய இருப்பு ஒரு புதிய தெம்பை அளித்திருக்கும் என்பது உண்மை. இதற்கு நான்

உங்களுக்கு நன்றி சொல்ல வேண்டும். இதை வைத்து ஒரு கதை எழுதிப் பாருங்களேன் நீங்கள்.

அவ்வப்போது எதையாவது, தரிசாகப் போடக்கூடாதே என்று மிதி உளுந்து போடுவது மாதிரி, எழுதிக் கொண்டிருக்கிறேன். எழுதியது வரை எழுத்து. வாய்த்தது வரை சந்தோஷம்.

எல்லோர்க்கும் அன்புடன்

கல்யாணி சி.

மதுரை
7.7.94

அன்புமிக்க வ.க.,

வணக்கம்.

நேற்றுச் சாயங்காலம் நல்ல மழை. இன்று எழுந்திருந்து பார்க்கும்போது எல்லாம் நன்றாக இருக்கிறது. புதிதாக எங்கள் பகுதியில் போட்ட தார் ரோடு கழுவி விட்ட மாதிரி நன்றாக இருக்கிறது. கழுவினகாய்ந்து கொண்டிருக்கிற முற்றிலும் காய்வதற்கு முந்திய எல்லாவற்றிலுமே ஈரம் செய்கிற அழகு தனி. எல்லா அழகையும் ஆனால் பன்றிகள் கெடுத்து விடுகின்றன. ஒருநாள் ராத்திரிக்குள் வீட்டைச் சுற்றி உழுது போட்டது போல் இருக்கிறது. கல் எடுத்து அடிக்கலாம் என்று நினைத்தால், இரண்டு தாய்ப்பன்றிகள் ஒருச்சாய்த்து படுத்துக்கிடக்க, பத்துப் பன்னிரண்டு குட்டிகள் பால் குடித்துக் கொண்டிருக்கின்றன. மிருகமோ, மனுஷியோ, பாலூட்டுகிற பால்குடிக்கிற நேரத்தில் நிகழ்கிற மெய்மறதி தனி. கல்லுக்கு அங்கே இடமில்லை.

உங்களுக்கு கால்புண் சரியாக ஆறிவிட்டதா என்று நிச்சயப் படுத்திக் கொள்ளுங்கள். உங்களுடைய இந்த வயதில், உள்ளேயும் வெளியேயும் எந்த ஆறாத காயங்களும் இருக்கக்கூடாது. காயங்கள் நடைமுறை ஆகிவிட்டன. நம்மிடம் உடை வாட்கள் இல்லையென்றால் கூட, கேடயங்களைக் கையில் திணித்துப் போகிறது காலம். ஊருக்கு இளைத்தவர்களைக் காயப்படுத்த நிறைய பேர் உலகத்தில். ஆனால் ஆறிவிடும்படியாக இருப்போம், எல்லாக் காயங்களும். காயமே இது பொய்யடா.

எல்லோர்க்கும் அன்புடன்

கல்யாணி சி.

மனுஷ்ய புத்திரன்

மதுரை
2.12.94

அன்புமிக்க ஹமீத்,

வணக்கம்.

நீங்கள் உங்கள் கடிதம் கிடைத்ததா என்று கேட்டிருப்பதைப் பார்த்தால், உங்கள் கடிதம் கிடைத்து அதற்கு நான் எழுதிய பதில் உங்களுக்கு கிடைக்கவில்லை என்று தெரிகிறது. என்னுடைய தபால் பெட்டிகளை மாற்ற வேண்டிய நிர்பந்தம் மறுபடியும் வந்துவிட்டது. சமீபத்தில் நான் அனுப்பிய மூன்று கடிதங்களுக்குமேல் போய்ச் சேரவில்லை. எலிகளை ரசிகர்களாக எப்படி அங்கீகரிக்க. இடக்குறைவின் காரணமாக ஜாதிக்காய்ப் பெட்டிகளில் அடைக்கப்பட்ட எத்தனை புத்தகங்களை அவை "கரும்பித்" தள்ளியிருக்கின்றன. இப்போது மீண்டும் ஹிம்சை. மிகவும் நெருக்கமான உணர்வுடன் எழுதப்படுகிற கடிதங்கள் தின்னப்படுவதை எப்படி நான் தடுக்க முடியும். குரங்குகள் பிடுங்கிச் செல்கிற சாப்பாட்டுப் பொட்டலங்களை, பழந்தோட்ட அருவியின் ஒரு அம்சமாகவும், குழந்தையின் கையிலிருந்து முறுக்கைக் கவ்விப் போகிற காக்கைகளைப் புறவாசல் காட்சிகளுடன் இயைந்த ஒரு தீட்டுதலாகவும் எப்போதும் எப்படி எடுத்துக்கொள்ள? எப்போது ரோமம் மூடிய கரம் மீண்டும் நம் கைக் கவளத்தின் மீது வீசப்படுமோ, எப்போது கருப்புச் சிறகு காற்றின் கிழிப்புடன் நம் தோளின் மீது அறைந்து அப்பாற் செல்லுமோ என்ற அடுத்த தடவைக்கான

பயத்தை என்ன செய்ய. படுக்கை அறையில் மட்டுமல்ல, தபால் பெட்டியிலும் யாரோ ஒளிந்திருக்கிறார்கள்.

மதுரைக்கு நீங்கள் வருகிறபோது எப்படியும் பார்த்துப் பேசிவிடலாம் என்றுதான் இருந்தேன். லட்சுமி வண்ணன் மற்றும் உங்களது சைக்கிள் கடை நண்பர் நேரே பாங்கிற்கு வந்தபோது கூட்டத்திற்கு வந்து விடுவதையும் சொன்னேன். கூட்டம் என்றால் எனக்கு எப்போதுமே தெரிந்த மனிதர்கள். இடையில் கதிர் கல்யாணம். மீராவை விட கதிர் எனக்கு நெருக்கமான பையன் எப்படி போகாமல் இருக்க? அங்கேயும் கல்யாணத்தை விடக் கலந்துரையாடல்கள் தான் அதிகமாக இருந்தது. நான் ராகுலதாசனை ஒரு இருபத்தைந்து வருஷம் தொலைத்துவிட்டு, சினிமாக்களில் சின்ன வயதில் தொலைந்து, உச்சகட்டத்தில் அதே பாட்டைப் பாடிக்கொண்டு ஒன்று சேர்வது போல அந்தக் கல்யாண மண்டபத்தில் கண்டெடுத்தேன்.

எல்லோருக்கும் அன்புடன்

கல்யாணி சி.

மதுரை
4.10.94

அன்புமிக்க மனுஷ்ய புத்திரன்,

வணக்கம்.

நீங்கள் குறிப்பிட்டிருப்பது போல இது துரதிர்ஷ்டமானது தான். அய்யனார் உங்களைச் சந்தித்தது போல் எப்போதோ நானே நேரில் வந்து சந்தித்திருக்க வேண்டும். திருச்சியில் ஏதாவது 'ட்ரெய்னிங்' போடுவார்கள். உங்களையும் ஒரு தடவை எட்டிப் பார்த்து விடலாம் என ரொம்ப காலமாக நினைத்துக் கொண்டிருக்கிறேன். வாய்க்கவில்லை. சுப மங்களா பேட்டிக்கு முன்னோ பின்னோ இது இயல்பாக நிகழ்ந்திருந்ததால் அனாவசியமான மன வருத்தங்களும், தப்பபிப்ராயங்களும் தவிர்க்கப்பட்டிருக்கும். நிறைய விஷயங்களைத் தவிர்க்க முடியவில்லை. எல்லாம் மேலே வந்து கவிந்தபின், இடிபாடுகளுக்கடியில் இருந்து எப்போதும் கேட்கிறது என் தீனமான குரல். அதிர்ந்து அதிர்ந்து என்னைவிடச் சேதமடைந்த உயிர்களைக் காப்பாற்ற ஓடிக்கொண்டிருக்கின்றன என் சிநேகிதர்களின் கால்கள். பரபரத்து ஓடுகிற என் மிக நெருங்கிய காலால் எற்றுண்டு இடம் பெயர்கிற இடிபாட்டுச் செங்கல் உருண்டு

என் முனகலை மூடுகிறது. நாம் விபத்துக்குள்ளாகியிருக்கிறோம். எக்கிய என் முதுகு வளைவுக்குக் கீழ் பிசுபிசுத்து ஓடுகிற ரத்தம் யாருடையது என்று தெரியவில்லை. சற்று முன்பு வரை நான் விரல் கோர்த்து உதட்டில் ஒற்றி முத்திய மனுஷியின் கை பிய்ந்து சிதறி வாசலோரம் நிறுத்தப்பட்டிருக்கிற இரண்டு சக்கர வாகனத்தின் பின் பைதாக்கம்பிகளில் செருகி இருக்கிறது. பூந்தொட்டியின் உடைசலுடன் சரிந்திருக்கிற செடியில் காக்கிச் சட்டைக் கிழிசலும், உத்தியோகப் பித்தளை வில்லையும் சாக்லேட் நிற இசைநாடா, ஒரு சிக்கலான தாவரம் போல காற்றில் அலைந்து கொண்டு கிடக்கிறது. பூனைக் குட்டியின் குரல் கேட்கிறது. வெகு தொலைவில் ஜென்ம தூரத்துக்கு அப்பால் ஊரில் இருக்கிற 'பூனை ஆச்சி' வீடு ஞாபகமும், இடையில் உள்ள சுவருக்கு இந்தப் பக்கம் எங்கள் வீட்டுத் தோட்டத்தில் இருக்கிற தங்க அரளி மரமும் அந்தப் பூனைக் குட்டிக் குரலில் கசிகின்றன. என் மேல் மஞ்சள் நிறமான தங்க அரளிப் பூக்கள்.

உங்களை நேரில் வந்து பார்க்க அனுமதியுங்கள். வருத்தமும் காயமும் ஆறவும் ஆற்றவும் அது ஒன்றுதான் கதி எனக்கு.

இரண்டு தினங்களுக்கு முன் முதல் முதலாக வர்ஷா போயிருந்தேன். சிவராமன், விஜயகுமார், கண்ணன், சுரேஷ்குமார், மணிவண்ணன், பஷீர் என்று எல்லோரும் காலச்சுவடு இதழில் முனைந்திருந்தார்கள். நான், நம்பி மற்றும் ஒரு நண்பருடன் போயிருந்தேன். நம்பியைச் சார்ந்தும், அவரை ஆட்டோவில், ரிக்ஷாவில், நடையில் அங்கங்கு அழைத்துச் செல்கிற நெருக்கடியான பொறுப்பிலும் நான் இருந்தேன்.

சமீப காலமாக, ஜூன்ஜூலைக்கு அப்புறம் எதுவுமே எழுத வில்லை. இதைத் தாண்டி மேல் வரும்போது, இந்தச் சீழ் உடையும் போது, அல்லது இந்தப் பனிக்குடம் கிழிந்து மீண்டும் நான் சிரசுதயம் ஆகிறபோது....'காலச்சுவடு' இதழிலும் பங்கேற்பேன்.

எதையும் மனதில் வைத்துக்கொள்ள வேண்டாம். மீண்டும் எழுதுகிறேன். அல்லது பார்க்கிறேன்.

எல்லோர்க்கும் அன்புடன்

கல்யாணி சி.

மதுரை
27.11.94

அன்புமிக்க ஹமீது,

வணக்கம்.

காலச்சுவடு கூட்டமும், அன்னம் – கதிரின் திருமணமும் ஒரே நேரத்தில், நாளில் அமைய நேர்ந்து போனதால் உங்களை மதுரையில் சந்திக்க முடியாது போயிற்று. அதற்குப் பின்னால் ஜயபாஸ்கரன் வாசிப்பதற்காக, உங்கள் கவிதைத் தொகுப்பைக் கேட்ட போது, நானும் அவருமே துவரங்குறிச்சியில் வந்து பார்த்தால் என்ன என்று தோன்றிற்று. என் ஆசை அது. திட்டமிட முடியாத வாழ்வின் எல்லைக் குறைவில் ஆசைகளின் பழுப்பிலைகள் சதா உதிர்ந்து கொண்டே இன்றைக்கு (27ல்) போக வேண்டியதிருக்கும் என்று நினைத்துக் கொண்டிருந்தேன். இதோ பிற்பகலும் ஆயிற்று. நிழல்கள் நீள அதிக வினாடிகள் இல்லை. உங்களுக்கு எழுதுவது என் வசத்தில்தான் என்று தோன்றிற்று. எழுதுகிறேன்.

அடுத்த வாரம் 6,7,8 தேதிகள் ஒரு கல்யாணத்திற்கு திருநெல்வேலி ஸ்டேட் பாங்க் காலனிஎழில்நகர் போவேன். நீங்கள் ஒருவேளை அங்கிருந்தால் மீண்டும் ஒருமுறை பார்க்க நினைக்கின்றேன். உங்களுடைய பதிலை, இது குறித்து, இரண்டு அல்லது மூன்றாம் தேதிகளுக்குள் எதிர்பார்க்கிறேன். உங்கள் கடிதம் வராவிட்டாலும் கூட லல்லி அவர்களின் வீட்டை எட்டிப் பார்த்துக் கொள்கிறேன். ஒரு மாலையின் சிறு பொழுது போதும் எனக்கு.

திருநெல்வேலியில் பார்க்காவிட்டால், மறுபடியும் ஜயபாஸ்கரனுடன் துவரங்குறிச்சி வர முயல்கிறேன்.

எல்லோர்க்கும் அன்புடன்

கல்யாணி சி.

ரவி சுப்ரமணியன்

மதுரை
20.7.94

அன்புமிக்க ரவி,

வணக்கம்.

தொடர்ந்து உங்கள் கடிதங்கள்.

எதையாவது தொடர்ந்தும், அதனாலே தொடரப்பட்டும் கடைசி வரை செய்வினை, செயப்பாட்டு வினை ஆகிவிட்டது வாழ்க்கை. கல் நாகங்களின் மாய அர்த்தங்கள் போல,வாழ்வின் பாறைகளில் வால் கழித்துப் படம் உயர்த்தி, படத்துக்குள் சிவலிங்கம் தாங்கி, வழிபடுபவரின் குங்குமத்திற்கும், மஞ்சளுக்கும், வழிகிற மழைக்கும், விழுகிற பறவை எச்சத்துக்கும் அசையாதிருக்க வேண்டியதாகி விட்டது. காலத்தின் திரண்டு இறுகிய உச்சிப்பிளவுகளில் நம்மைச் செதுக்கியவன் தொலைந்துபோக, சுழன்று சுழன்று வரும் பெருங்காற்றில் அவனுடைய வியர்வை அடிக்கிறதா என்று நாசி விரிந்து, செதுக்கல்களின் கற்பதிவுகளின் கட்டிலிருந்து மீள வகையற்றுத் தலை உயர்த்தி, கீழே அடிவாரத்தில் வரிசையாக மினுங்கும் வெளிச்சப் புள்ளிகளில் ஒன்றிலிருந்து அவன் புறப்பட்டு வருவதற்குக் காத்திருக்க வேண்டியதாகிவிட்டது. வனாந்திரத்துப் பூக்களைச் சேகரித்து, நம்முன் தேவையற்ற பக்தியுடன் சொரிகிற அற்புதக் கன்னிகைகளை, மிகுந்த காதலுடன் அணைத்துத் திமிறத் திமிற முத்தமிட்டு, நம்முன் ஏற்றப்பட்ட கற்பூரச்

சுவாலைபோல நெளிந்து நெளிந்து புதைகிற முகத்தின் சாயல்களில், தொலைந்துபோன சிற்பியின் பௌருஷம் தேடி அசையாதிருக்க வேண்டியதுதான். சிற்றுளியைப் போல, ஜனனத்தின் ஈரம் உலராத சிசுவின் காலுதைப்பில், அது உருண்டு விழுந்துவிடக்கூடாதே என்ற பதைப்பில் நம் வளைவுகள் இடம் மாறும்போது, நம் உச்சியில் செருகப்பட்ட செம்பருத்திப்பூ உதிர்ந்து, அந்தப் பூவையும் அந்தப் பிஞ்சுக் கால் உதைக்கிற அழகு அருமையாகத்தான் இருக்கிறது. என்றாலும் கல்லிலிருந்து தப்பிக்க முடியாது. இனிமேல் ஊர்ந்து செல்ல முடியாது. சூரியனை அருந்த முடியாது. பௌர்ணமியின் ஒற்றை மார்பில் பால் குடிக்க முடியாது. புற்றுகளின் வாசம், மண்ணுடனும், சருகுகளுடனும், புற்களுடனும் சரசரத்துச் செல்லும் உயிரின் நுகர்வு, கலவியின் உச்சத்தில் பிணைந்து பிணைந்து முறுக்கிய துணிகளைப் போல, காட்டின் குன்றிமணிச் சிதறலில் தன் மறத்தல் சாத்தியமில்லை.

நேர்காணல் அவசியமற்றது. என்னைப் பிறர் அறிவதற்கும், நான் பிறருக்கு அறிவித்துக் கொள்வதற்கும் என் எழுத்துக்களே போதுமானது. ஆனாலும் 'விருப்பமில்லாத திருப்பங்கள்' எத்தனையோ. தவிர்க்க முடியாதவை. "காதலினால் அல்ல கருணையினால்" என்றும், "கருணையினால் அல்ல காதலினால்" என்றும்தான் ஒவ்வொன்றும் வெவ்வேறு அறியாத சதவிகிதங்களுடன் நிகழ்கின்றன. இலக்கியத்தில் வன்முறைகளுக்கு இடமில்லை. கரும்புத் தோகைகள் கையைக் கிழித்த அனுபவம் உங்களுக்கும் இருக்கலாம். வாய்க்காலில் குளிக்கையில், கிழிந்த பாதத்துடன் கரையேறியிருக்கிறேன் என் சின்ன வயதில். ஒரு ஏழெட்டுப் பேர் மத்தியில் நான் சரிந்து போயிருக்கலாம். ஒரு நாலைந்து வாசல்கள் முற்றிலுமாக இனி எனக்கு அடைக்கப்படலாம். முகமூடிய தாக்குதல்கள், புனைந்த பெயருடன் வசைகள் இனிச் சிறிது காலம் இருக்கும். ஏனெனில், இது கதையல்ல. வாழ்க்கை. இவர்கள் பாத்திரங்கள் அல்ல. மனிதர்கள். வாழ்வும், மனிதர்களும் நான் விரும்புகிறவை அல்லவா?

எல்லோர்க்கும் அன்புடன்

கல்யாணி சி.

மதுரை
17.11.94

அன்புமிக்க ரவி,

வணக்கம்.

இன்றும் பௌர்ணமி. மோட்டார் சைக்கிளுக்குச் சங்கிலியிட்டுப் பூட்டிவிட்டு, ஸ்டுடியோ செட் போல வலமும் இடமும் திறப்பாக இருக்க, வாசல் கதவை இணைத்துச் சாத்திவிட்டு வரும்போது நிலாவை ஏறிட்டுப் பார்த்தேன். நிலா நிலா மாதிரியே இருந்தது. படியேறுகையில் அணைந்து ஓய்ந்த கார்த்திகைச் சிற்றகல். இந்த மழைக்கால இருட்டில் இந்தப் படிக்கட்டுகள் போல வாழ்வும், இந்த மண் விளக்குகள் போல நானும் இருந்து விடலாம். யாராவது ஏற்றுவார்கள். யாருக்காவது வெளிச்சம் தெரியும். ஈரப்புல்லில் ஓரமாவது ஒருதரம் மினுங்கும் நடுங்குகிற ஒளியில்.

போகும்போது காசியபன் பேசிக்கொண்டே வந்தார். திரும்பும் போது கோணங்கி அருகிருக்க க.வை. பழனிச்சாமியின் பேச்சு. நான் இரண்டு முறையும் பெருகிச் சுழித்துப் போன வைகையை இழந்தேன். ஆறு என் வாழ்வு; ஆறு என் சாவாகவும் இருக்கலாம். வடக்கில் ஜல சமாதி ஆன ஹரிதாஸ் கிரி சுவாமிகளைப் போல நீருள் ஒடுங்குவது மிகச் சிலருக்கே வாய்க்கும். நான் ஒரு முறை தேனருவியில் சாகப்பார்த்தேன். நீரின் அழைப்பு மிக அருகில் கேட்டது. இன்னொரு முறை தாமிரபரணியில் ஒரு புரட்டுப் புரட்டி பாறையின் இடுக்கில் செருகிப் பிடுங்கி, போ என்று படித்துறையில் எறிந்தது. அப்போலோ மருத்துவ விடுதியில் எம்.ஆர்.ஐ. சோதனைக்குட்பட்டிருந்த நேரம் நான் கர்ப்பத்திற்குத் திரும்பியிருந்தேன். நினைவு வளர்ந்த உந்திக்கொடியில் ஆடி, என் பால்யத்தின் கருவறையில் இருக்கையில் இதே நீர் என்னை முக்கித் தளதளத்தது.

நான் இப்படியே இருந்துவிட்டுப் போகிறேன். எனக்கு ராகுலதாசன் போதும். என் 15 வயதுச் சிநேகிதன். நான் தினத்தந்தியில் சிரிப்புப் படம் வரைய, அண்ணன் கணபதி வரையத் துவங்கியது நட்பு. எவ்வளவோ நடுவில் மனைவியைத் தவிர இன்னொரு பெண் ஊடுருவாத கலைஞன் பேராசிரியன்மென்மையான ஆண் சொற்பம். ராகுலதாசனுக்கும் அது நிகழ, அந்தப் பெண்ணை மணக்க நேர்ந்ததே குற்றவுணர்வு போல, எல்லோரிடமிருந்தும் ஒதுங்கியிருக்கிற அவரை, அப்படி ஒதுங்க விடாமல் அணைத்துக் கொள்ள நான் விரும்பினேன். மேடையில் உன்னதக் கலைஞர்கள் இசைத்துக் கொண்டு இருக்கையில், நான் ஆம்ப்ளிபயர் மேற்பார்க்கிற இரண்டு

32 எல்லோர்க்கும் அன்புடன்

17

மீன்காரி

நான் ஆங்கிலோ இந்தியன் கான்வென்டில் படிக்கும் காலத்தில் பெண்கள் மற்ற பெண்களைக் கீழ்த்தரமாகச் சித்தரிக்க வேண்டுமென்றால் *"Fisher woman"* (மீன்காரி) என்று அழைப்பார்கள். சில வருடங்கள் முன்புவரைகூட ஒருவிதமான கொண்டை அணியும்போது எனது சில கார்ப்பரேட் நண்பர்கள் "மீன்காரி கொண்ட" என்று அடிக்கடி கிண்டல் செய்வது வழக்கம். அப்போதுகூட அதைப் பற்றிப் பெரிதாய் சிந்தித்தது இல்லை.

ஆனால் சமூகநீதிக்காகப் பாடுபட ஆரம்பித்ததிலிருந்து விளிம்புநிலை மனிதர்களின், ஒடுக்கப்பட்டவர்களின் தோற்றத்தை வைத்து இழிவுபடுத்துவது மிகப்பெரிய அட்டூழியங்களில் ஒன்று என்று அறிந்துகொண்டேன். அதிலிருந்து தோற்றரீதியிலான சாதிய / வர்க்க அடக்கு முறைகளை இன்றுவரை எதிர்த்துப் போராடி வருகிறேன்.

எனக்கு மீன் அதிகம் பிடிக்கும் என்பதால் மெரினாவில் கலங்கரை விளக்கத்தின் அருகிலிருந்து தொடங்கும் மீன் மார்க்கெட்டில் (நொச்சிக்குப்பம்) மாதத்தில் இரண்டு முறை சென்று மீன் வாங்குவது வழக்கம். இதன் காரணமாக அங்கே மீன் விற்கும் பெண்களிடம் நல்ல நட்பு உள்ளது எனக்கு. அடித்துச் சொல்கிறேன், அவர்களைப் போல் வாஞ்சை யுடன் யாராலும் பழக முடியாது. உறவினர்கள் தெருமுனையில் வருவது தெரிந்தால் பிளாட்டின் கதவைப் பூட்டிக்கொள்ளும் இந்தச் சமூகத்தில்

மரணம் என்பது தமிழரைப் பொறுத்தவரை தெய்வநிலை அல்லவா? அப்பொழுது தெய்வத்தின் முன் பறை இசைப்பது எப்படி இழிவாகும்? அசைவில்லாத, உணர்ச்சிகளில்லாத, ஒன்றுக்கும் உதவாத கற்களான கடவுள்களுக்கு முன் வாசிப்பதை விட, பல காலம் உயிர், உணர்ச்சி, ஆசாபாசங்களோடு வாழ்ந்து மரித்த ஒரு மனிதனின் முன் வாசிப்பது எப்படி இழிவாகும்? மரணம் என்பதே ஒரு கொண்டாட்டம் என்பதை அந்தக் காலத்திலேயே அறிந்துவைத்திருந்தவன் ஆதித் தமிழன்.

பறையைச் சார்ந்த சமூகத் தீண்டாமை இன்னும் இருந்தபோதிலும், கடந்த சில காலங்களாகப் பறையின் எழுச்சி நம்ப முடியாத அளவில் இருக்கிறது. ஆங்காங்கே பறை கலைக் குழுக்களும், மாணவர்களும் ஐ.டி. ஊழியர்களும் இன்னும் பலரும் பறையின் மகத்துவத்தை உணர்ந்து பறையை வாசித்துத் தங்களின் வேரோடு மீண்டும் இணைந்துகொண்டிருக்கிறார்கள்.

இவர்கள் மூலமாகத் தமிழகத்தில் ஒலித்துக் கொண்டிருக்கும் பறை சாதி வெறிக் காட்டு விலங்குகளை ஓடவிட்டுக்கொண்டிருக்கிறது. தீண்டாமையைக் கொளுத்திக் கொண்டிருக்கிறது. சாதிக்கு எதிரான போருக்கு நம்மைத் தயார்படுத்திக்கொண்டிருக்கிறது. மன்னர்களுக்கு மக்களின் செய்தியைக் கொண்டுசெல்கிறது. சமத்துவத்தின் தொடர் வெற்றியையும் எழுச்சியையும் பறைசாற்றுகிறது.

ஆம், இப்போது சொல்கிறேன்... பறை சாவு மேளம்தான்.

ஆம், இப்போது சொல்கிறேன்... பறை சாவு மேளம்தான்.

மதத்திற்கும் சாதிக்கும் அநீதிக்கும் அடிக்கும் சாவு மேளம்

சிறுவர்களில் ஒருவனாக இருந்துவிடச் சம்மதம். மினுமினுக்குகிற நட்சத்திரங்களின் கீற்று முனைகள் அழகுதான். நான் எருக்கலஞ் செடியோரம் வீசப்பட்டிருக்கிற பிளிஸ்டர் தகடாக, மாத்திரைக் காகிதமாகக் கிடந்தால் போதும். ஒரு புளியங்கன்று, படப்படி நாற்று இவற்றின் நிரந்தரமற்ற பச்சை எனக்கு.

மற்றப்படி இந்த ரெண்டுக்கு ஒண்ணு, மூணுக்கு ரெண்டு கணக்கெல்லாம் எனக்குத் தெரியாது. என் மிகச் சிறிய அவகாசத்தில் யாருக்குத் தோன்றுகிறதோ அவர்களுக்கு எழுதுகிறேன். நான் வல்லிக்கண்ணனுக்கு எழுதுவதில்லை. ராமச்சந்திரனுக்கு, விக்ரமாதித்யனுக்கு, கோபாலுக்கு இப்போது எழுதுவதில்லை. ரவிக்கு, நரசிம்மனுக்கு, தேவரசிகனுக்கு, தேவி பாரதிக்கு, மனுஷ்ய புத்திரனுக்கு, ரிஷிக்கு, ஜீவராம் சுந்தருக்கு எழுதுகிறேன். எனக்கு அது சுலபமாக அல்ல. முக்கியமானதாகப் படுகிறது.

ஆக்கர் வாங்காத பம்பரம், மணி உதிராத வெள்ளிக் கொலுசு, நசுங்காத பித்தளைக் குடம், கருகிப் போகாத பலாக்கொட்டை, கொறுவாய் இல்லாத தங்கச்சி ஊற்றுகிற தோசை, காயம் படாத ஆண்பிள்ளை மனது...இவையெல்லாம் நன்றாகவா இருக்கும்.....எல்லாவற்றையும் நீருக்கும், நெருப்புக்கும், காற்றுக்கும், வெளிச்சத்திற்கும் உண்மையாக இருக்க அனுமதியுங்கள். இயல்பு நம்மை வழி நடத்தும். புல்லை யாரும் நடுவதில்லை. தானாக வளர்கிறது.

சமாதானம் செய்யாதீர்கள். அவநம்பிக்கை கொள்ளாதீர்கள். சந்தேகமும் சஞ்சலமும் வேண்டாம். சந்தோஷமும், அமைதியும் எப்போதும் நம்முடன் இருக்கும். தேவையற்ற இலைகள் உதிரும் படியாக மரமும், தேவையற்ற இறகுகள் உதிரும்படியாகப் பறவைகளும் இருக்கையில், தேவையற்றதெல்லாம் உதிரும் படியாகவே வாழ்வும் இருக்கும். நாம் துளிர்க்க அனுமதித்தது போல, உதிர அனுமதிப்போம். தாவரமாக இருங்கள். விதை முதல் விதை வரை. சின்னு முதல் சின்னு வரை. எல்லாம் அவ்வளவுதான்.

உங்கள் உள்ளங்கைக்குள் இருட்டு நுழைந்ததுபோல, ஒளியும் நிரம்பியிருக்கிறது என்பது எளிய உண்மை.

அதே ஜன்னல் வழியாகத்தான் சிட்டுக்குருவிகள் வருவதும் போவதும்.

எல்லோர்க்கும் – சிண்ட்ரெல்லா உட்பட

அன்புடன்

கல்யாணி சி.

மதுரை
10.3.94

அன்புமிக்க ரவிசுப்ரமணியன்,

வணக்கம்.

கல்யாண வீடுகளில் பொண்ணு மாப்பிள்ளைக்குத் திருநீறு பூசக் கூப்பிடுவது போல், நிறைய பேர் முன்னுரை எழுதச் சொல்ல ஆரம்பித்துவிட்டார்கள். எனக்கு, என் எழுத்துக்குக் கொஞ்சம் வயதாகி விட்டது என்று தோன்றுகிறது. ஒன்று, இப்படித் திருநீறு பூசும்போது, எல்லா பொண்ணு மாப்பிள்ளையுமே அழகாகத்தான் இருக்கிறார்கள். இன்னொன்று, அவர்கள் நெற்றியில் இட்டது போக விரலில் மிஞ்சின விபூதியை என்னுடைய நெற்றியிலும் பூசிக்கொள்வதும் பழக்கமாகிவிட்டது.

எனக்கென்னவோ, பத்து ஓவியங்கள், எம்.வி.வி. கடிதம், அறிவுமதி கடிதம், இத்தனை அலங்காரத்துடன் நீங்கள் "பெண்ணுக்கு இருக்கிற" போது, என்னுடைய கடிதம் வேறு மேற்கொண்டு என்னத்துக்கு என்று தோன்றுகிறது. வேண்டுமானால் 'ரொம்ப குனியாதே' என்று தோழி மாதிரிப் பின்னால் நின்று மோவாய் தாங்கி, உங்கள் முகம் உயர்த்தலாம். வியர்வையை ஒற்றலாம். நெற்றிச்சுட்டியைச் சரி பண்ணலாம். மாப்பிள்ளையைப் பக்கவாட்டில் இருந்து நானும் பார்த்துக் கொள்ளலாம் ஆசை தீர.

என்னுடைய கடிதம் 'வைர மூக்குத்தியா மின்னணும்' என்று எழுதியிருக்கிறீர்கள். மூக்குத்தி இல்லாமலே அழகாக இருக்கிற மூக்கு உலகத்தில் எவ்வளவு இருக்கிறது. இன்றைக்கு ஏதோ ஓர் பத்திரிகையில், சுவாமிமலை தேவ சேனாதிபதி வடிவமைத்த காமாட்சி சிலையின் படம் பார்த்தேன். நீங்கள் சொல்கிற வைர மூக்குத்தியை எல்லாம் அந்த மாதிரி மூக்கில் போட வேண்டும். போட்டாலும் அழகு. போடாவிட்டால் ரொம்ப அழகு. நல்ல கவிதையும் அப்படித்தானே இருக்கும்.

எல்லோர்க்கும் அன்புடன்

கல்யாணி சி.

மதுரை
23.11.94

அன்புமிக்க ரவி,

வணக்கம்.

பேனாக்களை மாற்றி மாற்றிப் பார்க்கிறேன். முன்பு எப்போதோ மிகவும் அழகாக இருந்த என் கையெழுத்துக்களின் வடிவத்தை எது தட்டிப் பறித்தது. பத்து இருபது ஆண்டுகளாகக் கோலோச்சுகிற இந்த பால்பாயிண்ட் யுகம்தானா. ரீனால்ட்ஸ் பேனாவை வைத்து அழகாக இன்னும் எழுதுகிறவர்கள் இருப்பார்கள் தானே. என் பழைய கையெழுத்தை மீட்டுத் தரவல்ல மைஎழுதியை என்னிடம் தரப்போகிற விரல்கள் யாரிடம் இருக்கிறது இருக்கின்றன. சி.எஸ். நீங்கள் கொடுத்த அந்தப் பேனாவைப்போல மற்றொன்று ஏன் எனக்கு வாய்க்காது போயிற்று. எவ்வளவு கடிதங்கள். எவ்வளவு கதைகள். இந்த அலுவலகப் பதவி உயர்வு பரீட்சை என்று எவ்வளவு எழுதினேன். அதைக் கொண்டு. மீண்டும் அந்த ஐரிஸ் மைப்புட்டியும், பச்சை ரப்பர் இங்க்ஃபில்லரும் யார் தருவார்கள்? என் அந்தப் பேனாவை உயிர்த்தெழச் செய்ய முடியுமா ரவி. உயிர்த்தெழுதல் என்பது பேனா சார்ந்ததா?

நீங்கள் படைப்பாளிதான். காய்ந்த வேஸ்ட் எடுத்துத் துடைத்த பிறகு கண்ணாடியில் ஒட்டிக்கொண்டு மிஞ்சியிருக்கிற சில கலர் நூல்களின் மயிரிழையைப் பார்க்கத் தெரிந்தவன் கவிஞன் தான். நீங்கள் துல்லியமாகிவிட்ட கார்க்கண்ணாடியைச் சொல்லியிருந்தால் புதிதில்லை. துல்லியமாகவிட்ட பாதையைச் சொல்லி, இந்தக் கலர் நூலிழைகளையும் சொல்லியிருக்கிறீர்கள். இந்த நூல்களில் தொங்குகின்றவை நவில்தொறு நூல்நயம்.

அந்தக் காயம்பட்ட நண்பர் எப்படி இருக்கிறார்? தையல் பிரித்தாகிவிட்டதா? அவருடைய நலத்திற்காகப் பிரார்த்திக்கிறேன். பத்து வயதிலோ பதினோரு வயதிலோ, கன்றுக்குட்டித் தொழுநடையில் கால்தட்டிக் குப்புற விழுந்தேன். நெற்றி விளிம்புப்பட்டு, செங்கல் துண்டு பொடிப் பொடியாகி, இடது புருவம் சிதைந்து ரத்தம் கசிந்தது. அந்த அடியின் ஊமைக் காயத்தில் தான் பின்பு வரவர, என் இடது கண் வலுவிழந்ததோ என்று தோன்றிற்று. அந்தக் காயத்துக்குப் போட்ட கட்டோடுதான் அரியநாயகிபுரம் அத்தை வீட்டுக்குப் போனோம். அத்தைக்குப் பெண் குழந்தை பிறந்து இறந்து போயிருந்தது. எல்லோரும் துக்கத்தில் இருக்க

நான் கட்டுப்போட்ட நெற்றியுடன், அந்த வீட்டின் பின்புற நடைப்படியொன்றில் உட்கார்ந்திருந்தேன். எதிரே ஒரு கன்றுக்குட்டி தூங்கிக் கொண்டிருந்தது.

அநேகமாக அடித்தல் திருத்தலே அற்ற என் கடிதங்களில், இந்த நான்கு வரிகளுக்கு முந்திய அடித்தல் சற்று ஆச்சரியம். அதை எழுதும் போது கண்ணைக் கட்டிக்கொண்டு வந்து, பேனாவை மூடிவிட்டேன். காலை பார்க்கும்போது, 'அடிதடியே கிடைய...' என்று இருக்கிறது. எப்படி அந்த இடத்தில் தொடர்பே இல்லாமல் அடிதடி நிகழ்ந்தது என்று தெரியவில்லை. அடிதடி கிடையாத உலகத்தை ஆழ்மனம் விழைந்து கொண்டிருக்கிறதோ என்னவோ.

ரோட்டரி மகாநாட்டில் உங்களுக்குக் கொடுக்கப்பட்ட பொறுப்பைச் சரியாக நிர்வகிக்க உங்களால் முடியும். வெற்றிகரமாக அது நிறைவேற வாழ்த்துக்கள்.

கதிர் கல்யாணத்தில் 60ஆம் வருடத்தில் தொலைத்த ராகுலதாசனை –64-65 இல் என்று வைத்துக் கொள்ளலாம் – மீண்டும் திரும்பப் பெற்றதுதான் அருமையான விஷயம். உங்களுடைய கடிதத்துடன் அவருடைய கடிதமும் வந்திருக்கிறது. சிக்கல்களின் நெரிசல்களுக்கு இடையில் மனிதர்கள் சதா நோன்பிருப்பது அன்பெனும் சிறு வரத்திற்கு என்பது அவர் கடிதத்தில் தெரிகிறது.

நிறைய வாழுங்கள். நிறைய படியுங்கள். தோன்றும் போது எழுதுங்கள்.

எல்லோருக்கும் அன்புடன்

கல்யாணி சி.

கலாப்ரியா

அம்பாசமுத்திரம்,
4.2.86

அன்புமிக்க கோபால்,

வணக்கம்.

இதில் என்ன யோசிக்கவும் வருத்தப்படவுமிருக்கிறது. பகிர்ந்து கொள். பகிர்ந்து கொள்வது என்பது சுமையைத் தோள் மாற்றுவது ஆகும். இப்போது எல்லாம் உலகில் மிகப்பெரிய விஷயமாகப்படுவது இந்த ஷேரிங் என்கிற பகிர்ந்து கொள்ளல்தான். கலையும், இலக்கியமும், சங்கீதமும், ஓவியமும், சிநேகிதமும், கல்வியும் அடைய எத்தனித்து உச்சியை அடைகையில், அடைந்தோமோ இல்லையோ என்று மயங்க வைப்பதும் தவிக்க வைப்பதும் எல்லாம் அடிப்படையாக இந்தப் பகிர்ந்து கொள்ளும் ஆர்வத்தில்தான். உலகில் மிஞ்சுவதும் இதுதான்.

எக்கேடும் கெட்டுப் போகட்டும், என் வழி எனக்கு என்று போய்க் கொண்டிருப்பதே சரி என்கிற மதத்தைச் சார்ந்திருந்தால் நமக்கு இந்தச் சிக்கல்கள் இல்லை. அடுத்தவனுக்காக அக்கறைப் படுதலே கூட நம்முடைய துன்பமாகிப் போகிறது. பந்தியில் போட்ட வாழையிலையின் குருத்துப் பச்சையை ரசித்துப் புற விரல்களால் நீவிக்கொடுக்கிற நமக்குத்தான் சரியான இடத்தில் கிழிந்து போகிறது. மருகியுருகித் தவிப்பவர்களின் மேல்தான் மெழுகுவர்த்திச் சொட்டாக எல்லாம் விழுந்து இறுக அடிக்கின்றன. என்றாலும் இதையெல்லாம் நாம் தாண்டிவிடத்தான் போகிறோம். கருக்கு மட்டை என்பதற்காக

எந்தக் குழந்தை அதன்மேல் இருக்காமலும், எந்தக் குழந்தை அதை இழுக்காமலும் போயிற்று. பாளை மத்திய சிறையின் கண்ணாடிச்சில் பதித்த சிவப்பு மதிலில் பறவை உட்காரவா போயிற்று. பாம்புச் சட்டை உரித்துக் கிடந்த தோட்டத்திற்குப் போய்த் தக்காளிப்பழம் பொறுக்காத பாவடைக்காரிகள் உண்டா? எதையும் நாம் நிறுத்த முடிவதில்லை. எதற்காகவும் நாம் நிற்கவும் வேண்டாம். எல்லோரும் போய்க் கொண்டிருப்பவர்கள் தானே கடைசியில்.

சங்கு நூலகத்துக்காரருக்கு ஒரு கால் சற்று ஊனம் என்பார்கள். நான் பார்த்ததில்லை. அது உண்மையெனில் அப்படியொரு மனிதனால் வெங்குவுக்கு நேர்ந்திருக்கிற இழப்பைப் புரிந்து கொள்ள முடியலாம. ஆனால் இத்தனை வருட காலம் வியாபாரியாக இருந்து எடுத்ததற்கெல்லாம் லாப நட்டம் பார்க்கும்படியான மனது இந்த மென்மையான பரிவும் புரிவும் இருக்குமோ என்று தெரியவில்லை

ஸி.ஏ.கே.எஸ். எங்கே இருக்கிறார்கள். அரவிந்த ஆசிரமத்திலா அல்லது மதுரையிலா? விபரம் எழுது. தொடர்பு கொள்கிறேன். நம்மால் முடிந்த அளவுக்குப் பார்த்துவிடலாம்.

நாட்டியம் ஆடத் தெரிந்தால், அதுவும் கதகளி ஆடத் தெரிந்தால் இதுபோன்ற சமயங்களில் ஆடித் தீர்த்துக் கொள்ளலாம். பாதிக்கப்பட்ட மனநிலையில் என்னால் ஒன்றுமே செய்ய முடிந்ததில்லை. ஒரு வரிகூட எழுந்ததில்லை. நல்லவையாக எழுதியதெல்லாம், உடலும் மனமும் உயரப் பறந்து ஓய்ந்த காலத்தில்தான். ஒரு முழு நாள் சிறகடிப்புக்குப் பின் கோபுரத்தில் உட்கார்கிற அந்த மயங்கும் நேரத்தில்தான். இது போன்ற சமயங்களில் குழந்தையை விட மனைவி பெரிய ஆறுதல். கூடிக் கூடித்தான் குறைத்துக்கொள்ள வேண்டும். அப்புறம் நண்பர்கள் இலக்கியம் ஒரு சங்குப் பால் கூட கடைவாயில் புகட்ட வரப்போவதில்லை.

பாரதிக்கும் டீச்சருக்கும் மற்றும் நண்பர்களுக்கும்,

அன்புடன் –

கல்யாணி சி.

அம்பாசமுத்திரம்
19.09.85

அன்புமிக்க கோபால்,

வணக்கம்.

சுயம்வரம் தொகுப்பைப் பார்க்கவும், மொத்தமாகப் படிக்கவும் சந்தோஷமாக இருக்கிறது. எட்டயபுரம் தொகுப்பைக் காட்டிலும் இதில் ரொம்பத் தன்னிச்சையாகப் படிக்கவும், அனுபவிக்கவும் முடிந்தது. வாழ்பனுபவங்கள் வரிகளாக, இடமாறும் ரசாயனம் சொல்ல முடியாதவொரு கவித்துவத்துடன் நிகழ்ந்திருக்கிறது. செய்கிற காரியத்தில் ஒன்றி ஐக்கியமாகி சமயத்தில் பத்து முன்னூறு ஆட்டை ரெண்டே நாக்கடிச் சத்தத்தில் அற்புதமான கலையுடன் இடமாற்றி ஒழுங்குபடுத்துகிறது போல, பாதையை அடைத்து, விலகி, மறுபடி பாதையையடைத்து நடக்கிற அநேக இடங்கள் நெடுகிலும் தென்படுகின்றன.

இப்படி ஒரு பிரும்மராஜன் எதிர்ப்படுவார் என்று நேற்று தெரியாமல் முந்தாநாள் எழுதிக் கொண்டிருந்தது போல, இனியும் எழுதிப்போவதே சரி. படிய வேண்டிய இடத்தில் வண்டல் படிந்து கொண்டும். பூக்க வேண்டிய கரும்பு பூத்துக் கொண்டும், மேகநிழல் விழவேண்டிய முன் பக்கத்துப் பொத்தையில் நிழல் விழுந்து கொண்டும், சப்பாத்திக் கள்ளியின் நூலாம்படைகளில் வெயில் மினுக்கிக் கொண்டும், பாறைக் குழிகளில் தங்கின மழைத் தண்ணீரைக் குருவி சிலுப்பிக் கொண்டும், ரயில்வே ஸ்டேஷன் பின்னால் துணிப் பொட்டலத்துடன் கிழவி செத்துப்போயும் பொரியும் வாழை இலையும் துண்டு கட்டின தாம்பாளமுமாக மூன்று வயது மொட்டைத் தலையுடன் அம்மையைத் தின்றவன் நடந்தபடியும், பெரிய லாலா கடையில் அல்வா விற்று தட்டி போர்ட் எழுதிக் கட்சி வேலை செய்தும், சர்க்யூட் ஹவுஸின் ஆற்றோரக் கதவு திறந்து பெட்ரோல் பூசின ஆறு பளபளக்கிறதைப் பாராமல் குனிந்து கொண்டு நுழைகிற பெண்களும், ராஜ்கபேவின் சுவர் வளர்த்த சட்டத்தில் நசுங்கின பத்து இருபது சர்வர்களில் ஒருவருக்காவது பைத்தியம் பிடிக்கவுமாக தன் போக்கில் நதி சென்று கொண்டிருக்கிறது. இவை கண்ணில் விழுந்ததா, மனதில் விழுந்ததா என்றறியாமல் கவிதையில் விழுந்தால் எழுதுவோம். புறவுலகம் என்றும், போஸ்டர்கள் என்றும், சித்திரத் தொங்கல் என்றும், கனவின் நீள அகலங்கள் என்றும் சொல்பவர்கள் சொல்லட்டும்.

அங்கணக் குழி குத்துகிற கம்பியை அகம் என்பதா புறம் என்பதா. புள்ளி பிசகினாலும் அசிங்கமாகிவிடுகிற இடத்தைத் துல்லியமான இடத்தில் ஏந்தி வேட்கையும் அன்புமாகப் பிரித்தறிய முடியாமல் எத்தனை அற்புத உறவுகள் நம்மைக் கடந்து போகின்றன. பருவம், வயது எல்லாம் எவ்வளவு நேர்த்தியாகத் தன் காரியமாற்றுகின்றன. உதிர்ந்த பூவை அள்ளிக் கட்டவே நேரமில்லாதபோது உச்சாணிப் பூவை உலுக்காவிட்டால் என்ன.

வீட்டில் தாத்தா மச்சுக் கண்ணாடி பீரோவில் 'தீர்த்த யாத்திரை' நூறு நூற்றைம்பது பிரதியாவது கிடைக்கும். அதை என்ன செய்யலாம் என்று யோசி. அட்டையைத் தவிர அச்சும் பக்க அமைப்பும் அவ்வளவு நேர்த்தியாக இருக்கிறது அதில்.

அடுத்த ஊர், அடுத்த மைல்கல், அடுத்த சுமைதாங்கி, அடுத்த ஆலமரம், அடுத்த ஆற்றங்கரைச் சுடுகாடு என்று அடுத்ததை நோக்கி நடக்க ஆரம்பி. தொகுப்பு வெளிவந்து தபாலில் முதல் பிரதி பெற்றவுடன் அதனுடனான சம்போகம் முடிந்தது. தவிப்பும் தாகமும் மனதின் காரியம். உவத்தலும் ஓய்தலும் உடம்பின் காரியம். இனி அடுத்தது. அடுத்தது.

வாழ்த்துக்களுடன்,

கல்யாணி சி.

அம்பாசமுத்திரம்,
18.5.88

அன்புள்ள கோபால்,

வணக்கம்.

டீச்சர் எப்படி இருக்கிறாள். உடம்புக்கு ஒன்றும் தொந்தரவு இல்லையே. நன்றாக ஓய்வு எடுத்து, ஒரு ஆண் குழந்தைக்கான நம்பிக்கைகளுடன் சந்தோஷமாக இருங்கள். எல்லாம் நல்லபடியாகவே நடக்கும். டீச்சரின் முகத்தில் அதற்கான அடையாளங்களிருக்கின்றன.

பொதிகை அனுபவம் நன்றாக இருந்தது. உடல் சிரமம் ஒன்று மில்லை. கிட்டத்தட்ட 64 பேரில் பல குழுக்களாகப் பிரிந்து, அப்படி அப்படியே கோர்த்துக் கொண்ட எங்களுடைய ஒன்பது பேரின்

ஒத்திசைவு அருமையாக இருந்தது. அன்பையும், மரியாதையையும் சம்பாதித்துக் கொள்கிற என்னுடைய அம்சம் இங்கும் நிகழ்ந்தது. இதுதான் என் உயிரின் அடையாளம். இது எனக்கும் கிடைக்கிறவரை எனக்கு எழுதுவதற்கு ஊக்கமிருக்கும்.

முழுக் கவனமும் குறுகிய பாதையிலும், முன் செல்கிறவன் பாதத்திலும், நம்முடைய அடுத்த பாதம் பதியப்போகிற இடத்திலுமே குவிந்து விட்டதால், வனம் என்கிற ஒரு பரவசமடைதல் குறைந்து போயிற்று என்றாலும் வனத்திலிருந்து மனம்.

நான் மிகவும் எதிர்பார்த்திருந்து நடந்தும் அந்த ஒற்றை யானை எனக்கு எதிர்ப்படவே இல்லை. ஆனால் பாதையெங்கும், இன்று காலை வந்த, நேற்று, முன்தினம் நேற்று வந்த யானையின் அடையாளங்கள். மூங்கில் புதர்களின் அழிவுகள். வனங்களில் மிருகங்களால் சாவது, அருவியில் சாவது போன்றவைகளில் ஒன்று எனக்கு நிகழ்ந்தால் நன்றாயிருக்கும். மனிதனாக, எழுத்தாளனாக எல்லாம் ஒரு வித்தியாசமான முடிவு எய்தினால் எவ்வளவு நல்லது.

எல்லோர்க்கும் அன்புடன்

கல்யாணி சி.

புதுக்கிராமம்,
20.3.91

அன்புமிக்க கோபால்,

வணக்கம்.

சின்னவளுக்குத் தரணி என்ற பெயர் நன்றாக இருக்கிறது. அவளைப் பார்க்க நான்தான் வரவேண்டும். இந்த உலகத்துக்கு வருகிற எல்லா மனிதர்களும் மனுஷிகளும் அற்புதமானவர்கள் அல்லவா? சரஸ்வதி டீச்சர் எவ்வளவு நல்லவர்கள். பாரதியின் சொல்லும், பார்வையும், யாருக்கு வாய்க்கும். உன்னுடைய, ராமச்சந்திரனுடைய, ஜயபாஸ்கரனுடைய, சொக்குவினுடைய குடும்பத்துடனும் கொஞ்ச நேரம் இருந்தாலே ஒரு ஆறுதல் கிடைக்கும்.

ஜனவரியில் கிட்டத்தட்ட இருபது நாள் இருந்தபோது கூட ராமச்சந்திரன்தான் என் பலமாக இருந்தார். முடிந்தபோதெல்லாம் நேரில் வந்து கூட இருந்து உதவினார். மூலை முடுக்கு எல்லாம்

சென்னையை அறிந்து வைத்துக்கொண்டு, சென்னையை வேண்டாம் என்று தவிர்க்கிறார். எல்லாம் அறிவது இம்சை போலும். நம்பியையும் ராமச்சந்திரன் வீட்டில் சந்திக்க முடிந்தது. திராவிடன் என்றும் திராவிடக் கலாச்சாரம் என்றும் அதிரப் பேசிக் கொண்டிருந்தார். ஒவ்வொருவருக்கும் ஒவ்வொரு நொம்பலம்.

நீ மீண்டும் கவிதைகள் எழுதுவதைக் கேட்க மகிழ்ச்சி. கணையாழி மாதாமாதம் ஒன்று வெளியிட்டது அதனினும் இனியது. தொடர்ந்து எழுது. நானும் கூட என்னால் முடிந்ததை எழுதிக் கொண்டிருக்கிறேன். அதுதான் உத்தமமானது என்று படுகிறது. நான் கணையாழி வாசித்து அநேக காலமாயிற்று. எனக்கு விருட்சம், நிகழ் மட்டுமே தேவதேவன் மூலம் கிடைக்கின்றன.

எல்லோர்க்கும் அன்புடன்

கல்யாணி சி.

கார்த்திகா ராஜ்குமார்

ಐ☙

அம்பாசமுத்திரம்,
15.12.88

அன்புமிக்க பாபு,

வணக்கம்.

அந்த நல்ல கடிதம் நீண்ட வரிகளுடன் அப்புறம் என் கண்ணில் படவேயில்லை. நீங்கள் தளர்ந்த மனநிலையில் எழுதிய ஒரு கடிதத்தைக் கையில் வாங்கின மறுநாள் அதிகாலை அதை எழுத ஆரம்பித்திருந்தேன். இரண்டு பக்கங்கள் முடிந்து மூன்றாம் பக்கத்தில் பாதி தூரம் சென்று கொண்டிருக்கையில் கலாப்ரியா வந்தான். வராதவன் வரும்போது அப்படியே போட்டது போட்டது மாதிரி எழுந்திருந்து போகத்தானே தோன்றும். ஒரு கானாவையோ தானாவையோ ஆரம்பித்து முதல் சுழிப்புடன் அந்தரத்தில் நிறுத்தி விட்டு எழுந்து போனேன். அந்த வரியை அப்புறம் முடிக்காமலே போயிற்று. நீங்கள் இதோ 50 நாட்களாயிற்று. 51, 52, 53 ஆயிற்று என்கிறீர்கள். பெட்ரோல் பங்க்கில் மீட்டர் ஓடுவதுபோல் ஓடி, தயங்கி, கச்சக் என்று நிற்கிறது. இந்த 15–ம் தேதி நிசியில் காலம். காரமான சுண்ணாம்பு நெடியுடன் கிறிஸ்துமஸ் பதினைந்து நாள் தூரத்தில் நெருங்கிக் கொண்டிருக்கிறது. பனியில் சற்று முன்புதான் வந்து சேர்ந்தேன். பைக்கில்என்ஜின் சூடு இன்னும் தணிந்திருக்காது. இந்தப் பனியில் உலகின் மறு எல்லை வரை இரவில் ஒரு துணையுடன், துணைவியுடன் பைக்கில் சென்றுகொண்டே இருக்கலாம். சங்கீதம் போல அந்தப் பயணம். நதி போல அந்த ஓட்டம்.

ஒரு மிகப்பெரிய பிரம்மாண்டமான தேக்குத்தடி, மரக்கடையில் நுழைவதற்காக நட்ட நடுத்தெருவில் கிடக்கிறது. கடற்கரையில் ஓதுங்குகிற சுறாமீன்கள் போல அது அப்படியே கிறங்கிக் கிடக்கிறது. மணப்பாடு, உவரிக் கடற்கரையில் அதை முதன் முதல் பார்த்த அதிகாலைச் செம்படவன் போல நான் அதைப் பார்த்துக்கொண்டே வந்தேன். பரு மாதிரி நாளைக்கு வெயிலில் மினுங்க ஒரு துளிராக நான் அதில் முளைக்க முடியும் எனில் நன்றாக இருக்கும்.

உங்களுக்கு என்று இந்தக் கார்டுகள் எங்கே அமைகின்றன. ஒவ்வொரு கணத்தையும் வெளிப்படுத்திக் கொள்கிற அளவுக்கு இத்தனை வகை கார்ட்ஸ் அச்சடிக்கப்படுகிறதென்கிற உண்மை ஆச்சரியமாக இருக்கிறது. எவ்வளவு அழகிய கோட்டுப்படம். எவ்வளவு அழகிய தயாரிப்பு. சொல்லப்போனால் அந்தக் கார்டின் அழகுதான் இரண்டு நாட்களாக என்ன எழுதத் தூண்டியிருக்க வேண்டும்.

ஜனவரி 27 வந்தால் எத்தனை வருடங்கள் நிறைகிறது. மூன்றா – நான்கா. எப்படி செல்கின்றன உங்களின் யோனாமயமான நாட்கள்!

தன் வீட்டில் செடி வளரவில்ல என்பதற்காக அந்தச் சிறுவர்களின் பூந்தொட்டியயைக் கூரையைவிட்டு அப்புறப்படுத்தச் சொன்ன மனிதனைக் கதையாக்கி யிருக்கலாம் நீங்கள்.

சங்கரி, ராஜு, ஸ்ரீமதி எல்லோரும் உங்கள் அனைவருக்கும் மார்கழியின் குளிர்ச்சியான வாழ்த்துக்களைச் சொல்கிறார்கள்.

எல்லோர்க்கும் அன்புடன் –

கல்யாணி சி.

அன்புமிக்க ராஜ்குமார்,
29.5.85

வணக்கம்.

கல்யாண வீட்டுக் கடைசி பந்தியில் பழப் பச்சடி இருக்காது. ச்சிப்ஸ் காலியாகப் போயிருக்கும். எண்ணெய் வடிகிற நொறுங்கின அப்பளம்தான். பாயசம் இலக்கு ஒரு கரண்டி தேறாது. ஆனாலும் சந்தோஷமும் நிறைவுமாக வீட்டு ஆட்கள் சாப்பிடுவார்கள். ஒன்றுமே சாப்பிடாவிட்டாலும் சாப்பிட்ட மாதிரி இருக்கும். மனது நிறைந்தது வயிறு நிறைந்ததாக்கி விட்டிருக்கும்.

உங்களுடைய புத்தகமும் எப்போதோ மனதை நிறைத்துவிட்டது. வயிறு முக்கியமில்லை மூணாவது பந்தியில்.

பொதுவான கவிதைகளின் மேல் இருக்கிற மரியாதையை நான் எழுதின கவிதைகளுக்கு நான் காட்டுவதில்லை. அவனவன் செய்கிற காரியத்தில் அவனுக்கு வருகிற சந்தோஷத்தை கவிதை எனக்குத் தந்துவிட்டதாகச் சொல்ல முடியாது. சந்தோஷம் கண்ணாடி பார்க்கிற ஜாதி. தன் முகம் அலுக்குமா? என்னுடைய கவிதையின் முகம் அலுப்பூட்ட வில்லை. ஈர்க்கவுமில்லை. ஆனாலும் நான் கவிதைகள் எழுதுகிறேன். என் கவிதைகளும் மேற்கொள்ளப்படுகின்றன. சுலபமாக ஞாபகம் வைத்திருக்க இருக்கவே இருக்கிறது. இடப்பெயர்ச்சி. சமுதாயப் பிரக்ஞைக்குக் கிழிசல்கள்! இவைகளை விடப் பெரிய வேடிக்கை இவை ஒன்றாகவும் இரண்டாகவும் தொகுக்கப்படுவது.

முதல் தொகுப்புக்கும் இன்னும் கொஞ்சம் கவிதைகள் வேண்டும். பக்கத்தைச் சரிக்கட்ட வேண்டும் என்ற நிர்ப்பந்தம் வந்தது, எழுதினேன், அனுப்பினேன். நிர்ப்பந்தத்தில் கவிதைகள் வருமா என்றால், வந்தன. அப்படிக் கடைசியாக எழுதின கவிதகள் நன்றாகவுமிருந்தன.

இரண்டாவது தொகுப்பிலும் அதேபோல் நிறையச் சுக்குக் கண்ட இடத்தில் பெற்ற பிள்ளைகள் ஆனாலும் பிள்ளைகள். தபாலைத் துரத்திக்கொண்டு நேரே அச்சாபீஸில் போய் மூச்சிரைக்க நின்ற கவிதைகள்.

இப்போது அதுவும் பற்றாது என்று கடிதங்கள். ரொம்பவும் பிரியமான பெண்ணுடன் அவசர அவசரமாகக் கூடிப் பிரிவது மாதிரி என்னுடய கடிதங்கள் பக்கம் நிரப்பிகளாக வெளிவருகின்றன. என்னுடைய கடிதங்களுக்கு சிநேகித அந்தஸ்துதான் உண்டு. இலக்கிய அந்தஸ்து இப்படி யானை போட்ட மாலை மாதிரி விழுகிறது. திருவோட்டோடு சிம்மாசனத்தில் உட்கார்த்தினால் எப்படி?

அன்புடன்,

கல்யாணி சி.

ஆனந்தன்

புதுக்கிராமம்,
5.4.91

அன்புமிக்க ஆனந்தன்,

வணக்கம்.

உங்களுடைய கடிதமும் சிருஷ்டியும்.

அடுத்த சிருஷ்டிக்கு என்னுடைய கவிதைகள் சில இத்துடன் அனுப்பியிருக்கிறேன். அக்டோபருக்கும் டிசம்பருக்கும் மத்தியில் நிறையக் கவிதைகள் எழுதினேன். 'மூன்றாவது' என்று மானசீகத் தலைப்பிட்டு வைத்திருக்கிற அந்த நாற்பது சொச்சம் பக்கங்களை எங்கேயோ வைத்துவிட்டு அதை எழுதிய முதல் படிவத்திலிருந்து இதைப் பிரதி செய்து அனுப்புகிறேன். அப்போதுதான் ஈன்ற பசுங்கன்றுக் குட்டியைவிட மூன்று நாள் சீம்பால் குடித்துத் துள்ளுகிற கன்றுக்குட்டி அழகாக இருக்கும். நக்கி நக்கிச் சுத்தம் பண்ணுகிற தாய்ப்பசுவைப்போல மனம் எத்தனையோ முறை ஈன்று புறந்தந்து கொண்டே இருக்கிறது.

'குளிப்பதற்கு முந்திய ஆறு' எழுதியதற்காக இப்போதுகூடச் சந்தோஷப்படுகிறேன். உங்கள் கண்முன் தாண்டுகிற உயரம் உயரமல்ல. உங்கள் கண்முன் செதுக்குகிற சிற்பம் சிற்பமல்ல. நான் வரைந்த ஓவியத்தையும் தாண்டி ஒன்றை வரையவே ஒவ்வொரு முறையும் பிரஷ்ஷை எடுக்கிறேன். என் இம்சையைத் தாங்க முடியாது

திரைச்சீலைகள் விம்முவதை நான் மட்டுமே அறிவேன். நான் அறியாத வசீகரங்களை, என் விரல்களுக்கு அப்பாற்பட்டு திரைச்சீலை எனக்குத் தர முயல்கிற நேரங்களும் எனக்குண்டு. வாசிக்கிறவனை வீணை மீட்டத் துவங்குகிற நேரம் அபூர்வமானது. இசையின் கொடுமுடிகளைத் தொடப் பிரயாசைப்பட்டு அடையும்போது இசையே இன்னும் சில சிகரங்களுக்குப் பாடகனை நகர்த்தும். எனக்கு நல்ல மனைவி. நல்ல நண்பர்கள். நான் இவ்வளவுதூரம் வந்த பிறகு கை நழுவிப் போனது நல்ல சாவு மட்டுமே.

இந்த வாழ்வின், இந்த மனிதர்களின் மத்தியில் ஒரு அந்தரத் தராசு சதா தொங்கிக் கொண்டிருக்கிறது. இதில் ஆணும் பெண்ணும் துல்லியப்பட்டுச் சம எடையில் நில்லாமல், தாழ்ந்தும் உயர்ந்தும் ஸீஸா விளையாடிக் கொண்டிருக்கிறார்கள். இந்தச் சமன் புரிந்து விட்டால் வாழ்க்கை ரம்மியமானது. இந்த ரம்மியமான இடத்தைச் சிறிதாவது எழுதிப் பார்க்க வேண்டும். ஒரு கட்டத்தில் இந்த வேடிக்கைதான் சுலபமாகப் பிடிபட்டது. அலுவலகத்தில், வீட்டில், தெருவில், அத்துவான வெளியில் கூட இந்த ஆண் - பெண் கிளியந்தட்டு அலுப்பில்லாது நடந்து கொண்டிருக்கிறது. ஒரு சல்லாத்துணி, ஒரு சிறு திரை, எளிய கண்ணாம்பூச்சி, தெரிந்தே போடும் நாடகம். இப்படியே போய்க்கொண்டிருக்கிறது. இதில் பெரிய ஆயான் என்ன, பியோ என்ன, கல்யாணி என்ன, எல்லோர்க்கும் ஒரு பெயர்தான். ஒரு பெயர் மட்டுமா, ஒரு முகம்தான்.

குளிப்பதற்கு முந்திய ஆறும் குளித்த பிறகான ஆறு மட்டும் வேறு வேறு அல்ல. நீங்கள் பார்க்கிற ஆறும், நான் பார்க்கிற ஆறுமே வேறு வேறு.

எதுவும் ஒன்றல்ல.

எதுவும் வேறு - வேறும் அல்ல.

எல்லோர்க்கும் அன்புடன் -

கல்யாணி சி.

தூத்துக்குடி,
21.2.91

அன்புமிக்க ஆனந்தன்,

வணக்கம்.

19 காலை இங்கு வந்தோம். மீண்டும் சதுரத்துக்குள். சச்சதுரமோ, நீள் சதுரமோ மீன்தொட்டி போல நீந்தத் தகுந்ததாகவும் சதா

அக்கறையுடன் உற்றுப் பார்க்க கணேஷ்களுடன் வாழ்க்கை இருந்துவிட்டால் போதும்.

சென்னையில் இருந்த நாட்களில் உங்களுடைய, வண்ண நிலவனுடைய அண்மை, நான் மிகப் பத்திரமாக இருக்கிற உணர்வை அளித்தது. மற்றெல்லா இடங்களிலும் எனக்குக் கிடைத்த இந்தப் பாசாங்கற்ற நெருக்கம் தூத்துக்குடியில் கிடைக்காது போயிற்று. எஸ்.பி. முத்துராமன் இயக்கத்தில் மகேந்திரன் போன்ற நல்ல கலைஞர்கள் படுகிற வயிற்றுக்கான இம்சையைத் தூத்துக்குடியில் என்னால் உணரமுடிகிறது.

இந்த உணர்விலிருந்து மீண்டு, மீண்டும் என்னைப் புதுப்பித்துக் கொள்ள சமீபத்திய சென்னை – தினங்கள் உதவியிருக்கின்றன.

தெற்கின் வாழ்க்கை மிகப் பின்தங்கிப் போனது போலவும், இங்கே இதன் குறைந்த வீச்சுக்களுடன் வளர்கிற குழந்தைகள், சென்னைக் குழந்தைகளை ஒப்பிடும்போது, ஓட்டத்தில் மிகப் பின் வரக்கூடும் என்றும் படுகிறது. ஆறு சுற்றிச் சுழற்றி வழவழப்பாக்கிய கூழாங்கற்களைப் போல சென்னையர் இருக்க, பாறை பிளந்து கீறிப் பளபளத்துக் கிடக்கிற கருங்கல் ஜல்லிகள் போல நம் பிள்ளைகள் பாதையோரங்களில் பொறியியல் கன செவ்வகங்களுடன் குவித்து வைக்கப்பட்டிருப்பதுபோலப் படுகிறது. கடற்கரைச் சிப்பிகளில் கட்டிய மாலைகள் வரவேற்பறைத் தோரணங்களாகி விட்டன. முத்துக்கள் சங்ககால எடுத்துக்காட்டுகளாகி விட்டன. நாம் முத்துக் குளிப்பதைவிட சிப்பி பொறுக்குவது பொருத்தமானது.

அடையாறு காந்தி அத்தான் வீட்டில் இருந்த சமயத்தில் நான் மேலும் விசாலமடைந்திருக்கிறேன். அதன் தூரத்து அடையாளங்கள் தான் நான் எழுதிய இரண்டு சிறுகதைகளும். தரம் தரக்குறைவு பற்றிய பிரக்ஞையும் அலசலும் இன்றி, இப்படி இன்னும் சில எழுதிப் போய்விட்டால் போதும்.

எல்லோர்க்கும் அன்புடன் –

கல்யாணி சி.

அம்பாசமுத்திரம்,

அன்புமிக்க ஆனந்தன்,

வணக்கம்.

அன்போ, காதலோ, கலவியோ தன்னை மறந்து அல்லது தன்னை மறக்கச் செய்கிறபடி எப்போதாவது வாய்க்கிறது. மனைவியுடன்,

சிநேகிதனுடன், குழந்தைகளுடன், எந்தச் சலனமுமற்ற நிறைந்த நதி நகர்வது போல, கரைதொட்டு, கரை அற்றுக் கலந்திருப்பதால் தனித்த நீண்ட அருமையான இரவுகளும் அப்படித்தான். அதுவும் இளவேனில் காலத்தை நெருங்கிக் கொண்டிருக்கிற இந்த தினங்களில் ஒன்று அப்படி அமைவது அற்புதமானது. அந்த அற்புதமான மனநிலை நேற்று மறுபடி வாய்த்தது. சுருதி சுத்தமான மனநிலையில் இருட்டு எல்லா இருப்புகளையும்விட அழகாக இருந்தது. வாசல் பௌதீக குறுகல் - விசாலங்களைத் தாண்டி நட்சத்திர வானைச் சமீபித்திருந்தது. இந்தப் பிரம்பு நாற்காலிகள் மிகுந்த சிநேகத்துடன் உயிர்த்திருந்தன. உப்புப் புளி மிளகாய் ஞாபகமற்று, சுரந்த மார்புடன் கனிந்திருந்தது வாழ்வு. நானும் வள்ளியும் தேடிச் சோறு நிதம் தின்று அன்றாடங்களிலிருந்து விலகிப் பேசிக் கொண்டே இருந்தோம். வெறும் பேச்சுக்கூட மிகுந்த ஆதரவு தருகிறது. சொல்ல முடியாத நம்பிக்கைகளைக் கிளர்த்துகிறது. கற்பிரகாரத்தின் கடைசியில் தெரிகிற கருவறைச் சுடர்போல் ஒளிர்கிறது. முன் கேட்டறியாத சங்கீதத்தின் அலைகள் புலன்களில் நிறைகின்றன. அமைதியாக அப்படியே இருக்கலாம். அப்படியே, அப்படியே.

எல்லோர்க்கும் அன்புடன் -

கல்யாணி சி.

அம்பாசமுத்திரம்,
6.9.88

அன்புமிக்க ஆனந்தன்,

வணக்கம்.

அதே சிரிப்பு. அதே நிமிரல். அதே முன் சிகையைத் தன்னிச்சையாகக் குவித்துக் கொள்கிற இடது விரல்கள். நேற்று என்னுடைய கனவில் புகைத்துக் கொண்டு நாலைந்து பேருடன் நிற்கிறீர்கள். நான் இருப்பதோ வண்ணநிலவன் வீடென ஞாபகம். மிஞ்சுகிற ஒரு ஆதிகால வீட்டில், ஒரு சிறு பையன் 'யாரோ' தேடி வந்திருப்பதாக முடுக்கெல்லாம் தாண்டி என்னைக் கூட்டிப் போகிறான். பார்த்தால் நீங்கள்.

என்ன இப்படிக் கனவிலும் வர ஆரம்பித்துவிட்டீர்கள். அதுவும் வண்ணநிலவன் கோஷ்டியோடு. ரொம்பத் தேடிவிட்டேன் போல. கணகணவென்று காற்றுக்குச் சிவக்கிற கங்கில் சாம்பிராணிப் புகை போட்டது மாதிரி, உங்களுடைய ஒற்றை வரிக் கடிதம். ஒரு பந்து

மல்லிகையைவிடக் கிள்ளித் தலையில் செருகிய ஒரு இணுக்குப் பூ படுத்துகிற பாடு ஜாஸ்திதான்.

சென்னைச் சூழல் உங்களுக்குப் பிடித்துப் போகும். ரீஜனல் ஆபீஸ் நாற்காலிகள்கூட. புத்தகங்களுக்கும் இலக்கிய வாதிகளுக்கும் நல்ல நுண் கலைஞர்களுக்கும் மிக அருகில் இருக்கிறீர்கள். எல்லாவற்றின் அருகிலும் சென்று பாருங்கள். தேரோடும் வீதி. வடம் பிடிக்காவிட்டாலும் திருவிழாப் பார்க்கலாம். ஜவ்வு மிட்டாயும், தட்டோட்டியில் நிற்கிற சமைந்த பெண்களும், ஆச்சியின் இடுப்பில் – ஒக்கலில் இருக்கிற பேரன் பேத்திகளும், அலை அலையான ஆண் பெண்ணுமில்லாவிட்டால் திருவிழா 'நிரக்காது.' ரோடு என்ஜின் மாதிரித் தேர் ஆளற்றுப் போக முடியாது.

ரொம்ப காலமாயிற்று எழுதி. கொஞ்சம் கவிதைகள் எழுதிக் கொண்டிருக்கிறேன். 'பழைய நினைப்புடா, பேராண்டி' என்று தி. ஜானகிராமனின் 'அடி'யும், மா. அரங்கநாதனின் 'வீடு பேறு'வும். படிக்க இரவல் வாங்கி வைத்துக்கொண்டிருக்கிறேன்.

வீட்டில் –?

மிக்ஸிச் சத்தம், உதறின சாக்ஸ், பொதிசுமக்கிற பிள்ளைகள், எட்டரை மணிவரை டென்ஷனில் ரத்தம் சுண்டிக் கொள்கிற பாவமான அம்மாக்கள், சௌகரியமாக 'யாருக்கு வந்த விதியோ' என்று கடிதம் எழுதுகிற நான்...

எல்லோர்க்கும் அன்புடன் –

கல்யாணி சி.

தூத்துக்குடி,
5.4.90

அன்புமிக்க ஆனந்தன்,

வணக்கம்.

கடற்கரை மிக அருகில்தான். ஆனால் இன்னும் கால் நனைக்கவில்லை. இந்த ஊருக்கு வருவதற்கு முன் ஒவ்வொரு காலையிலும் நான் கடற்கரையில் நின்றிருக்கிறேன். தூரத்தில் இருக்கும்போது பக்கத்தில் இருந்த கடல், பக்கத்தில் வந்ததும் தூரப் போய்விட்டது. தூத்துக்குடி வ.உ.சி. கல்லூரியில் படிக்கும்போது நான் பார்த்து உள் வாங்கிய சூரிய அஸ்தமனங்கள் எங்கோ

தொலைந்து போய்விட்டன. சுட்டு வைத்து ஆறின தோசையைச் சாப்பிடுகிற ருசிக்குப் பழகிப் போய்விட்டது. ஞாபகங்களின் ஊற்றுச் சுரக்க சுரக்க காத்திருந்து சாத்தூர் ஆறு மாதிரி – தண்ணீர் சுரக்க வேண்டியதிருக்கிறது. ஓடுகிற ஆற்றில் குடம் அலம்பிக் குடம் கொட கொடவென்று நீர் புகப் புகப் பாடி, வீசி இடுப்பில் வைக்க, துணி நனைந்து இடுப்பு நனைந்து தண்ணீர் எடுப்பது எப்படி. முட்டங்கால் மடித்து கசிய சிரட்டையால் கலங்கல் தண்ணீரை எடுத்துத் தோண்டியில் சேகரிப்பது எப்படி. இப்போதைய வாழ்க்கை – இப்போதைய கதைகள் எல்லாம் சிரட்டையில் தண்ணீர் கோருகிறது தான்.

நிலக்கோட்டையுடன் மனதில் ஓடிக்கொண்டிருந்த ஆறு வற்றிவிட்டது. வீடுகட்ட லாரி லாரியாக மணல் அள்ளி நீர்க்கருவை மண்டிக் கிடக்கிறது. சுழித்துச் சுழித்து யுகம் யுகமான பாய்ச்சலும் வருடலும் கண்ட வட்டப் பாறைகளும், மேலே சுலோச்சனா முதலியார் பாலமும் மிச்சம். சாமியார்கள் இருந்த தைப்பூச மண்டபங்களில் சரஸ்வதியும் சக்குபாய்களும் துவர் ஆபீஸ் வஸ்தாதுகளும் சாராய வியாபாரிகளும் சுற்றுலா மாளிகையில் இரட்டைக் கரை வேட்டிகளுடன் ஹிம்சைப்பட்ட பெண்கள் பேச்சியம்மன் படித்துறையில் குளித்துக் கொண்டிருக்கிறார்கள். தாமிரபரணியில் எஞ்சிய தண்ணீரில் டீசல் கழிவின் நிறமுள்ள வானவில்.

டொமினிக் மட்டுமல்ல. நானே பெரும்பாலும் மாறி விட்டிருக்கிறேன். 85–90–ல் எத்தனையோ முகங்கள் என்னிடம் வந்தடைந்திருக்கின்றன. நான் உபயோகிக்கிற வார்த்தைகள், அணிகிற உடைகளின் பாணி எல்லாம் மேலே சொன்ன கேடிசி டிப்போ டீசலும் கசடுமாகிக் கொண்டுதான் இருக்கிறது. ஆனால் ‘பாவலா’ கிடையாது. இன்னும் உண்மையாக இருக்க முயல்கிறேன். தன்னெஞ்சு அறிவது பொய்யற்றிருக்கத் தலைப்படுகிறேன். நெருக்கியடிக்கிற பாசாங்கின் மூச்சுத்திணறலுக்கிடையில் என் கண்ணாடி பிதுங்கிக் கொண்டிருக்கிறது.

என் 5–வது தொகுப்பு வெளிவருமெனில் அதில் சுலபமாக வெளிவரத் தெரியும் என் சாயல்கள். மதுரைக்குப் போனால் மீனாட்சிக் குங்குமம் நெற்றியில் இருந்திருக்கும். குருவாயூர் போனால் சந்தனக் கீற்று. கடவுளுக்கும் எனக்கும் உள்ள தூரம் தூரமின்மை ஆனால் எப்போதும் போல் அப்படியே.

நான் இரண்டாவது முறை, மூன்றாம் முறை என படிப்பது என்றால் தி.ஜா. மட்டும்தான். அதுவும் மோகமுள் கூட அல்ல.

அம்மா வந்தாள் அல்ல. மரப்பசு அல்ல. 'உயிர்த்தேனும்' 'செம்பருத்தி'யும் மட்டும்தான். சமீபத்தில் என்னை அதிகம் தொட்ட புத்தகம் அக்டோபர் வாக்கில் படித்த என்சாண்டட் டெஸ்னா என்கிற மிகச்சிறு சோவியத் புத்தகம். 'நீலகண்டப் பறவையைத் தேடி'யைப் போல மனத்தை என்னவோ செய்த சிறு அற்புதம் அது. இதை வாசித்த மனதுடன்தான் 'சின்னு முதல் சின்னு வரை' என்ற நீண்ட கதையை அறுபது பக்கங்களுக்கு எழுதினேன்.

நன்றியுடன்,

கல்யாணி சி.

625001
1.3.93

அன்புமிக்க ஆனந்தன்,

வணக்கம்.

எட்டுமணி நேர வைகைப் பயணத்தின் இடுப்பு வலி இன்னும் இருக்கிறது.

எதிர்பாராத விதமாக, என் பையனும் சகலர் பையனும் ஸ்டேஷனுக்கு வந்து காத்திருந்தது நேற்றுச் சந்தோஷமாக இருந்தது. மனம் இதுபோன்ற நுட்பமான உணர்வுகளுக்கும், உணர்வு பூர்வமான பாதுகாப்புகளுக்கும் கடைசிவரை ஏங்கிக் கொண்டுதான் இருக்கும்போல.

கவிதைமாலை ஒரு சந்தோஷம் எனில், உங்களுடன் இருந்த நேரம் அதைவிடப் பெரிய சந்தோஷம். வாகையும் மருதமும் பூத்து வாசனை அடிக்கிற இளவேனில் கால மரங்கள். குளிர்ந்த இரவு. ஆளற்ற அகன்ற வீதிகள். செலவழிக்கப் பணம். அனுபவிக்கப் போதுமான அடிப்படை வசதிகள். இத்துடன் கட்டாயமாக ஒரு நல்ல நண்பன். அன்று எனக்கு எல்லாம் உங்களால் கிடைத்தது. எழுதப் படாமல் தனிமை கனத்துக்கிடந்த என் சிலேட்டில், பத்துக்குப் பத்து என்று டீச்சர் போட்ட மார்க்கை அழிக்காமல் வைத்திருக்கிற எலிமெண்ட்ரி ஸ்கூல் பையன் மாதிரி, அந்த 27–ம் தேதி ராத்திரியை வைத்திருக்கிறேன். வாழ்வின் கணக்குகளில் அல்லது என் கக்கத்து வியர்வை பட்டு இது அழியும் வரை இப்படியே இருக்கும். வாழ்க்கை முதல் மரியாதைகள் நிரம்பியது. 'நீதானா அந்தக் குயில், யார்வீட்டு சொந்தக்குயில்' என்ற பாடல்கள்

நிரம்பியது. இங்கே எல்லா பூவராகன்களைச் சுற்றியும் செங்கம்மாக்கள் இருக்கிறார்கள். அனுசூயாக்கள் இருக்கிறார்கள். நாம் எல்லோரும் விளிம்பில் நிற்கும்படி ஒரு தனலட்சுமி, ஒரு அலமேலு, நரசையா எப்போதாவது எதிர்ப்பட்டுக் கொண்டுதான் இருக்கிறார்கள். ஒரு மென்மையான ஆணும், பரிவு நிரம்பிய பெண்ணும் ஒருவரை ஒருவர் கௌரவித்துக் கொள்வது இந்த விளிம்பில் நின்று கொண்டுதான். சற்றுப் பிசகினால் கிழிக்கிற ரேசர்ஸ் எட்ஜ். சற்றுத் தடுமாறினால் விழத்தட்டுகிற அதல பாதாளம். ஆனால் எல்லாச் சிகரமும் இந்த எதிர்மறை நிரம்பியவைதான். சரியாக வாய்ப்பதைப் போன்ற சந்தோஷம் வேறில்லை.

பாசாங்கற்ற, வலிந்து மேற்கொள்ளாத, இயல்பான எந்த நட்பும், எந்தக் காதலும், எந்தக் காமமும் சம்பந்தப்பட்டவர்களை மேலும் அழகாக்கும்.

எல்லா மனிதனும், எல்லா மனுஷியும் அழகாக இருக்கும்போது இந்த வாழ்வும், இந்த உலகும் மேலும் அழகுறும்.

இந்தக் கவிதை மாலையை நான் மறக்கத் துவங்கிவிட்டேன். ஆனால் எந்தக் காரணமும் அற்று என்னைக் கௌரவிப்பது போல என்னை இதற்குட்படுத்திய தர்மராஜன் ஸாரையும், ஏதோ ஒரு வகையில் இது இப்படி நிகழ்வதற்கு ஆதாரமாக இருந்த உங்களையும், சேயோன் அவர்களின் வெள்ளம் போன்ற நல்ல தமிழையும் மறப்பதற்கில்லை.

'இந்த மீன்கள் முதல் முதல் எப்படி வந்தன எங்கள் வீட்டுக்குள் என்று எனக்குத் தெரியாது' என்ற கவிதையை நீங்கள் எழுதுங்கள். எழுதி கணேஷிற்கு சமர்ப்பியுங்கள் அல்லது அந்த மீன்களுக்கு.

எல்லோர்க்கும் அன்புடன் –

கல்யாணி சி.

மதுரை,
5.3.93

அன்புமிக்க ஆனந்தன்,

வணக்கம்.

உங்களுடைய 1–ம் தேதிக் கடிதம், 3–ம் தேதிக் கடிதம், ஜி எஸ்ஸின் 1–ம் தேதிக் கடிதமும் செக்கும் எல்லாம் கிடைத்தன. திருப்பித் திருப்பிப் படித்துக் கொள்ளும்படியான சந்தோஷத்தை

அவை எனக்குத் தருகின்றன. சற்று அளவுக்கும், என் தகுதிக்கும் மீறிய பாராட்டுக்களாகவும் அவை படுகின்றன. என்னைவிட எவ்வளவோ உயரம், எவ்வளவோ ஆழம் உடைய எழுத்துக்கள், மனிதர்கள் இருக்கிறார்கள். நான் உங்கள் கண்ணிலும், தர்மராஜன் கண்ணிலும் பட்ட ஒருவன்; படாதவர் அநேகம்.

என் ஒரே ஆறுதல்,

உண்மையும் பாசாங்கு அற்றதும் ஆன என் முகமும் என் வரிகளும் அங்கீகரிக்கப்படுவதுதான். இதே முகத்துடனும் இதே வரியுடனும்தான் எங்கும் இருக்கிறேன். ஆனால் தமிழ் இலக்கியச் சூழலில் இந்த ஆரோக்கியம் இல்லை. இந்தச் சிநேகிதம் இல்லை. தனிமையின் நெடும் பாலைவனத்தில் சூறைகிழித்த உடைகளுடன், என் புருவத்திடையே, என் நரைத்த தாடிக் கற்றையிடையே, நீண்ட தலைமுடியிடையே மணலின் துகள்கள் படிந்து கிடக்க, தோல் உரிகிற வறண்ட உதடுகளுடன் நான் அலைவது என் தனிமையின் விடாய் தீர்க்கிற ஒரு வாய் சிநேகத்தின் தன்மைக்கே.

நான் உதிர்ந்து விழுந்து பறக்கிற ஒற்றைச் சிறகாக இருக்கிறேனே தவிர என் குடும்பத்தின் எந்த ஜீவன் நிரம்பிய பறத்தலுக்கும் உதவிகரமாக இல்லை. ‘ஒரு பைசா கடன் இல்லை’ என்று கையாலாகாத பெருமை மட்டுமே இன்றைய தினம் வரை மிச்சம். என்னை விட அருமையான, என்னையே அருமையாக்கிய மனைவியின் சின்னஞ்சிறு ஆசைகளின் நிறைவேறாத பட்டியல் அநேகம். பட்டுச் சேலைகளையும், குளிர் சாதனங்களையும், சலவை இயந்திரங்களையும் அந்தப் பட்டியலில் இருந்து எப்போதோ அவள் நீக்கிக் கொண்டு விட்டாள். ஏனென்றால் சங்கரிக்கு வயது 19. ஒரு சர்வ சாதாரண 500 ரூபாய் கைக்கடிகாரத்தைக்கூட சங்கரிக்கும் ராஜுவுக்கும் நான் இந்த வருடம்தான் வாங்கிக் கொடுத்தேன். இவ்வளவுதான் என்னால் முடிகிறது.

உங்களுக்கு நேர்ந்தது போலவே, வீடு முகத்தைக் காட்டாமல் முதுகைக் காட்டி நிற்கிறது. பத்துப் பனிரெண்டு தென்னை மரங்கள் அற்று என் காணி நிலம் வறண்டு கிடக்கிறது.

முடிவுகள் எதிலும் எடுக்க முடியவில்லை. ஒத்திப்போட்டும் தள்ளிப்போட்டும், உள்ளும் வெளியிலும் நான் இழந்தது அநேகம். இழப்பது அநேகம். சோப்புக் கொப்புளங்களை ஊதிக் கொண்டு பிரபஞ்ச உருண்டையையே தூக்கி நிறுத்துவதாகச் சொல்லிக் கொள்கிற காலத்தில், என் நெசவில் உருவான புடவையை எனக்கு விரித்துக்காட்டி விலை சொல்லத் தெரியவில்லை. காற்றின் பாடல் என்னுடையது.

எனக்கு ஆர். பாலு, நீங்கள், தர்மராஜன் போன்ற என்னை உணர்ந்தவர்கள் முக்கியம். என் குடும்பம் உங்களால் சந்தோஷமாக இருக்கக்கூடும். நான் மற்றவர்களுக்கும்., மற்றவர்கள் எனக்கும் என்றாகிவிட்டது. என் மார்புக் காம்பிலிருந்து நான் பாலருந்த முடியாது.

சென்னையில் உங்கள் பக்கத்திலும், தர்மராஜன் பக்கத்திலும், வண்ணநிலவன் பக்கத்திலும் ஆக என் வாழ்வு அமையுமெனில் மனோகரமானதுதான். ஆனால் அது கூட இன்னும் இரண்டு வருடங்களுக்கு அப்புறம்தான். இப்போதல்ல.

அதற்கு மத்தியில் எவ்வளவோ மழை, எவ்வளவோ வெயில்.

அதிகாலையில் விழிப்பு வந்துவிடுகிறது. வேனில் காலத்து வைகறைகளில், விடிவதற்கு முன்பு நான் எழுந்து நடந்து கொண்டிருந்த குறுக்குத்துறை ரோடு ஞாபகம் வருகிறது. ரயில்வே கேட் தாண்டினதும் இசக்கி அம்மன், ஆனைப்பாலத்தை ஒட்டிய நந்தவனம், அதில் ரோட்டு ஓரமாக நிற்கிற நாகலிங்க மரம், மருத மரங்கள், பாண்டியன் கடையில் உள்ளங்கையில் வாங்குகிற ஓசிப் பல்பொடி, முள்வேலிக்கிடையே நுழைந்து பொறுக்கிய மாம்பிஞ் சுகள், தாழத் தாழ இறங்கி, கல் பாலங்கள் தாண்டிப்போனால் காத்திருக்கிற ஆறு. என் தாமிரவருணி. வாழ்க்கையில் ஒருமுறைதான் எல்லாம். மறுபடியும் கிடையாது போல.

எல்லோர்க்கும் அன்புடன் –

                                           கல்யாணி சி.

மதுரை,
13.6.93

அன்புமிக்க ஆனந்தன்,

வணக்கம்.

ரொம்ப நாளைக்கு அப்புறம் எனக்கு நிறைய கடிதங்கள். நானும் ரொம்ப நாளைக்கு அப்புறம் நிறைய கடிதங்கள் எழுதிக் கொண்டிருக்கிறேன்.

வளர்வதும், வளர்வதைக் கண்டு மகிழ்வதும் தான் வாழ்வாக இருக்க வேண்டும். மூன்று நாட்கள் சங்கரன் கோவிலுக்குப் போயிருந்தேன். என்னுடைய இன்னொரு சகலர் அங்கே இருக்கிறார்.

ரொம்பவும் அருமையும் அன்பும் நிறைந்த மச்சினி இருக்கிறார். சங்கரியும், ராஜுவும் இந்தப் பெரியம்மாவிடம்தான் ரொம்ப ஒட்டுதல். அவர்களுக்குப் பேரன் பிறந்திருக்கிறான். இன்றோடு 4 மாதங்கள் முடிந்துவிட்டது. அந்தப் பிஞ்சு உயிருடன் நான் கழித்த நேரங்கள் என் சமீபத்து நாட்களில் ஜீவன் நிரம்பியவை. ஒரு கைக் குழந்தையுடன் இருக்கவும், பேசவும், கொஞ்சவும், கொண்டாடவும் முடிகிற மனம் நமக்கு வாய்க்குமெனில் அதுபோன்ற நிலை வேறில்லை. முக்கியமாக அதனுடன் 'பேசு'வது நம்மை லேசாக்குவது. அது சிரிக்கிற சிரிப்பு, அதன் கண்களின் நீல இடுங்கல், உள்ளங்கை ரோஜா, அதன் ஆழங் காணமுடியாத ஆழங்கள். மூன்றாவது பரம்பரையில் தான் நாம் ஒன்றுமில்லையென்று நிச்சயிக்கப்படுகிறது. ஒன்றுமில்லை என்று உணர்வதுபோல் உன்னதம் வேறு உண்டா?

கோமதி அம்பாள் கோவிலுக்கும் போனேன். கோவிலையும் இன்னொரு வீடாக நேற்று உணர முடிந்தது. ரொம்ப காலத்திற்கு அப்புறம் திடீரென்று முதுகுத்தண்டு இற்றுப்போவது போல் தோன்றியது. 90–இல் தூத்துக்குடியில் நிகழ்ந்ததுபோல ஏதோ அந்தக் கல் மண்டபங்களின் பெருவெளியில் நிகழப்போவது போல் இருந்தது. எதுவும் நிகழவில்லை. அல்லது எல்லாம் நிகழ்ந்தது.

மைலாப்பூரில் உங்களுடன் இருக்க முடிந்த நேரம் அருமையானது. சில இரவுகளைக் கழிக்கிறோம். சில இரவுகளை வாழ்கிறோம். அப்படி வாழ்ந்த ஓர் இரவு அது. அன்று பெற்றுக்கொண்டது பூராவும் நான். எப்போதுமே என் வாழ்வின் ஒவ்வொரு பொழுதிலும் பெற்றுக் கொள்கிறவனாகவே நிற்கிறேன். மணிமேகலையின் திருவோடுகளை அமுதசுரபிகளாக வருணித்துக் கொள்கிற காவிய மரபு நமக்கு. அது உங்களையும் விடவில்லை. சூரிய வெளிச்சம், கண்ணாடித் துண்டு என்று என்னவெல்லாமோ எழுதியிருக்கிறீர்கள். உடைந்த வளையல் கண்ணாடித் துண்டை விடவா அழகு, முழுக் கண்ணாடி வளையல். கலைந்த சிகை, கசங்கின பட்டுச்சேலை, வாடின மல்லிகை, உடைந்த கண்ணாடி வளையல், குடத்திலிருந்து சிந்திய தண்ணீர், எரியும் கரித்துண்டிலிருந்து வெடிக்கிற தீப்பொறி, மழைக்குப் பிந்திய தூவானம், வியர்வை பூத்து அடங்கினபின் மேலே விழுந்திருக்கிற வெற்றுக்கை, மணற்பாங்கும் படுகையுமான ஆற்றின் ஓட்டத்திலிருந்து விலகி ஓடுகிற காலில் நீந்தும் சிறு மீன், ரயில் ஜன்னலில் தெரியும் சூர்யோதயம். இன்னும் இப்படி

முழுமையிலிருந்து வழிகிற முழுமையின் அடையாளம் தேக்கிய அழகுகளைச் சொல்லிக்கொண்டே போகலாம்.

வீட்டிலும் அலுவலகத்திலும் எல்லோர்க்கும் என் வணக்கமும் அன்பும்.

கல்யாணி சி.

மதுரை,
1.7.93

அன்புமிக்க ஆனந்தன்,

வணக்கம்.

ஜூலை வாழ்த்துக்கள்.

முஹரம் விடுமுறைக்கு நன்றியுடன் இக்கடிதம்.

உங்களை மீண்டும் ஒருமுறை பார்க்க முடியவில்லை. ஏதோ ஒன்று திரைகளுக்கு அப்பால் என்னை நிறுத்திக் கொண்டிருக்கிறது.

என்னுடைய முந்திய நீண்ட கடிதம், உங்களுடைய மே மாதக் கடிதத்திற்குப் பதிலாக எழுதியது, உங்களுக்குக் கிடைக்க வில்லையா? அது ஒரு நல்ல "மனசார" என்று சொல்வது போல அது. சமீபத்தில் நான் கடிதங்கள் அல்லது நீண்ட கடிதங்கள் யாருக்கும் எழுதவில்லை. எழுதினாலும் நெருக்கமற்ற, விலகலான, அலுவலகக் கடிதம் போன்ற வரிகள் உடையதாக இருந்தன. உங்களுக்கு எழுதியதில் பழைய உயிர் இருந்தது. சிலரோடு பேசுகையில், பழகுகையில், தொடுகையில், பற்றிக் கொள்கையில், பார்த்து மட்டும் நிற்கையில் மட்டும் தானே உயிர் வருகிறது. அல்லது உயிரோடு இருப்பது தெரிகிறது. சில நேரங்களில் சில மனிதர்கள் அல்லது மனுஷிகள் தானே நம்மை உயிர்ப்பித்திருக்கிறார்கள். மற்ற நேரங்களில் எல்லாம் அடுப்படித் தண்ணீர்க் கொப்பரையில் மிதந்து கொண்டிருக்கிற வாழைக்காய் சீப்பு மாதிரி. ஒரு குளிர்ந்த நாட்டுக் காய்கறி ஆகிவிட்ட மாதிரிதானே இருக்கிறது வாழ்க்கை. தயிர் மத்தில் படிந்த வெண்ணெய் மெழுக்கு, தாமிரபரணி ஆற்றுப் படித்துறைக் கல்லில் ஒட்டின நீலஞ்சோப்பு, பட்டுச் சேலையில் தெரிந்த சந்தனப்புள்ளி, பாட்டனி நோட்டுப் புத்தகத்தில் வைத்துப் பாடமாகிப் போன குல்மோஹர் சருகு, மச்சினிமார்களின் கல்யாண ஆல்பத்தில் வினோத முகம் காட்டி நிற்கிற இல்லத்தரசி, மாடிச்

சுவரை தென்னங்கீற்று உரசிப் பெயர்ந்த காரை – இப்படி ஏதாவது ஒன்று இறந்தகால உயிர்ப்பு விடுகிற மூச்சுக் காற்றில்தானே அசைந்து கொண்டிருக்கிறது இன்றைய தினத்தின் முரட்டு இலைகள். அந்தக் கடிதம் கிடைக்காதது போகட்டும். இந்தக் கடிதமாவது கிடைத்ததா? எழுதுங்கள்.

எல்லோர்க்கும் அன்புடன் –

கல்யாணி சி.

மதுரை,
19.2.94

அன்புமிக்க ஆனந்தன்,

வணக்கம்.

இலையுதிர் காலமும், இளவேனில் காலமும் நெருங்கும்போது தான் என்னுடைய ஆஸ்துமாவின் காலமும் வரும். குஞ்சம் குஞ் சமாக வாகையும் மருதையும் பூத்து, காற்றில் மகரந்த வாசனையும் கலந்து பரவும் போது என் நுரையீரல்கள் பொத்தலாயிருக்கும். ஆனால் நான் சந்தோஷமாக இருந்த, இருக்கிற, இருக்கப் போகிற காலம் இதுவாகத்தானிருக்கும். இன்றைக்கும் நேற்றும் ஆஸ்துமா தீவிரம். இப்போது இன்ஹேலர் உபயோகிக்கிறேன் கொஞ்ச நாளாய். முதல் முறையாக இன்று இன்ஹேலர் எடுத்துச் செல்ல மறந்து போயிற்று. நம்முடைய ட்ரெயினிங் சென்டர்களில் வந்த மூன்றாம் நாளில் ஏதோ வீட்டைவிட்டு வந்தவுடனே நம்முடைய சகாக்களின் பேச்சில் பெருகுகிற காமம் போல, இன்ஹேலர் இல்லை என்றவுடனே அதிகம் இளைக்க ஆரம்பித்துவிட்டது. பைக்கை நிறுத்தினவுடன் யாராவது எனக்காக அந்த மந்திர – டானாவைக் கையில் வைத்துக்கொண்டு வாசலில் நிற்க மாட்டார்களா என்றிருந்தது. வாசலில் இல்லை. வாசலைத் தாண்டினதும் இன்னொரு மந்திரம் இருந்தது. உங்களின் கடிதம்.

மயங்கவும் கிறங்கவும் கிடக்கவும் என் பேச்சில், என் எழுத்தில், என் சொல்லில், என் மொத்தத்தில் ஒன்றுமில்லை. என்னை மேசையில் உட்காரச் சொன்னதிலிருந்து, புகைப்படம் எடுத்ததுவரை கூச்சமாகவே இருந்தது. அது ராஜேந்திர பாபுவின் மனம். செல்லம் சாரின் தினம். எனக்குச் சொல்லப்பட்ட பணியை அப்படிச் சொன்னவர்கள் என் மீது கொண்ட அன்பிற்காக ஒரு நிறைவேற்றம் போலச் செய்தேன். எங்கோ ஓர் மேஜை

நாற்காலியுடன் அடையாளமற்று இருந்துகொண்டிருந்த நான் அந்த அடையாளமின்மையின் சுதந்திரத்தோடும் இயல்போடும் நடமாடிக் கொண்டு இருந்தது போய், புனைபெயர்களையும் புதிய புதிய நாமகரணங்களையும் இழுத்துக்கொண்டு சிரமப்படுகிறேன். கல்யாண்ஜி, வண்ணதாசன் என்ற பெயரில் அலுவலக மத்தியில் இனங்காட்டப்படுவதும், இனங்காணப்படுவதும் எனக்குச் சம்மதமில்லை என்றாலும் இது கழுத்தில் விழுந்த மாலை. கழற்ற முடிவதில்லை. சுமார் 22 மாதங்கள் நான் எழுதவே இல்லை. நான் 30 வருடம் கட்டிக்காத்த ஆளுமையின் மேல் கரையான் புற்று வளர்ந்து கொண்டிருக்கிறது. இதற்கிடையில், உங்களுக்காக, தர்மராஜன் ஸாருக்காக, இங்கே இருக்கிற சுந்தர்சிங் ஸாருக்காக இதுபோன்ற சித்து வேலைகளைச் செய்து விபூதி, குங்குமம், சிவலிங்கம் எல்லாம் வரவழைக்க வேண்டியிருக்கிறது. ஆனால் இப்படிச் செய்வதன் மேலும் வருத்தப்பட வேண்டிய அவசியமில்லை என்று தோன்றும் அளவுக்குச் சில நிகழ்கின்றன. சிலபேரை நிஜமாகத் தொட முடிந்திருக்கிறது. நிஜம் தொட்டால் நன்றாகத்தானே இருக்கும்.

நீங்கள் 26-ம் தேதி வரும்போது பார்க்க முடியாது போகலாம். (ஆனால் போன 27-ல் பார்த்தோம். போன பிப்ரவரி 27 இரவில் உங்களுடன் இருந்தேன். அகன்ற ராத்திரிகளில், நிசித்த வீதிகளில், நல்ல நண்பனுடன் நிற்கிற நேரம் அருமையானது.) அம்மா இங்கே வந்து 3 வாரங்கள் ஆயிற்று. போகணும் போகணும் என்று சொல்ல ஆரம்பித்துவிட்டாள். இன்னும் ஒரு வாரத்திற்கு மேல் இருக்க மாட்டாள். அடுத்த வாரக் கடைசியில் திருநெல்வேலியில் கொண்டு விடுவதற்காகப் போக வேண்டியதிருக்கும்.

வள்ளி, சங்கரி, ராஜு எல்லோரும் நலம். வள்ளி ரொம்பவும் உங்கள் துணைவியாரை, மகள், மகனை எல்லாம் விசாரிக்கிறாள்.

எல்லோர்க்கும் அன்புடன் –

கல்யாணி சி.

ஞானி

※

மதுரை,
10.6.93

அன்புமிக்க ஞானி அவர்களுக்கும்,

திரு. நஞ்சப்பன் அவர்களுக்கும்,

வணக்கம்.

முதலில் தாமதத்திற்கு மன்னியுங்கள். எந்தக் காரணமும் எந்த நோக்கமும் அற்ற இந்த தாமதம்தான் என் வாழ்வின் பெரிய தடை. மனத்தடை. வழியடைக்கும் கல். குடும்ப வாழ்விலும், அலுவலக வாழ்விலும், அடிப்படையான என் நல்ல – மோசமில்லாத செயல்பாடுகளையும் மீறி எனக்குக் கெட்ட பெயர் தந்து கொண்டிருக்கிறது. நான் நல்ல பெயருக்கு எப்போதும் ஆசைப்பட்டதில்லை. ஆனால் கெட்ட பெயர் வரும்போது வருத்தம் ஏற்படுகிறது. இந்த தாமத – ஒத்திப்போடுகிற மன இயல்பின் நடைமுறைச் சிக்கல்களை மீறுவது எப்படி என்று தெரியவில்லை. இது விஷயமான தீர்வுகளுக்காக, ஒரு மனநல மருத்துவரைக்கூட ஒரு மாதத்திற்கிடையில் கலந்து ஆலோசனை பெற்றுக் கொண்டிருக்கிறேன். நான் சிகிச்சைக்குட்பட்டுக் கொண்டிருக்கிற நாட்கள் இவை. ஆனாலும் எனக்கு இவ்வகை சிகிச்சையில் அவ்வளவு நம்பிக்கையில்லை. ஏதாவது ஒரு கதவு திறந்துவிடாதா என்று இந்தக் கதவையும்.

என்னைப் பற்றிய முழு நாட் கருத்தரங்கோ – ஆய்வரங்கோ நடத்துகிற அளவுக்கு என் எழுத்துக்களில் ஒன்றுமில்லை. ஒரு மூன்று மணி நேர அளவே கூட அதிகம் என்றுதான் படுகிறது.

மேலும் கூட்டங்கள், கலந்துரையாடல்கள் எனக்கு ரொம்பப் புதிது. ரொம்பவும் நெருங்கிய மனிதர்கள் சிலரிடம் மட்டுமே நான் சகஜமாக இருக்க முடிகிறது. கூட்டம், கருத்தரங்கு எல்லாம் ஒருவகையான நிர்வகிப்பை எதிர்பார்க்கின்றன. ஒரு வகையான சிந்தனை ஒழுங்கையும், கருத்துக்களின் கோர்வைப்படுதலையும், மிகச் சாமர்த்தியமான வினாடிகளையும் படைப்பாளியிடம் திணிக்கின்றன. என்னிடம் இவை எதுவும் இல்லை. சற்றே அளவு பிசகாகத் தைக்கப்பட்ட, நான் விருப்பப்பட்டு எடுத்த துணிகளில் தைத்ததாக இருந்தும், இரண்டாம் முறைகூட அணியப்படாத உடைகள் என்னிடம் உண்டு. எல்லோரிடமும் இருக்கக் கூடும். இது ஒருவித மனநிலை. இதற்குத் திட்டவட்டமான காரணம் சொல்ல முடியுமா என்று தெரியவில்லை. கூட்டங்கள் கூட அப்படித்தான்.

ஆனாலும் –

நான் பிறர் சொல்வதைத் தட்ட முடியாமல், மாட்டேன் என்று சொல்லத் தெரியாமல், அவ்வப்போது ஏதாவது ஒரு கூட்டத்தில் கலந்துகொண்டுதான் வருகிறேன். அப்படிக் கலந்து கொள்கிற நிகழ்ச்சிகளில் எனக்கும் திருப்தி இருப்பதில்லை. என்னைக் கலந்துகொள்ள அழைத்தவர்களுக்கும் திருப்தி இருப்பதில்லை. இப்போதுகூட திரு. ஞானியும், திரு.மு. வேலாயுதமும் சொன்னதற்காகவே இதில் கலந்துகொள்கிறேன். எனக்கு என் படைப்பு பற்றிய அரங்குகளை விட, ஞானி என்கிற மனிதரும், வேலாயுதம் என்கிற மனிதரும் முக்கியம். நான் சிறிது நேரம் பற்றிக் கொண்டிருந்த ஞானியின் கைகள் முக்கியம். அவர் என் எழுத்துக்களைப் பாராட்டியதை என்னால் மறந்துவிட முடியும். ஆனால் அந்த உள்ளங்கைகளை மறந்து விட முடியாது. இன்னும் எழுதாத ஒரு வரிக்கான தூண்டுதலைத் தரவல்லதாக இதுபோன்ற உள்ளங்கைகளே இருக்கின்றன. சங்கராச்சாரியார் கனகாபிஷேகம் டி.வி.யில் காட்டினார்கள். அவரை இம்சைப்படுத்துவது போலிருந்தது ஒன்று. அதைவிட எனக்கு அந்த நிமிடம் சி.சு. செல்லப்பாவின் ஞாபகமே திரும்பத் திரும்ப வந்தது. இதுபோன்று ஒவ்வொருத்தரிடமும் இன்னொருவரைக் கண்டு நான் போய்க் கொண்டிருப்பேன். அப்படிக் காண முடிகிற வரையும், போக முடிகிற வரையும் இந்த வாழ்வும் எழுத்தும் அர்த்தமுள்ளதாக இருக்கும்.

நீங்கள் ஒரு தேதியை எழுதுங்கள். அதற்கு ஏற்ப என் அவகாசத்தை ஒழுங்கு செய்து கொள்கிறேன். ஞாயிற்றுக்கிழமையாக

இருந்தால் போதும். கட்டுரையாளர்கள் யார்யார் என்று கூட எனக்குத் தெரிவிக்க அவசியமில்லை. என்னுடைய பங்கு என்னவாக இருக்கும் என்று மட்டும் எழுதுங்கள். அதற்கும் பொறுப்பாக ஓரளவு என்னை வைத்துக் கொள்கிறேன்.

இதில் ஒரு மருத்துவ ரீதியான ஒரு நிலையையும் முதலிலேயே சொல்லிவிட விரும்புகிறேன். 89-90 –இல் எனக்கேற்பட்ட மூளை சம்பந்தப்பட்ட சிறு ரத்தக் கசிவின் பௌதிகப் பின் விளைவாக, என் ஞாபக அடுக்குகள் தொலைந்திருக்கின்றன. மிகவும் நெருங்கிப் பழகிய என்னுடைய நண்பர்களை, சக ஊழியர்களைக் கூடச் சற்றுச் சிரமத்துடன்தான் அடையாளம் சொல்ல முடிகிறது. என் பெண்ணிற்கு 19 வயது. அவள் கைக்குழந்தையாக இருந்தபோது ஏதாவது ஒரு தினத்தை அல்லது தோற்றத்தை ஞாபகப்படுத்திப் பார்க்கிறேன். முடியவில்லை. மிகச் சமீபத்தியது மட்டுமே நினைவிருக்கிறது. கடைசியாக வெளிவந்த என் சிறுகதை "நீச்சல்" அல்லது "கனிவு" தொகுப்பின் முன்னுரையை, இந்த வரிகளை எழுதும்போது என்னிடம் திரும்பச் சொல்லச் சொன்னால், என்னால் சொல்ல இயலாது. இது என் தனிப்பட்ட இம்சை அல்லது நலிவு. ஒரு முழு நாட் கருத்தரங்கில், கிட்டத்தட்ட 62-63-ல் இருந்து 92-93 வரை சொல்ல என்னிடம் எதுவுமிருக்குமா என்று தெரியவில்லை. ஞாபகங்கள் என்னைக் கைவிட்டு, நினைவின் களஞ்சியங்களின் அடித்தாழ் வரை என் கைகள் துழாவித் துழாவி ஒரு சிறு மணி கூட எஞ்சாது படப் போகிற அவஸ்தையும், அவஸ்தையின் சவாலும் எனக்கு இல்லாமலில்லை.

எனினும் நான் வருவேன்.

இன்னும் நான்கு பேரை அறிந்துகொள்ள, பற்றிக்கொள்ள.
எல்லோர்க்கும் அன்புடன் –

கல்யாணி சி.

மதுரை,
15.7.93

அன்புமிக்க திரு. ஞானி அவர்களுக்கு,

வணக்கம்.

இன்னும் வலது தோள்பட்டையைப் பிடித்துக்கொண்டு சன்னஞ்சன்னமாக இடதுகையால் தடவிக் கொடுத்தபடிதான் இக்கடிதத்தையும் படிக்கிறீர்களா.

வேறொன்றுமில்லை. என்னைத் தோள்பட்டையில் ஏற்றி வைத்திருந்த கனம் அது. வலி அது. உங்கள் தோள் மனிதாபிமானம் நிரம்பியது. எவ்வளவு பரிவுடன் எவ்வளவு காருண்யத்துடன் ஒருநாள் முழுவதும் என்னைக் கீழே விடாமல் தூக்கி வைத்திருந்தீர்கள்.

ஒரு வகையில் நீங்கள் எல்லோரும் என்னைக் காப்பாற்றி விட்டீர்கள். இன்னும் ஒரு மடக்குத் தண்ணீர் குடித்திருப்பேன் எனில், ஒருவித மாயச் சுழலான மனோவெள்ளத்தில் நான் மூழ்கி விட்டிருந்திருப்பேன். சரியான தருணத்தில் மீட்கப்பட்டிருப்பது, வெளியிலிருந்து பார்க்கிற யாருக்கும் தெரியாது. என் குடும்பம், என் அலுவலகம், என் திருநெல்வேலி நரம்பியல் மருத்துவர், மதுரை மனவியல் மருத்துவர் எல்லோரும் அறிவார்கள். இதோ இந்த எழுதுமேஜை அறியும். சதா குறுக்கும் மறுக்கும் வெள்ளை வெளேர் என்று அலைகிற பல்லிகள் கூட அறியக்கூடும். அறையில் அடைபட்டிருந்த புழுங்கிய காற்றும் அறியாததல்ல.

இப்போது எல்லாம் சரியாகிவிட்டது. சிலேட்டைக் கழுவித் துடைத்து, எழுதக் காத்திருக்கிறது கல்லின் கருப்பு.

இவ்வளவு தூரம் என் எழுத்துக்கள் முழுமையாக வாசிக்கப்படும், வாங்கிக்கொள்ளப்படும் என்று நான் எதிர்பார்க்கவில்லை. சுந்தரத்துச் சின்னம்மை பற்றியும், வெளியேற்றம் பற்றியும், மகாதேவன் பிள்ளை பற்றியும், நான் எழுதும்போது அல்லது பிறிதொருவர் பேசக் கேட்டபோது ஆச்சரியமாகவும் மனோகரமாகவும் இருந்தது. எதுவும் வீண் போகவில்லை. எதுவுமே வீண்போகாது போல.

சாந்தாராமிற்கு என் அன்பைச் சொல்லுங்கள். நான் யாரின் சாந்தாராமாகவாவது இருக்க வேண்டும். அல்லது அந்தக் காலி மீன் தொட்டியாக, அந்தக் கருப்பு மண்ணாகக்கூட இருக்கலாம்.

கடைசிவரை, அந்த அகாலத்திலும் கூடவே இருந்து வழியனுப்பிய திரு. ஆறுமுகம், திரு. அறிவன் இரண்டு பேருக்கும் என் நன்றியைச் சொல்லுங்கள்.

ஜி. சித்தார்த்தன், கொட்டாளூர், செங்கம் தாலுகா (பின்கோட் என்ன) என்று எழுதினால் போய்விடும் அல்லவா? மின்மினிகளின் கனவுக்காலம் எனினும், பொம்மைகள் உடைபடும் நகரங்கள் எனினும், எனக்கு வாழ்வு முக்கியம். மனிதர்கள் முக்கியம். முருகன் அப்படி ஒரு முக்கியமான மனிதன் எனக்கு.

ஒவ்வொருத்தருக்காக எழுதிக் கொண்டிருக்கிறேன். திரு. ஆறுமுகம், திரு. அறிவன் முகவரிகள் தெரிவியுங்கள். தோன்றும்போது எழுத அவை உதவும்.

மிகவும் பொடியாகிவிட்டது – கையெழுத்து. வாசிக்கச் சற்று சிரமப்படும். பொறுத்துக் கொள்ளுங்கள்.

எல்லோர்க்கும் அன்புடன் –

கல்யாணி சி.

கைவல்யம்

ஐ

மதுரை,
16.8.93

அன்புமிக்க கைவல்யம்,

வணக்கம்.

மிகச் சிறு பொழுதே எனினும் உங்களுடன் இருக்க முடிந்த நேரம் அருமையானது. அந்தப் பொழுதை ஏந்திக்கொண்டே அந்த நாள் முழுவதும் அலைந்தேன். ஏ.எஸ்.கே.ஆர். கல்யாண மண்டபக் கூட்டத்திலும், ஒரு குன்றிமணி போல அந்தப் பொழுது என்னிடமிருந்தது.

முன்பு ஒருமுறை பப்பாளிப் பழக் கீற்றுக்கள். இப்போது கருப்புக் கட்டிக் காப்பி. அப்புறம் அந்தச் சார்க்கோல் துண்டுகள். பஸ்ஸில் பிரயாணம் செய்யும்போது, இப்பொழுதெல்லாம் ஒரு காட்சி பதற வைக்கிறது. நீக்கமற வளர்ந்து கிடக்கிற முட்செடிகளில் சிக்கிப் பரிதவிக்கும் பாலித்தீன் துணுக்குகள், வெயிலிலும் காற்றிலும் அது படுகிற பாடுகள், உண்டாக்குகிற பிரமைகள் அளவற்றது. இதற்கு மத்தியில் எப்போதாவது உங்கள் வீட்டில் வாய்த்தது போன்ற தருணம் மறுபடியும் ஆதிவேரின் சமீபத்தில் நம்மைக் கொண்டுபோய் வைத்துவிடுகின்றன. என் மிகச்சின்ன வயதில் ஒரு வேப்பமரத்து மூட்டிலேயே நான் விளையாடிக் கொண்டிருப்பேன். புழுதி உண்ணிகளைத் தோண்டி எடுத்து, என் மேல் விட்டு, அது ரத்தம் குடித்து, சிறு ஈயக்குண்டு போல உருண்டு விம்முவதைப் பார்த்துக்

கொண்டிருப்பேன். அந்த வேப்பமரம், வைக்கோல் படப்புகள், படவரைக் குழிகள், வாதமடக்கி மரங்கள், தொழுவில் நிற்கும் பசுக்கள், கன்றுகள் தொலைந்து வீட்டுக்குள் டி.வி., வெளி வாசலில் மோட்டார் பைக் இரண்டுக்கும் மத்தியில் எல்லாம் ஆயின.

எல்லோர்க்கும் அன்புடன் –

கல்யாணி சி.

மதுரை,
16.10.94

அன்புள்ள கைவல்யம்,

வணக்கம்.

தற்செயல்கள் எல்லாம் எவ்வளவு அழகாகப் பூவைப் போல மலர்ந்து விடுகின்றன.

இன்று சமயவேலைப் போய்ப் பார்த்தேன். ராமச்சந்திரன் கடிதத் தொகுப்பு விஷயமாக நம்பிராஜன் சொல்லியிருந்த தகவல்களை அவரிடம் சேர்ப்பிக்க வேண்டியதிருந்தது. அவருடைய பெண் பிள்ளை, தன் சிநேகிதிகளுடன் சிலேட்டில் கோலம் போட்டுப் பழகிக் கொண்டிருந்தது. கோலம் போடுகிற சிறுமிகளுடன் சிலேட்டும் சேரும் போது மேலும் ஒரு அழகு வந்து கூடி விடுகிறது. உள்ளே பெரிய பையன் தொலைக்காட்சியில் கால் பந்தாட்டம் பார்த்துக் கொண்டிருந்தான். இன்னொரு பையன் அப்பாவைக் கூப்பிட்டுக் கொண்டு வரும்போது கோழிக்குஞ்சு சத்தம் கேட்டுக் கொண்டிருந்தது. வீட்டுக்குள் நுழையும்போதே உங்கள் கார்டை எடுத்து சமயவேலு கொடுத்தார். எனக்கு எழுதியது என்று கவனிக்காமல், அதை வாசித்து விட்டுக் கொடுத்துவிட்டேன். எனக்கு எழுதியது என்று சற்று நேரம் கழித்துச் சொன்ன பிறகு மறுபடியும் படித்தேன்.

உங்களைவிட எனக்கு அந்தத் திங்கட்கிழமை ஒரு முக்கியமான நாள். சமீபத்திய பூரண தினங்களில் அது ஒன்று. கட்டிலில் குப்புறப் படுத்துக்கிடந்த உங்களை எழுப்பிய குரல், வண்ணநிலவனின் 'அழைக்கிறவர்கள்' சிறுகதையை ஞாபகம் ஊட்டியது. நீங்கள் எழுந்து உட்கார்ந்ததில் இருந்து அன்றிரவு காலனியில் படுத்துத் தூங்கும் வரை, ரொம்ப காலத்துக்குப்பின் நான் உயிரோடு இருந்த நாளாயிற்று திங்கள்.

உங்கள் வீட்டில் சாப்பிட்டது, நான் புறப்பட்டவுடன் நீங்களும் புறப்பட்டது, அதை உங்கள் துணைவி மிக இயல்பாக எடுத்துக் கொண்டது எல்லாம் நன்றாக இருந்தது.

அப்புறம் சீனிவாசனுடன் இருந்த நீண்ட பொழுது, சந்ருவின் ஓவியங்கள், நான் வரையாத ஓவியங்களின் திரைச்சீலைகளை முன்னகர்த்தி வந்தன. பிசுபிசுத்த வண்ணங்கள் காணாமல் போய்விட்ட தூரிகைகளில் மாயமாக வந்து அப்பி, அதனதன் இடங்களுக்கு நகர்ந்து வழிந்தன. செல்வம், ஆப்தீன் – எல்லோரும் என் ரேகைகளில் தொற்றி தொற்றி நகக் கண்களில் அப்பியிருந்தார்கள்.

கடைசியாக மனுஷ்யபுத்திரனையும் லல்லியின் வீட்டில் பார்த்தேன்.

எப்படி ஆகுமென்று நினைத்தேனோ அப்படியே ஆயிற்று. 'நட்சத்ர மீன்' தொகுப்பை அப்பாவிடம் கொடுத்தாயிற்று. இன்று சமயவேலிடம் கொடுத்த தொகுப்பு எனக்கு வந்து சேரவில்லை. வேறு யாரிடமும் கொடுத்திருப்பார்போல. மீண்டும் வாங்கிப் படிக்க வேண்டும். படித்து எழுதுகிறேன்.

இந்தியா டுடே – சுபமங்களா – புதிய பார்வை – முடிந்தால் குமுதம் ஸ்பெஷல் இதழ்களைப் பயன்படுத்திக் கொள்ளுங்கள். நீங்கள் எந்த இடையூறுமின்றி, வழக்கம்போலத் தொடர்ந்து இயங்கவேண்டும் என்று கேட்டுக் கொள்கிறேன். எது குறித்தும் அதிகப்படியாகச் சோர்ந்து போய்விட அவசியமில்லை. பரிவுடன் நீள்கிற கைகளையும் விரல்களையும் பற்றிக்கொண்டு இதிலிருந்து எழுந்து கொள்வதுதான் நாம் செய்ய வேண்டியது.

தினமணி – கதிர் – சுடர் எல்லாம் நல்ல எழுத்துக்குக் காத்திருக்கின்றன. ராஜமார்த்தாண்டன் பொறுப்பில் இருக்கிறார். அதற்குக்கூட நீங்கள் அனுப்பலாம்.

அவ்வப்போது எழுதுகிறேன். முடிந்தபோது நேரிலும் வந்து பார்க்கிறேன். உங்கள் வேருக்கு நானும், என் வேருக்கு நீங்களுமாக, எல்லோரின் வேரிலும் நீர். யாவர்க்கும் சிறு நிழல், ஒரு புல் அல்லது பூ.

எல்லோர்க்கும் அன்புடன் –

கல்யாணி சி.

இராகுலதாசன்

ಐಶ

மதுரை,
26.11.94

அன்புமிக்க மு.ப.,

வணக்கம்.

நீங்கள் பேனாக்களை இன்னும் பத்திரமாக வைத்திருக்கிறீர்கள் போல. என் பேனாக்கள் தொலைந்த தினம் ஞாபகமில்லை. குச்சி ஐஸ் போல அது என் அலுவலக பால்பாயிண்ட் உறிஞ்சலில் கரைந்திருக்க வேண்டும். உங்களுடைய பட்டையடிக்கிற பேனாக் கையெழுத்தைப் பார்த்ததும் மறுபடியும் பேனாவைத் தேடினால், ஒரு பேனாகூட இல்லை. ஹீரோ பேனாவை ஒரு பேனாவாக நினைக்க முடியவில்லை. கல்யாண வீட்டில் பார்த்துக் கன்னத்துச் சதையை நிமிண்டி மறந்துபோன புஷ்டியான குழந்தைபோல இருக்கிறது. சொந்தப் பிள்ளை மாதிரி இல்லை. பொன்வண்டு மாதிரி மினுமினுக்கிற மை மாத்திரைகளை, வாகையடி முக்கு செய்யது ஸ்டோர்ஸில் வாங்கிக் கரைத்த தினங்களும், தாத்தா கொடுத்த பழைய ப்ளாக் – பேர்ட் பேனாக்களும் நினைவின் வனங்களில் சருகு மெத்தையிட, ரீனால்ட்ஸ் பாதங்கள் நடந்து கொண்டிருக்கின்றன உலகம் எங்கும். கோபால் பல்பொடி வாசனையடிக்கிற ஒத்தைக்கோடு, ரெட்டைக்கோடு நோட்டுகள் இப்போது என்ன வாசனை அடிக்கும். தெரியவில்லை.

கதிர் கல்யாணத்தில் உங்களைச் சந்திப்பதற்காக மட்டும் வந்தது போலத்தான் இருந்தது. நாம் நேற்றுச் சாயந்திரம் ரொம்ப நேரம்

எல்லோர்க்கும் அன்புடன்

பேசிவிட்டு, இன்றைக்குக் காலையில் மறுபடி பார்க்கிற மாதிரிதான் இருந்தது. இந்த 48 வயதின் சந்தோஷம் எனக்கு அதுதான். எந்தத் தயக்கங்களும் இன்றி எதிர்வருகிற யாருடனும் ஒன்றிவிட முடிகிறது.

தாமரையில் எப்போதோ வந்த என் மொழிபெயர்ப்புக் கவிதை போல 'நிர்ப்பயமான ஒரு குளியல்' (இங்கோர் பெண் ஓடையில் குளிக்கிறாள் – இங்கும் எங்கும் இல்லை யுத்தம்) – இது பெண்ணா, ஓடையா, எது நான் என்ற கேள்வி அவசியமில்லை. நான் நிர்ப்பயமான குளியலாக இருக்கிறேன்.

உலகம் அபத்தமானது. வாழ்வு நெருஞ்சிக்காடு. ஊமத்தங்காய் போல முட்பந்துகளை சதா மனிதனின் நெஞ்சில் உருட்டிக் கொண்டிருக்கிறது. துருப்பிடித்த நீள ஆணிகளை உச்சந்தலையில் அடித்துக்கொண்டிருக்கிறது. பாலியல் பலாத்காரத்தில் வாழ்வின் யோனிகள் கிழித்தெறியப்பட்டு உதிரம் பெருகிக் கொண்டிருக்கிறது. இப்படி அவரவர் சேதியை அவரவர் சொல்லட்டும்.

நான் எனக்குப் படுவதை எழுதிச் செல்கிறேன். நான் கன்றுக் குட்டி பிறக்கிற நேரத்தையும் சீம்பாலையும் பற்றி எழுதுவேன். மஞ்சள் நிற வண்ணத்துப்பூச்சி பற்றி எழுதுவேன். மழைத் தண்ணீரில் குளிக்கிற பையன் பற்றி, விளிம்பில் நிற்கிறவர்களைப் பற்றி எழுதுவேன். நான் எதையும் அறுதியிடவில்லை. எதையும் எதிர்த்துத் தர்க்கமிடவில்லை. நான் இதுவுமில்லை. அதுவுமில்லை. எதுவாகவுமேனும் நான் நிர்ப்பந்தமாக என்னைச் சொல்லிக் கொள்ள வேண்டுமெனில் – என்னைப் புல் என்று சொல்லுங்கள். புல்லாக இருக்க எனக்கு முற்றிலும் சம்மதம்.

நாவல் எழுதத் தோன்றினால் எழுதுங்கள். பாறாங்கற்களை அது அப்புறப்படுத்தாது. நாம்தான் உருட்டி விட வேண்டும். உங்கள் பாறாங்கல்லை நான், என் கல்லை நீங்கள். கற்சுமை அற்றவர் உண்டா.

எப்போது வேண்டுமானாலும் வாருங்கள்.

எல்லோர்க்கும் அன்புடன் –

கல்யாணி சி.

மதுரை,
16.8.94

அன்புமிக்க மு.ப.,

வணக்கம்.

எத்தனையோ வருடங்களுக்குப் பிறகு அடுத்தடுத்து உங்களுடைய இரண்டு கடிதங்கள். முப்பது ஆண்டுகளுக்கும் மேலான பனி உருகி நதியாகி...

நான் இந்த விலாசத்தில் அதிகபட்சம் இன்னும் எட்டு ஒன்பது மாதங்கள் வேண்டுமானால் இருப்பேன். அதற்குள்ளாவது நீங்கள் குடும்பத்தோடு இங்கு ஒருமுறை வாருங்கள். ஒருமுறையாவது. வார நாட்கள் என்றால் 7 மணிக்கு மேல் அல்லது ஞாயிற்றுக்கிழமை முழுக்க, வீட்டில்தான் அநேகமாக இருப்பேன்.

என்னுடைய கணபதியண்ணன்போல உங்கள் குரலும் கேட்கிறது. அன்பு ஒரு மாயை என்கிற அவனுடைய குரலும், உங்களுடைய குரலும் ஏதோ ஒரு அனுபவத்தின் கைப்பு நரநரக்க நடந்து அப்பால் செல்கிறது. வியர்வை புருவ மயிர்க்கற்றை வழி இறங்கி விடாதபடிக்குக் கண்கள், பத்திரமான குழிகளில் வைக்கப்பட்டிருக்கின்றன. பத்திரக்குறைவுக்கு எதிரான பத்திரமும், வெயிலுக்கெதிரே நிழலும் எப்போதுமே அருகருகே வைக்கப்பட்டிருக்கின்றன, இயற்கையின் சமனில்.

எனக்கு ராகுலதாசன் அல்ல. மு. பழனி கிடைத்தது போதும். நீங்கள் குறிப்பிட்டிருக்கிற கி. ராஜநாராயணனும், ஜி.எம்.எல். ப்ரகாஷும் வேறு யாருக்கேனும் கிடைத்திருக்கட்டும். இழப்பு ஒன்றுமில்லை. பேறு ஒன்றும் இல்லை என்பதால் நீங்கள் என் பேறு என்றோ, நான் வாழ்வின் கொடை என்றோ பரவசப்பட்டுக் கொள்ள எப்படி ஒன்றுமில்லையோ, அதுபோலச் சிறுமை கொண்டு இரங்கவும் ஒன்றுமில்லை. எனக்குச் சுடலை மாடன் கோவில் தெரு, என் பையனுக்குப் பிச்சைப்பிள்ளை சாவடி, அவ்வளவுதான்.

பாஸ்கர்தான் மதுரையில் எனக்கிருக்கிற நண்பர். போன வாரம் அவருடைய வீட்டிற்குப் போய் அவரை அழைத்துக்கொண்டு சமயவேல் வீடு போகலாம் என்று நினைத்தேன். போன நேரத்தில் மழை. மழை வெறித்தபோது மணி 5. 'எனக்கு 5 முதல் 6 மணி வரை காலனிக் குழந்தைகளுக்கு, ஆங்கிலம் பேச்சுப்பயிற்சி வகுப்பு எடுக்க வேண்டியது இருக்கிறது' என்று சொல்லி வர முடியாமைக்கு வருத்தம் தெரிவித்தார். என் சிறகுகள் மளுக்கென்று முறிந்தன.

நான் பறவையற்று, மழைத் தண்ணீரில் ஒரு செத்த தவளையாகச் சொத்தென்று விழுந்தேன். மீண்டும் உயிர்த்துக் கொள்ள ரொம்ப நேரம் ஆயிற்று.

அய்யனாரை அடிக்கடி பார்க்க முடிகிறது. கல்யாணக் களை பெண்களுக்கு இருக்கும். இவரைப் பார்க்கும்போது ஆண் பிள்ளைகளுக்கும் இருக்கும் என்று தெரிகிறது. நடை, உடை, சிரிப்பு அனைத்திலும் ஒரு பொங்குதல். ஒரு ஊற்று. ஒரு ஈரம். ஒரு மலர்வு.

அடுத்த முறை நெடுங்குளம், கோச்சடை, பல்கலை, விளாங்குடி எங்கு போனாலும் இங்கும் வாருங்கள். அந்த ரெட்டைப் பனை மரத்தையும் வேண்டுமானால் பார்த்துவிடலாம்.

அரவிந்தர் இந்த மாதத்தில் பிறந்தது தெரியாது. நானும் ஆகஸ்தியன்தான். 48ஐத் தாண்டுகிறேன் 22–ல்.

எல்லோர்க்கும் அன்புடன் –

கல்யாணி சி.

அய்யனார்

ஃஃ

அம்பாசமுத்திரம்,
27.7.87

அன்புமிக்க அய்யனார்,

வணக்கம்.

பெரும் துரத்தலாக இருக்கிறது. ஆதவனின் மறைவுச்செய்தி. *22*–ம் தேதி காலை தற்செயலாக நியூஸ் கேட்டேன். ஒருநாளும் அப்படி நான் கேட்கிறவனில்லை. இந்தத் துக்கம் வாங்கப்படவே ரேடியோவை அந்த நேரத்தில் வைத்திருப்பேன் போல. எனக்கும் ஆதவனுக்கும், எனக்கும் ஞானக்கூத்தனுக்கும் எல்லாம் பொதுவாக ஒரு மனச்சுரடு இருக்கிறதாக எனக்குப்படும். சொல்ல முடியாத பல ஒற்றுமைகளின் சாயல்களை ஆதவன் கதைகள் உள்ளடக்கி இருக்கின்றன. என் கதைகளும், எங்களின் ஆதாரமான மன உலகமும் வேறு வேறல்ல. ஆதவன் இறந்தது நானே இறந்தது போல. எனக்கும் இருமுறை ஜலசமாதி நெருங்கிவந்து விலகியிருக்கிறது. மூன்று முறைதானே எதற்கும். அடுத்த முறையில் என் ஆயுள் தெரியும்.

பாவம் அவர் மனைவியும் குழந்தைகளும். உரிய கவனத்தையும் அங்கீகாரத்தையும் பெறாத நல்ல எழுத்துக்கள் அவருடையவை. ஒரு நல்ல மனிதனே இப்படித் திடுமென முடியவும் முடியும். சாவின் முன் நாம் எப்போதும் கையாலாகாதவர்களே.

கல்யாணி சி.

அம்பாசமுத்திரம்,
11.12.87

அன்புமிக்க அய்யனார்,

வணக்கம்.

மீண்டும் பெங்களூருக்கு வாழ்த்துக்கள். இனிப்போ, கசப்போ எதிர்கொள்ளுங்கள். கசப்பைப்போல் ருசியில்லை. காலம் போல் அமுதில்லை. விழுங்குங்கள். செரித்துக்கொள்ள முடிந்ததெனில் செரியுங்கள். விழுங்கவும் முடியவில்லை, துப்பவும் தோன்றவில்லை எனில் நீலகண்டனாக நிறுத்துங்கள்.

வாழ்க்கை வார்த்தை மயமாகிவிட்டது. வேலையில் உழைப்பை விட வார்த்தை சொரிதல், வார்த்தை வருடல் எல்லாம் முக்கியமாகி விட்டன. வாயுள்ள பிள்ளைகள் கையுள்ள பிள்ளைகளை விடவும், மனதுள்ள பிள்ளைகளை விடவும் பிழைத்துக் கொண்டுதான் இருக்கிறார்கள். ரோஜாப்பூவை முகர்ந்து ரசித்து மூக்கருகில் வைத்து மூச்சுமுட்ட உள்ளிழுத்துக் கொண்டிருந்தால் நீங்கள் தோட்டத்துக்காரர்களால் பிடிக்கப்படுவீர்கள். பறித்த பூவை வாயில் போட்டு மென்று விழுங்குகிறவர்கள் தப்பித்துக் கொள்கிறார்கள். ரசனைகள் தண்டனை பெறவும், வியாபாரங்களும், சாமர்த்தியங்களும் தப்பித்துக் கொள்ளவும் முடிகிற நடைமுறையில் எங்கோ ரோஜாக்கள் இன்னும் பூத்துக் கொண்டிருக்கிற உண்மைக்காக மட்டும் சந்தோஷப்படுங்கள்.

மனிதர்களைச் சம்பாதிப்பதற்காக முதலில் ஓடுங்கள். சம்பாதிப்பதற்காக அப்புறம் ஓடுங்கள். ஒன்றுடன் ஒன்று சம்பந்தப்படுகிற புள்ளியின் சூட்சுமம் பிடிபடுகிறபோது நீங்கள் வெற்றி பெற ஆரம்பிக்கிறீர்கள். இலக்கியம் – இசை இன்னபிற ரசனையெல்லாம் எப்போதும் அடைய முடியும். அந்த உள்ளம் சிதையாத வாழ்க்கையை நழுவ விடாமல் வைத்துக்கொள்ள கொஞ்சம் சம்பாதித்துக் கொள்ளுங்கள். வயிறு கேள்வி கேட்கும் போது மனம் இன்பம் துய்க்க இயலாது. வெற்றி அடையுங்கள். இந்த உலகம் வெற்றியடைந்த மனிதனையும், அவனுடைய ரசனைகளையும் எளிதில் ஒப்புக் கொள்கிறது. ஒப்புக்கொள்ளும்படியாக இருங்கள்.

கந்தர்வனுக்கு முன்னுரை.

கார்த்திகா ராஜ்குமாருக்கு முன்னுரை.

நான் இலக்கியத் தராசை இடது கையில் உயர்த்தித் தலைக்கு மேலாகப் பிடித்துக் கொண்டு வலது கையால் அள்ளி அள்ளிப்

போட்டு எழுத்துக்களை எடை போட்டுச் சொல்கிறவனல்ல. தார்ப்பாலின் போட்டு மூடிக்கொண்டு அசைந்து அசைந்து விம்முகிற இலக்கிய லாரிகளை எடைபோட்டுச் சொல்கிற ப்ரிட்ஜூம் அல்ல. வைரத்துக்கு நீரோட்டம் பார்த்து, தங்கத்துக்கு மாற்றுப் பார்த்து, ஸ்டெதாஸ்கோப் வைத்து, ரத்தம், மலம் சோதித்து, இலக்கியச் சோலைக்கு வைத்தியம் பண்ணுகிற உத்தேசமும் கிடையாது. எனக்கு எழுதுகிறவன் முக்கியம். இவ்வளவுக்கு மத்தியில் அவனுக்கு இலக்கியத்திற்கு மேலிருக்கிற அக்கறை முக்கியம். அவனுடைய உண்மை முக்கியம். பிறந்த நாள் கொண்டாடுகிற குழந்தைக்கு திருநீறு பூசி நம்முடைய சக்திக்கு ஏற்ப – அதனுடைய சக்திக்கேற்பவோ, அந்தப் பெற்றோருடைய சக்திக்கேற்பவோ அல்ல – பரிசு கொடுப்பது போலத்தான் இதுவும்.

கொடுப்பதிலொரு சந்தோஷம்.

சந்தோஷமாக இருங்கள்.

எல்லோர்க்கும் அன்புடன் –

கல்யாணி சி.

அம்பாசமுத்திரம்,
24.9.85

அன்புமிக்க அய்யனார்,

வணக்கம்.

கொஞ்சம் வாழ்க்கையில் சுருதி சேர்ந்துவிட்டது என்பதை உங்களுடைய கடிதத்தின் முதல் வரியே சொல்கிறது. சூழல் மனதுக்குப் பிடித்து விட்டதாக எழுதியிருக்கிறீர்கள். அப்புறம் என்ன? மனிதர்கள்தான் சூழல். சூழல்தான் வாழ்க்கை. வாழ்க்கை என்பது முன்னே செல்வது. முன்னே செல்வது உழைப்புச் சார்ந்தது. உழைப்பு என்பது உள்ளிருந்து எழுவது. உள் என்பது வெளி.

சுஜாதாவை நான் பார்த்ததில்லை என்று சத்தியம் பண்ணினால் கூட யாரும் நம்ப மாட்டார்கள். சிரிப்பது சௌகரியமான பதிலாக இருக்கிறது. சுஜாதா பற்றி ஒரு தனி அத்தியாயம் எழுதவேண்டிய அளவுக்கு தற்காலத் தமிழ் உரைநடையில் அவருக்கு தாக்கம் இருக்கிறது. மிகச்சிறிய ஆயுதங்களுக்கு மிக நுட்பமான சாணைபிடிக்கிற காரியத்தை அவர் செய்திருக்கிறார். தோட்டக் கத்திரியால் மீசை வெட்டிக் கொண்டிருந்த உரைநடையின் பெரு

விரலிலும், சுட்டு விரலிலும் சின்னஞ்சிறிய கத்திரியைக் கொடுத்து டிரிம் பண்ணினார். தமிழ் மீசைகள் ஒத்துக்கொள்ளாது போனாலும், கன்னம் இழைக்கிற தமிழ் மீசையின் இளங்காதலிகள் இதை ஒத்துக் கொள்வார்கள், அந்தரங்கமாகவேனும்.

நிறைய மனிதர்களுடன் பழகிப் பழகி வாழுங்கள். கூச்சம் இருந்தால்தான் அன்பு மிஞ்சும் என்பது நடைமுறைக்கு ஒத்துவராது. தொடர்புகள், இன்னும் ஆரோக்கியமான தொடர்புகள் என்று சம்பாதியுங்கள். பணத்தை மிச்சப்படுத்துங்கள். இலக்கியம் மடக்கு விசிறி மாதிரி என நினைத்து வைத்துக்கொண்டு, புழுங்கும்போது மட்டும் எடுத்து விசிறிக் கொள்ளுங்கள். எவ்வளவு வாழ்கிறீர்களோ அவ்வளவும் இலக்கியம். எத்தனை மனிதர்கள் தெரியுமோ அத்தனை கவிதைகள் உங்களுக்குத் தெரியும். உற்சாகமாக இருங்கள்.

எல்லோர்க்கும் அன்புடன் –

கல்யாணி சி.

நிலக்கோட்டை,
31.3.85

அன்புமிக்க அய்யனார்,

மேலே, நாலு வருடங்களாக எழுதிக் கொண்டிருந்த விலாசம். இன்னும் சில நாட்களுக்குத் தான். எந்தத் தூக்கத்திலும் காதில் விழுவதுபோலப் படிந்துவிட்ட, இந்த வீட்டு வெளிகேட் க்ரில் ஜி.எம்.எஸ்.களின் பிரத்யேகக் குரல்கள், இந்த மாத இறுதிக்குப்பின் கலைந்து இன்னொரு கதவின் அலைச்சலில் தொலைந்து போகலாம். என் மேல் உதிர்கிற பழுப்பிலைகளுக்குப் பதிலாக அடுத்த ஊரின் தீர்மானிக்கப்படாத வீட்டில், இரைச்சல்களும் சந்தடியும் மட்டுமே உதிரலாம். அம்பாசமுத்திரம் எங்களுக்காக என்னென்ன வைத்திருக்கிறது தன்னுடைய இருப்பில் என்று தெரியவில்லை.

சென்று வருகிறோம்.

திரு. அம்பிக்கும் என் வணக்கம்.

அன்புடன்,

கல்யாணி சி.

அம்பாசமுத்திரம்,
9.8.88

அன்புமிக்க அய்யனார்,

வணக்கம்.

ஊருக்கு வந்துவிட்டதாக எழுதியிருந்தீர்கள். நான்தான் எழுதவில்லை இந்த 7 மாதங்களாக.

மண்ணை அறிவது மனிதர்களை அறிவது மாதிரிதான். செடிகொடிகளின் அங்க அடையாளம் தெரிந்து அதனோடு கையைக் கோர்த்துக்கொண்டு எவ்வளவு பேர் இருக்கிறார்கள். பார்த்த உடனே, இன்ன வகை நெல் நட்டு இத்தனை நாள் ஆகியிருக்கும். இன்னின்ன களை இன்னின்ன சீக்கு என்று வரப்பில் நமக்கு முன்னால் நடந்துகொண்டே சொல்லி விடுகிறவர்கள் எவ்வளவு நுட்பமானவர்கள்.

உங்களுடைய விவசாயப் பண்ணை அனுபவம் இப்படி மண்ணைக் கிள்ளி வாயில் போட்டுக் கொள்கிற ரசனையைத் தந்ததா. உங்களுக்கும் துளிர்களுக்கும் மண்ணுக்கும் பொதுவான ஒரு பிரத்யேக பாஷையை உருவாக்கிக்கொள்ள முடிந்ததா. எத்தனை முளைத்தன கவிதைகளாக? ஒரு விதை முளைத்தலை மீறிய உன்னதக் கவிதையை என்னால் ஒருக்காலும் எழுதிவிட முடியுமா என்ன?

ஆப்பரேட்டர் வேலைக்குக் கூடப் பயிற்சி, பரீட்சை எல்லாம் உண்டா. கேபின் ரூமும், ரெப் சவுண்ட் சிஸ்டம் என்ற போர்டும், சிவப்பு பல்பும், கார்பன் கூர்மையும், ஈய ஸ்பூல்களும், ப்ரொஜக்ஷன் சதுரங்களின் வழியாகத் தெரியும் அரங்கமும் மனிதர்களும் ஆ.... அது ஒரு தனி உலகமல்லவா. இந்த மாதத்தோடு பாங்க் வேலையிலிருந்து ரிட்டயர் ஆகிற எங்களுடைய சித்தப்பா பாப்புலர் டாக்கீஸில் வேலை பார்த்தார்கள். ஆனால் ஆப்பரேட்டராக அல்ல. வேறு ஏதோ கணக்கு வழக்கு. 'கம்பா நதி' நாவலில் கூட ஒரு ஆப்பரேட்டர் அண்ணாச்சி வருவார். ஒரு குறுநாவலுக்குரிய அனுபவங்களேனும் இந்த கணேஷ் தியேட்டரில் உங்களுக்குக் கிடைத்திருக்கக் கூடும்.

கங்கை கொண்டான் மரணம் என்னை உலுக்கிவிட்டது. கங்கைகொண்டான் ஒரு அருமையான மனிதர். சிரிக்கச் சிரிக்கப் பேசி, இந்த இலக்கிய உலகில் அரிதாக உணர்கிற, முதல் சேர்க்கிற நோக்கமில்லாத நட்புணர்வு நிரம்பிய இளைஞன். அவருடைய திருச்சி காஜாமலை காலனி வீட்டைத் தேடிக் கண்டுபிடித்து அப்புறம் அவருடைய வீட்டிற்கு எல்லாம் போய் சாப்பிட்டுவிட்டு

ஒன்றாயிருந்த ஓரிரு நாட்களும் அவர், மணிமொழி, கலாப்ரியா, ஜெயப்பிரகாசம், நான் எனத் திருநெல்வேலியில் இருந்த ஓரிரு நாட்களும் எல்லாம் இன்னும் மனதில் இருக்கின்றன. கங்கை வெற்றி பெற்றிருக்க வேண்டிய நல்ல மனிதன். கடைசியில் மரணம் தான் வெல்கிறது.

எல்லோர்க்கும் அன்புடன் –

கல்யாணி சி.

அம்பை

ஃஃ

மதுரை,
26.02.92

அன்புமிக்க லக்ஷ்மி,

வணக்கம்.

சாயங்காலம் வரும்போது உன்னுடைய கடிதம் இருந்தது. ஏற்கனவே வள்ளி படித்து, சங்கரி படித்து (ராஜு படித்தானா விளையாடப் போய்விட்டானா தெரியவில்லை) நான் முதலில் படிக்கவில்லையே என்று இருந்தது. ஆனால் உன்னைப் பார்க்கும் போதும், நீ எங்கள் மத்தியில் இருக்கும்போதும் கிடைக்கிற சந்தோஷம் அப்படியே கிடைத்தது. நான் முட்டாள். அன்றைக்கு வந்திருக்க வேண்டும். உன்னை வழியனுப்புகிற அன்றைக்குச் செய்ய உத்தேசித்திருந்த காரியம் அப்பாவுக்கு வாட்ச் வாங்குவது. உன்னுடைய ரயில் போய்விட்டது. வாட்ச் சமீபத்தில் வாங்கி அனுப்பினேன்.

சின்னப் பையன் போல உன்னைப் பற்றி – உன் ஸ்பேரோ பற்றி – அதென்ன சிட்டுக்குருவி, விட்டு விடுதலை ஆகி நிற்கவா – வருகிறதைப் படித்துவிட்டு உனக்கு வெட்டி அனுப்பலாமா என்று நினைப்பேன். இந்தியாடுடே, அப்புறம் ஹிண்டு, இதோ மேஜையில் சில வாரங்களுக்கு முந்திய சண்டே கூட. எங்கள் வீட்டிற்கு வருவதற்கு முதல் நாள் சுந்தரராமசாமி சார் வந்திருந்தாராமே. நீ பார்த்தாயோ பார்க்கவில்லையோ தெரியாது. ஆனால் அவரைப் பார்த்திருந்துவிட்டு அந்தத் தகவலை என்னிடம் சொல்லாமல் இருந்திருந்தாய் என்றால், உன் தலையில் இடி விழ.

ஆனால் திரும்பத் திரும்பத் தோன்றுகிறது, அப்படியெல்லாம் இருக்க உனக்குத் தெரியாது என்று. ஒரே ஊரில் இருந்து கொண்டு, ஒருத்தர் இருப்பது ஒருத்தருக்குத் தெரியாமல் நடமாடுவது சற்றுப் பெரிய ஊர்களில் நிகழக் கூடியதுதான்.

நிகழக்கூடியதுதான் என்பதற்காக நிகழ அனுமதித்து விட முடியுமா என்ன. குறைந்தபட்சம் நமக்காவது நிகழ்ந்திருக்க வேண்டாம். நான் ராமசாமி சாரைப் பார்க்க விரும்புகிறேன். எனக்கு யாரிடம் பேசவும் ஒன்றுமில்லை. ஆனால் எல்லோரையும் நான் திரும்பத் திரும்பப் பார்க்க வேண்டும். ஒரு பந்தல்கால் போல் ஒரு காலை மடித்து தலைக்கு மேல் கைகள் உயர்த்தி என் மேல் பின்னிக்கொண்டு ஒரு இறுகிய பாபநாசம் படித்துறைப் பாறைபோல நான் மணலில் புதையுண்டு கிடக்க, ஆற்றங்கரை மணலை அள்ளி அள்ளி நெகிழ விட்டபடி யாழிகள் காலுயர்த்தி வழி நெடுக மண்டப வளைவுகளில் நிற்க, பக்கவாட்டில் இறங்கி இறங்கிச் சதுரம் கட்டுகிற தெப்பக்குளத்தின் பாசி படர்ந்த தண்ணீராக நான் கிடக்க, என் சிநேகிதர்கள் ஒரு இரண்டு மூன்று படிகளில் குவிந்து கிடக்க – சேதனமாகவோ, அசேதனமாகவோ என்னுடைய மனிதர்களுக்கும் மத்தியில் நான் கிடக்க வேண்டும். (இந்த வரியில் 'கிடக்க' முந்தின வரியில், அதற்கு முந்தின வரியில் என்று எத்தனை இடத்தில்)

குடும்பத்துடன் பம்பாய் வருவேன். ஆனால் இன்னும் இரண்டு வருடங்களுக்கு அப்புறம். அப்போதுதான் பாங்க்கின் எல்.எப்.சி. சலுகை. அதுவரை பொழச்சுக்கிடந்தால் பார்த்துக் கொள்ளலாம். உன் சிக்காகோ சொற்பொழிவு எப்போது. விஷ்ணுவுக்கு எங்கள் அன்புடன்.

கல்யாணி சி.

மதுரை,
27.5.92

அன்புமிக்க லக்ஷ்மிக்கு,

வணக்கம்.

நல்லவேளை. இந்த முறை ஏரோகிராமைச் சரியாகப் பிரித்துவிட்டேன். வழக்கமாக மூணு துண்டாக்கி அப்புறம் ஒட்ட வைத்துக் கொண்டிருப்பேன். ஒரு பக்கம் விரல் நகம் அளவுக்காவது புத்தி வளர்ந்துவிட்டதே என்று சந்தோஷம். இன்னொரு பக்கம் கிழிந்ததை ஒட்ட வைக்கிற விளையாட்டு கை நழுவிவிட்ட அவஸ்தை.

கதை எழுத வேண்டாம், கவிதை எழுத வேண்டாம். அப்படித் தலையைச் சாய்த்துப் பூக்களோடு நடக்கத் தோன்றினால் போதும். அது எனக்கோ யாருக்கோ எழுதத் தோன்றினால் போதும். நாலைந்து நாட்களுக்கு முன் தூத்துக்குடியில் தேவதேவன் வீட்டுக்குப் போயிருந்தேன். நாங்கள் தூத்துக்குடியில் இருந்து இங்கு வந்த ஒரு வருஷத்துக்குள் அவருடைய வீட்டில் குல்மோஹர் மரம் ஏகமாகப் பூக்க ஆரம்பிததுவிட்டது. அவர் ஒரு நல்ல காரியம் பண்ணியிருந்தார். மொட்டை மாடியில் உதிர்கிற பூவை அள்ளாமல் விட்டிருந்தார். இன்றைய பூ நேற்றைய பூவின்மேல், நேற்றைய பூ முந்தின பூவின் மேல் என்று அடுக்கடுக்கான பூப்படுக்கை. ஏழெட்டு வருடங்களுக்கு முன் சில நண்பர்களுடன் பொதிகை மலை உச்சியில் உள்ள அகஸ்தியர் கோவிலுக்குப் போகும்போது இப்படித்தான் அடுக்கடுக்காக அகாலத்திலிருந்து காலம் வரை உதிர்ந்த சருகுகளின் மெத்தையிருந்தது. என் ஒவ்வொரு கால் பதிவும் ஊழ் ஊழிகளில் புதைந்து திரும்புவது போல் இருந்தது. அந்தப் பூக்கள் தந்த உணர்வுக்குச் சமானமாக ஒரு கவிதை கூடத் தேவதேவனால் எழுத முடியவில்லை. நான் எப்படி எப்படி எல்லாமோ அன்பை வெளிக்காட்டிவிட வேண்டும் என்று வாழ்ந்து கொண்டிருக்கிறேன். இதன் சிறு அடையாளங்களைக் கூட என் வரிகளில் ஏற்றிவிடக் கூடவில்லை. அது முக்கியமுமல்ல எனக்கு. பறவைகளின் ஒலிகளுக்கிடையில், உன்னுடைய பிரத்யேகமான அதிர்வுடைய குரலும் எனக்குக் கேட்கும்படியாக எப்போதாவது இப்படி எழுதினால் போதும். போய்க் கொண்டிருக்கும்போது, ‘ஒரு கை பிடிச்சுத் தூக்கிவிடுங்க’ என்று கனத்த கூடையுடன் சில முகம் அழைக்குமே, அப்படி அழைக்கப்படும்படியாக நான் போய்க் கொண்டிருந்தால் போதும். வாங்கின வெள்ளிரிப்பிஞ்சை, பக்கத்து ஸீட்டில் உட்கார்ந்திருக்கிற முகம்தெரியாத பயணிக்கும் கொடுக்கும்படியாக சங்கரியோ, ராஜுவோ இருந்தால் போதும்.

விஷ்ணுவுடன் நீ இருந்திருக்க வேண்டிய நேரம் இது. மிக நெருங்கிய உறவின் சிதையேற்றத்துக்குப் பின் கவிகிற தனிமையும் திக்குமுக்காடலும் நான் அறிந்திருக்கிறேன். அப்போது எல்லாம் பற்றிக் கொள்கிற கையுடன் எனக்கு வள்ளி இருந்திருக்கிறாள். தூத்துக்குடியில் வைத்து என் மிக நெருங்கிய சகாக்கள் அகாலத்தில் 41–ல் 44ல் என இறந்தார்கள். நான் எப்போதுமே சிதையோடு சிதையாகி, புகை சுற்றி நிணம் எரியும் நேரம் வரை நின்று திரும்புவேன். எரி கட்டங்கள் ஆற்றங்கரையை ஒட்டித்தானே

இருக்கும். அப்போது ஆற்றுக்கும் எனக்கும் தனி பாஷையே உருவாகி இருக்கும். தனிமையின் வெள்ளமாக அது ஆழங்கள் காட்டி ஓடும். கரைந்துவிடலாம் கரைந்துவிடலாம் என முங்கிப் பார்ப்பேன். மறுபடியும் என்னைத் தக்கைபோல் ஆறு கரையில் துப்பிவிடும். திரும்பி வரும்போது பெரும்பாலும் தனியாகவே நான் நடந்திருக்கிறேன். வெள்ளக்கோவில் சுடுகாட்டிலிருந்து திரும்புகிற பாதை இதோ என் காலடிகளுக்கூடே மறிந்து மறிந்து பின்வாங்கிக் கொண்டிருக்கிறது. சிதையில் ஆறுமுகம் என்னுடன் ஆங்கிலத்தில் பேசுகிறார். ஒரு முழுநாள் சாத்தூர் வெயிலில் கிடந்த அவர் முகம் எனக்காகச் சற்று இளகி நிற்கிறது.

நீ விஷ்ணுவுடன் இருந்திருக்க வேண்டும்.

மரணபயமல்ல, மரணம் ஏற்படுத்துகிற வெற்றிடம் சுழல்களை உண்டாக்கக்கூடிய வல்லமையுடையது. உய் உய் என்று அது வீசித் தணியும் வரை கல்மண்டபங்களில் உட்கார்ந்திருக்க வேண்டும். உடைந்த நூல் சுற்றிய மட்கலயங்கள் கிடக்கும். வாடல் பூ மாலைகள் சருகாகிக் கிடக்கும். அறுப்புக் களத்திலிருந்து ஒதுங்கிய பெண் கைப் பிள்ளைக்குப் பால் கொடுக்க மாரொதுக்கிக் கொண்டிருப்பாள். பச்சேரியில் இருந்து அவளுடனே வந்த நாய், ஓணான்களைக் கவ்வப்போவது போல் அவ்வப்போது எருக்கலஞ்செடிகள் வழியாக ஓடும். மிக அருகிலும் ஆறு தெரியும். மிகத் தூரத்திலும் ஆறு தெரியும்.

நிச்சயம் விஷ்ணு உன்னைத் தேடியிருப்பார். மீண்டும் எழுதுகிறேன். கவிதையுடன் அல்லது கவிதையில்லாமல்.

எல்லோர்க்கும் அன்புடன் –

கல்யாணி சி.

மதுரை,
11.7.91

அன்புமிக்க லக்ஷ்மி,

வணக்கம்.

உன்னுடைய கடிதமும், ராமச்சந்திரனுடைய கடிதமும்தான் இன்னும் படிக்கப் படிக்க சந்தோஷம் தருபவை. சில பேருக்கு சிலருடைய கடிதங்கள் இப்படி ஆகிவிடும் போல.

இந்த லெட்டர் பேடில் இருக்கிற ஸ்கிரீன் பிரின்ட் நன்றாக இருக்கிறது. நான் அந்த மீனை வரைந்தது போல, நான் இந்தப்பக்கத்தை அச்சாக்கினது போல நினைத்துக் கொள்கிறேன்.

சின்னு பற்றிய உன் அபிப்பிராயங்களுக்கு மகிழ்ச்சி. என் புத்தகங்களைப் பிறருக்கு அனுப்புவதையும், அபிப்பிராயம் எதிர்பார்ப்பதையும் முதல் புத்தகத்தோடேயே நிறுத்திவிட்டேன். ஆனால் தனிப்பட்ட அல்லது அலுவலக உளைச்சல்களில் அல்லாடும்போது திடீரென்று கைதூக்கிவிடுவது இதைப் போன்ற வரிகள் அல்லது உன்னைப்போன்ற மனுஷிகள்.

நிஜமாகவே நீ மேலும் அழகாயிருக்கிறாய். நீ இடையில் ஒருதடவை எழுதியிருந்த உடல் நலிவினால் மிகவும் மெலிந்திருப்பாய் என்று தோன்றியிருந்தது. நல்லவேளை நீ இப்படி இருந்தாய்.

என்னிடம் என்ன இருக்கிறது லட்சுமி. என்னையும் என் குடும்பத்தினரையும் தொடர்புபடுத்திக் கொள்ள உதவிய ஆதார நுனியாக வேண்டுமானால் என் கழுத்து இருக்கலாமே தவிர, அதைத் தாண்டிப் பேச என்னிடம் எதுவுமில்லை.

எனக்கு, வந்தவுடன் சங்கரிக்குத் தலைவாரி விடுகிற அம்பை போதும். அணில் குஞ்சு வளர்க்கிற செண்பகம் ராமசாமி போதும். திடீரென்று அலுவலக மேஜையில் வந்து நின்று கொண்டு பகவதிக்கு இப்படி ஆகிவிட்டது என்று சொல்கிற நம்பி போதும். எழுத்து என்கிற முகாந்தரமே இன்றி, நான் தொடர்பு கொள்ள முடிகிற, மிக நெருக்கத்தில் போய்ச்சேர முடிகிற இங்கொன்றும் அங்கொன்றுமான மனிதர்கள் போதும்.

நீயும் என்ன, விஷ்ணுவை அடைய முடிந்தவள் என்ற வகையில் அருமையான இடத்தில் நிற்பவள் தானே. சற்றுச் சீக்கிரமே உன்னைத் திரும்பத் தூண்டுகிற விஷ்ணுவின் சோர்வு எவ்வளவு அருமையானது.

ராமச்சந்திரனின் கடிதம் நேற்று வந்தது. அவரே ஏற்றி வைத்துக்கொண்ட பாரம். சுமக்க முடியாமல் கஷ்டப்படுகிறார். கடல்புரத்தில் தொடருக்கான பணத்தையாவது ஒழுங்காகக் கொடுத்தார்களோ என்னவோ. மேலும் இரண்டு கடிதங்கள் எழுதுவது தவிர நம்மால் என்ன செய்ய முடியப் போகிறது.

மூன்று நாட்களாக வெயிலே இல்லாமல் நன்றாக இருக்கிறது. வரும் ஞாயிற்றுக்கிழமை குற்றாலம் வரை ஒரு

திருமண நிச்சயதார்த்தத்திற்குப் போகவேண்டி இருக்கிறது. எனக்கு மிகவும் நெருக்கமான அருவிகளிடமிருந்தும், நதிகளிடம் இருந்தும் இன்னும் சிறிது தொலைவு செல்வதற்கான வலுவைப் பெற்றுத் திரும்புவேன்.

எல்லோர்க்கும் அன்புடன் –

கல்யாணி சி.

தூத்துக்குடி,
17.6.90

அன்புமிக்க அம்பை,

வணக்கம்.

விஷ்ணு வந்துவிட்டாரா?

இந்த மழையை அவரும் நீயுமாகப் பார்த்தீர்களா? இந்த நூற்றாண்டின் மிகக் கனத்த மழை என்று சொல்லி வழக்கம் போல தண்ணீருக்குள் வருகிற பஸ்ஸைக் காட்டினார்கள். நான் அந்த வினாடிகளுக்குள் பைத்தியக்காரத்தனமாக நீ எங்காவது உன் தாடிக் காரனுடன் மழையோடு மழையாய்ச் சென்று கொண்டிருக்கிறாயா என்று பார்த்துக் கொண்டேன். அறைக்குள்ளிருக்கும்போது வெளியில் பெய்தால், உள்ளிருந்து வெளியே பெய்யும்போது, பெய்து முடிந்தபின் எல்லாம் பார்க்க வைக்கும் தன்னை. நனையும்படி ஆகிவிட்டதெனில் மேலும் மேலும் நனையத் தூண்டும். நனைந்த பிறகு மேலும் நனைவதிலிருந்து தவிர்க்க யாருக்கும் தோன்றாது என்று நினைக்கிறேன். எங்கும் ஒதுங்காமல் ஒரு கிறுக்கனைப் போல மழையினூடேயே செல்வதை அம்பாசமுத்திரத்தில் இரண்டு மூன்று தடவையாவது பார்த்திருப்பார்கள். ஒரு தடவை சேரன்மாதேவி ரயில்வே கேட் தாண்டின திருப்பத்தில் உள்ள ஒரு சிறிய பள்ளி வாசலில் மழைக்காக ஒதுங்கினோம். அப்படி ஒரு மழை. சரிவான நிலத்தில் மழைநீர் சுழித்துக் கொண்டு ஓடியது. வெள்ளாடுகள் கூட்டமாக நனைந்து கொண்டிருந்தன. ஆடு மேய்க்கிறவளும் பள்ளிவாசல்காரர்களும் இயல்பாகப் பேசிக் கொண்டே இருந்தனர். சங்கரி புதிதாகத் தாவணி போட்டிருந்த சமயம். ராஜுவுக்குக் குளிரில் நடுங்கவே தொடங்கிவிட்டது. நிற்கிறபாடில்லை. சரி போய் விடுவோம் என்று பைக்கை எடுத்துக் கொண்டு புறப்பட்டால், எதிரே வருகிற வாகனமும் தெரியவில்லை.

போகிற பாதையின் இடது – வலதுவும் தெரியவில்லை. பத்தமடை வரை எப்படிப் போனேன் என்று தெரியவில்லை. சங்கரி இன்னமும் கிண்டல் செய்வாள் 'அப்பா என்னதுப்பா அப்படி உளறிக்கொண்டே வந்தீர்கள்' என்று. அதற்குப் பிறகு அவ்வளவு கனத்த மழையை எதிர்கொள்ளவில்லை.

ஜூலைக்கு மதுரைக்கு வரும்போது கண்டிப்பாக வாருங்கள் இரண்டு வரி எழுதிப் போட்டுவிட்டு. அடையாளம் எப்படித் தெரியாமல் போகும்.

எல்லோர்க்கும் அன்புடன் –

கல்யாணி சி.

தூத்துக்குடி,
11.10.89

அன்புமிக்க லக்ஷ்மி,

வணக்கம்.

86–ல் உனக்கு என்ன ஆகியிருந்தது. ஒரு பாவிகளும் சொல்லவில்லை. நாஞ்சில் நாடன் இரண்டு வரி எழுதியிருந்தால் என்ன? ஓடிவந்து பார்க்காவிட்டாலும், நான்கு வரிகள் எழுதியிருப்போம். பக்கத்திலேயா இருக்கிறாள், உதவி செய்வதற்கு? என்று ஆற்றாமையுடன் வள்ளியும் நானும் பேசியிருப்போம். நடராஜை உண்டாகி இருக்கையில் தூக்கம் வராமல் புரண்ட வள்ளியை வருடிக்கொடுத்து அருகிலிருந்ததுபோல் உன்னுடைய அருகில் நாங்கள் இருக்க வேண்டிய நேரமாக அது இருந்திருக்கும். மூன்று வருடங்களுக்கு அப்புறம், 'இப்போது பரவாயில்லையா' என்றுதான் கேட்க முடிகிறது.

உடம்புக்கு என்ன நேர்ந்தது என்று எழுது.

உலகம் முழுவதும் ஆயிரம் நடந்து கொண்டிருக்க, அவரவர் வாழ்விலேயே பெரிதும் சிறிதுமாக நிறைய தூரம் வந்துவிட்டோம். செய்யத் தோன்றியதே மிகக் கொஞ்சம். அதையும் செய்துவிட்ட பாடில்லை. போய்க் கொண்டேயிருக்கிறோம். அன்றன்றே சரியாகிப் போகிறது.

உன்னால் கொஞ்சம் முடிந்திருக்கும் எனில் சந்தோஷம். ராமச்சந்திரனால் முடிந்ததா என்றால் தெரியவில்லை. மாதச்

சம்பளத்தை மாத நாட்களுக்குள் பங்கிட்டு முடிப்பதற்கான பரபரப்பில், சுவாசம் தீர்ந்து போகையில் மலையேறும் ஆசைகள் சாத்தியமில்லை. ஆனால் மலையும் வனமும் நதியும் சதா அழைத்துக் கொண்டிருக்கின்றன. இந்த அழைப்புக்கு உடன்படாத ஹிம்சை இருக்கிறதே தவிர இந்த அழைப்பின் குரல் ஒருபோதும் இம்சையாகிவிடாதிருக்கிறது. இந்த ஊரில் அணில்கள் ஜாஸ்தி – அணில்களின் குரலைக் கேட்டுக் கொண்டேயிருக்கிறேன். அதிகாலைகளில், புலர்ந்த பொழுதுகளில் அவற்றின் குரலில் அவ்வளவு குதூகலம். அணில்களாய்ப் பிறக்கலாம்.

வள்ளி தன் 40ம் வயதில் சற்றுப் பூசினாற்போல இருக்கிறாள். இன்னும் வீட்டு வேலையில் இருந்து விடுதலையில்லை. சங்கரி + 1, ராஜு ஏழாவது. நிலக்கோட்டையில் விஷ்ணு எடுத்த புகைப்படத்தின் சதுரங்களை மீறி வளர்ந்து விட்டார்கள் இருவரும். வளர்ச்சியின் அழகு இருவரிடமும் இருக்கிறது.

விஷ்ணு எப்படியிருக்கிறார்?

நீ என்ன செய்து கொண்டிருப்பாய்?

எழுது அல்லது மதுரைக்கு வரும்போது நேரில் வா.

அன்புடன்,

~~~

கல்யாணி சி.

மதுரை,
18.5.93.

அன்புமிக்க லக்ஷ்மி,

வணக்கம்.

நீ எப்போதுமே மழையை இழுத்துக்கொண்டு வருகிறவள்தானே! அல்லது மழை உன்னை இழுத்துக்கொண்டு வரும். இன்று உனக்குப் பதிலாக உன் கடிதம்.

அந்த ஒன்பது போஸ்ட் கார்டுகளையும் சங்கரியும் நானும் வேறு யாருக்கும் அனுப்ப – கொடுக்க மனமின்றி அப்படியே வைத்திருக்கிறோம். அதில்கூட 'பாரிஸ் தெரு மழைநாள்' என்று ஒரு ஓவியம். அதற்காகத்தான் நீ வாங்கியிருப்பாய். (மணிரத்னம், ஸ்ரீராம் படங்களில்ட மழை வந்து கொண்டேயிருக்கிறது உனக்குத் தெரியுமா?)

ஒன்றின் மீதான திருப்தியையோ அதிருப்தியையோ எழுத்தின் மூலமாக வெளிப்படுத்தி ஆகவேண்டுமா என்ன. நான் என் நல்ல – மோசமான அனுபவங்களுடன் எப்போதும் தனித்தே இருக்கிறேன். எப்படி இருந்தது சொல் என்றால், என்னால் சொல்ல முடிவதே இல்லை. சமீபத்தில் கூட எல். சுப்ரமணியம் இசைத்த ஒரு தொகுப்பைக் கொடுத்து, பக்கத்திலேயே இருந்து கேட்கச் செய்து, நாடா ஓடி முடிந்த மறுவினாடி எப்படி இருந்தது என்றார். அவர் 'இதைக் கேளுங்கள்' என்று தந்துவிட்டுப் போயிருக்க வேண்டும். தனியே கேட்க அனுமதித்திருக்க வேண்டும். எல். சுப்ரமணியம் தந்த இசை அனுபவத்தை இவரிடம் இல்லாவிட்டாலும் நான் வேறு யாரிடமாவது கண்டிப்பாகச் சொல்லாது எப்படிப் போவேன்?

உன் சிறு அன்பளிப்புக்கள், பரிமாறல்கள் சங்கரிக்கு, ராஜுவுக்கு, வள்ளிக்கு, எனக்கு வெவ்வேறு நிலைகளில் செய்தவை எல்லாம் மகிழ்ச்சியையும், அமைதியையும் அளிக்கின்றன. எங்கள் வீட்டில் மட்டுமல்ல, நீ சென்று பழகி, புழங்கி, நடமாடுகிற ஒவ்வொரு வீட்டிலும் குழந்தைகளுக்கு நீ அன்பளித்த ஆடைகள் தொங்கிக் கொண்டிருந்தன. எளிய அன்பளிப்புகள் மூலம் நிரந்தரமாக அன்பை வெளிப்படுத்திக் கொள்வது உன் இயல்பாகவே இருக்கிறது.

மூன்று தினங்களாகவே வள்ளியை எதிர்பார்த்துக் கொண்டிருக்கிறேன். எல்லோரும் ஊருக்குப் போய் 3 வாரங்களுக்கு மேலாயிற்று. கடந்த ஞாயிற்றுக்கிழமையே வந்திருக்க வேண்டும். எப்போது வருகிறாய் என்று தொலைபேசின பொழுது உன்னுடைய 631 6911ஐயும் சுழற்றலாம் என்று தோன்றிற்று. 10 மணிக்கு மேல் பேசினால் முதலில் காசு குறைச்சல் நிறைய பேசலாம். நிறையக் கேட்கலாம். என்னைப் பொறுத்தவரை குரல்கள் எனக்கு முக்கியமானது. அவரவர்களைக் காட்டுகிற அவரவர் குரல்கள், முகம் மாதிரி, முகத்தை விடவும் எல்லாம் காட்ட வல்லவை.

அப்புறம் பேசுவதற்கு இன்னொரு தயக்கம். விஷ்ணு எடுப்பார். அவரிடம் ஆங்கிலத்தில் பேச வேண்டும். அல்லது ஹிந்தியில். முதல் ஓடாது, இரண்டாவது தெரியாது. நீயே இருந்து உன்னுடன் பேசுகிற சந்தோசம் வாய்க்கிறதா என்று சோதித்துப் பார்க்க வேண்டும்.

இரண்டு பேருமாக வாருங்கள். கல்யாணம் ஆன வருடம் வந்தது. மறுபடியும் இவ்வளவு தெற்கே விஷ்ணு இப்போதுதான் வருகிறார் என்று நினைக்கிறேன்.

உன் வேலையும் மும்முரமும் என்றைக்கு ஒழிந்தது. (மும்முரம் என்கிறது எந்த பாஷையிலிருந்து கிளைத்தது? யோசித்துப் பார்த்தால் அந்தச் சொல்லே வேடிக்கையாக இருக்கிறது.)

மும்முரத்தால் உன் தலையும் விஷ்ணுவின் தாடியும் சேர்ந்து நரைக்கட்டும்.

உன் எதிர்பாராத கடிதம் அளித்த சந்தோஷம் நேற்றுச் சாயந்திரத்தில் இருந்து இந்த வரி வரை வாடாமல் இருக்கிறது. இன்றைய தினத்தையும் அது அப்படியே கொண்டு செல்லும்.

விஷ்ணுவுக்கு எங்கள் அன்பைச் சொல். விஷ்ணுவுக்குத் தமிழோ, எனக்கு இந்தியோ எழுதத் தெரிந்திருந்தால் எவ்வளவு நன்றாக இருந்திருக்கும். அப்புறம் உனக்கு ஏன் எழுதப் போகிறேன்.

சமீபத்தில் என் சிறுகதைத் தொகுப்பு ஒன்று வந்திருக்கிறது. இங்கு வரும்போது, நீ வழக்கம் போலத் திட்டி வாங்கிக்கொள்.

அன்புடன்,

கல்யாணி சி.

சங்கரி

மதுரை,
13.5.92

அன்புமிக்க சங்கரிக்கு,

வணக்கம்.

அன்றைக்கு போனில் கேட்ட உன் குரல் இன்னும் என்னிடம் இருக்கிறது. சின்னஞ்சிறு குரல். உன்னுடையதா ராஜுவுடையதா என்று வித்தியாசம் தெரியாத மாதிரி. முற்றாத குருத்து வாழை இலை மாதிரி. சிறு பூ மாதிரி. இசையின் துவக்கம் மாதிரி.

இன்று காலையில் இருந்தே உன்னைத் தேடிக் கொண்டிருக்கிறது. விடியப்போகிற நேரத்தில் மழை பெய்ய ஆரம்பித்து, விடிந்த பிறகும் தூறிக் கொண்டே இருக்கிற நாளின் அழகுக்கிடையில் நீங்கள் இருவரும் இல்லாதது நன்றாகத் தெரிகிறது. நீங்கள் இருந்தால் இன்னும் நன்றாக இருக்கும்.

அம்மா போன செவ்வாய்க்கிழமை வந்தாள். எட்டு நாள் ஆகிறது. அம்மாவும் தனியாகவே தான் இருக்க வேண்டியதிருக்கிறது. அதுவும் காலை 9 முதல் மாலை 6 மணி வரை ஜெயில் மாதிரி தான் வீடு. அப்புறம் கூட என்ன. நான் புத்தகம் படித்துக் கொண்டிருப்பேன். அம்மாவுக்குப் பேச்சு வேண்டும், சத்தம் வேண்டும், கலகலப்பு வேண்டும். சில பேர் அன்பை அப்படி வெளிப்படுத்துகிறார்கள்.

தம்பி எங்கே இருக்கிறான்?

பெரியப்பா, பெரியம்மா, சுதா எல்லோர்க்கும் எங்கள் அன்புடன் –

கல்யாணி சி.

கி. ராஜநாராயணன்

௨௦௨

அன்புமிக்க மாமாவுக்கு,

வணக்கம்.

பாண்டிச்சேரியில் தமிழ் படிக்கிறவர்கள் கொடுத்து வைத்தவர்கள். எனக்கு ஆகியிருக்கிற வயதைப் பப்பாதியா ரெண்டா புட்டு, ஒரு இருபத்தொண்ணை உங்கள் பல்கலைக் கழக விலாசத்திற்கு அனுப்பி விடலாம். சுயம்புவான கல்வி நிறுவனங்களும் இந்த உலகத்தில் இருக்கிறது என்பதை நம்ப முடியவில்லை. உங்களுக்கு வாழ்த்துச் சொல்வதைவிட, விலாசம் தெரிந்தால் அந்தப் பல்கலைக்கழகத்துப் புண்ணியவான்களுக்கு ஒரு வாழ்த்து எழுதிப்போட வேண்டும்.

அது ஆகி வந்த பூமிதானே! பாரதியிலிருந்து இன்று உங்களது வரை. அத்தை புதுவையில் குடித்தனம் போடுவார்களா? அத்தை இல்லாமல் ராஜாங்கமா? எங்களுக்கெல்லர்ம் தெரியும், மாமாவின் சூச்சுமம் எங்கே இருக்கிறது என்று.

மிக்க அன்புடன்,

கல்யாணி சி.

30.5.85

அன்புமிக்க கி.ரா. மாமாவுக்கு,

வணக்கம்.

செவ்வாய்க்கிழமை தபாலில் புத்தகம் வந்த நேரத்திலிருந்து, உங்களிடம் நேரடியாக வந்து, ரெண்டு பேரையும் ஒன்றாக நிற்க வைத்து, விழுந்து கும்பிட்டு, இதை உங்களுடைய மணி விழாக்

காணிக்கையாகச் செய்ய வேண்டும் என்று ஆசை. குடும்பத்தோடு வரவேண்டும் என்றும் நெடுநாள் திட்டம். இந்த தேசத்தில் திட்டங்களுக்கா பஞ்சம்?

இதற்கிடையில் எனக்கு அம்பாசமுத்திரம் கிளைக்கு மாற்றலாகிப் பத்து ஐம்பது நாட்களாயிற்று. வீடு பார்த்து, இந்த ஞாயிற்றுக்கிழமை தான் எல்லோரையும் கூப்பிட்டுக்கொண்டு வந்தேன். வீடு வசதியாக இருக்கிறது. ஆற்றில் குளிக்கப் போகிறேனோ என்னமோ, ஆறு ரொம்ப பக்கம். தோணும்போது எல்லோரும் இங்கு வாருங்கள்.

அன்புடன்,

கல்யாணி சி.

18.4.88

அன்புமிக்க கி.ரா. மாமாவுக்கு,

வணக்கம்.

... இந்த வாத்தியார் ராமகிருஷ்ணன் சைக்கிள்ல போய்க் கிட்டிருக்கும்போது, ஆட்டோக்காரன் லேசா ஒரு தட்டு தட்டீட்டு, அவன் பாட்டிலே போய்ட்டான். கையில் மணிக்கட்டுப் பக்கம் முறிவு. பண்டாரவிளை நாயரிடம் கட்டுப்போட்டிருக்கிறார் என்று தமிழ்ச் செல்வன் எழுதியிருந்தார்.

சனிக்கிழமை மத்தியானம் போய்ப் பார்த்துப் பேசிக் கொண்டிருந்தேன். தற்செயலாக உங்க பேச்சு வந்தது. (எத்தனை ரத வீதி சுற்றினாலும், நிலையத்துக்கு வந்து தானே ஆகணும்?)

நீங்க ரெண்டாம் பாகம் மாத்திரமல்ல – மூணாம் பாகம் கூட எழுதி முடிச்சாச்சு என்று சொன்னார். என் சந்தோஷத்திற்கு அளவே இல்லை. எங்கள் பூட்டையாத் தாத்தா மூணு தாரம் கட்டி மூணாவது தாரத்துக்கு தன் அறுவது அறுவத்தைந்து வயசில் அழகு அழகாக ஆறு ஏழு பிள்ளைகள் பெத்தார். எழுத்தைப் பொறுத்த வரை, ஒரு தொகுப்பு, ரெண்டு தொகுப்பு என்று போட்ட கையோடு தடுமாறிப்போய் நிற்கிற எங்களைப் போல் ஒத்த ஆட்களுக்கு மத்தியில், களை கட்டின கச்சேரியாக நீங்கள் அப்படியே பொழிந்து கொண்டிருக்கிறீர்கள். அதெல்லாம் ஒரு அம்சம். கொடுத்து வைக்க வேண்டும் அதற்கு.

முன்னை மாதிரி 'காஷியர்' வேலையாக இருந்தால், அப்படியே கையோடு புறப்பட்டு வந்து இருப்பேன். நீங்களும் நோக்கம் தெரிந்து, படிச்சுப்பாரு என்று ரொம்ப பெருந்தன்மையாகக் கொடுப்பீர்கள். இப்போது எங்கே வர? மேலே ஒரு கண்ணி கீழே ஒரு கண்ணி என்று கொருத்துக் கட்டியிருக்கிறது. லேசில் அவிழ்க்க முடியாது.

ஜூ.வி. கரிசல் காட்டுக் கடுதாசியைப் புஸ்தகமாகப் போடும்போது, இந்த ஆதிமூலம், மருது படம் எல்லாவற்றையும் அப்படி அப்படியே போடட முடியுமா என்று பாருங்கள்.

அத்தைக்கு எங்கள் அன்பைச் சொல்லுங்கள்.

அன்புடன்,

கல்யாணி சி.

மதுரை 16,
27.10.94

அன்புமிக்க கி.ரா. மாமாவுக்கு,

வணக்கம்.

இந்தக் காயிதத்தில் எழுதியிருக்கிறதுதான் நீங்க தற்சமயம் இருக்கிற வீட்டு விலாசமா? இல்லை இதை விட்டும் நீங்கள் மாறிவிட்டீர்களா என்று தெரியவில்லை. ஏழு கடல் ஏழு மலை தாண்டினாலும் எப்படியும் வந்து சேர்ந்துவிடும் என்று நம்பிக்கை இருக்கிறது.

இன்றைக்கு சாயங்காலம் தான் "இந்தியா டுடே" கிடைத்தது. உங்கள் பெயரைப் பார்த்ததும் தீபாவளி இன்றைக்கே வந்துவிட்ட மாதிரி ஆகி விட்டது. உங்கள் சிறுகதையைப் படித்து ரொம்ப நாள் இருக்குமே. ஆனால் இப்படி ஒரு கதையைப் படிக்கிறதற்காக எவ்வளவு காலம் என்றாலும் காத்துக்கிடக்கலாம்.

உங்களுடைய "கருவேப்பிலை" கதையை, "பப்புத் தாத்தா" வெளிவந்த தாமரையில் படிக்கும் போது சென்னையில் வேலை கிடைக்காமல் இருந்தேன். இன்றைக்கு மறுபடியும் நிம்மாண்டு நாயக்கரையும் பேரக்காளையும் படித்தபிறகு கண் கலங்கிப் போயிருக்கிறேன்.

இனிமேல் எப்போது ராமேஸவரம் போனாலும் சாமி கும்பிட முடியாது.

மறுபடியும் தொடுத்து இதே மாதிரியாக நிறையக் கதை எழுத வேண்டும். உங்களுடைய பத்துக் கதையைப் படித்த பிறகாவது, ஒரு கதை எழுத முடியுமா என்று பார்க்க வேண்டும்.

இங்கே வள்ளி, சங்கரி, ராஜு, நான் நலம். கணவதி அத்தைக்கும் உங்களுக்கும் எங்களது வணக்கமும் அன்பும்.

கல்யாணி சி.

26.4.92

அன்புமிக்க மாமாவுக்கு,

வணக்கம்.

என்ன கூத்து என்று தெரியவில்லை. 13–ம் தேதி எழுதிக் கையெழுத்துப் போட்ட உங்கள் காகிதம் எனக்கு 25–ம் தேதிதான் கிடைத்தது. ஏற்கனவே சனிக்கிழமை மதியம் வள்ளி ஊருக்குப் போய் மூன்று நாட்கள் ஆகிறது. நீங்கள் வேறு இல்லத்தரசி பற்றி எழுதி விட்டீர்கள். உடனே பையைத் தூக்கிக் கொண்டு உடனே ஊருக்குக் கிளம்பி விடலாம் என்று தோன்றிவிட்டது. ‘ஆமாம் அவள் கிடைத்தது பாக்கியம் தான்’ என்று ஆரம்பித்து என்னென்னவோ எழுத வேண்டும் என்று தோன்றிற்று. உடனே எழுதியிருந்தால் வெட்கம், கூச்சம் இல்லாமல் அவளைப் பற்றிய ஒரு அருமையான கடிதம் வந்திருக்கும். என்னைப் போல அவ்வளவு கெட்டிக்காரத்தனமும், சூட்டிக்கமும் இல்லாத ஆண் பிள்ளைகளுக்கு, இவளைப் போல ஒரு அருமையான மனுஷி வாய்த்து எல்லாவற்றையும் கொண்டு செலுத்திக் கரை சேர்த்துவிடுவது நிறைய இடங்களில் உள்ளதுதான். கணவதி அத்தை என்ன, நானே அவளை வைத்து நிறைய வியக்கிறது உண்டு. இவ்வளவு அருமையான உசிரை நாம் சரியாக வைத்துக்கொண்டு வருகிறோமா என்று கூட அவ்வப்போது தோன்றும். என்னால் முடிந்தவரை செய்கிறேன் என்றாலும் உள்ளங்கையில் ஏந்தி உச்சந்தலையில் வைத்துக் கொண்டாட வேண்டிய அம்சம்தான் அது.

நீங்களும், அத்தையும் வருகிற ஒவ்வொரு முறையும் விளக்கு ஏத்தி வைத்தது மாதிரி ஒரு வெளிச்சமும் சந்தோஷமும் எங்களுக்குக் கிடைக்கும். நீங்கள் போன பிறகு கூட அந்தத் தடத்திலேயே கொஞ்ச நாள் நாங்கள் நடந்து கொண்டிருப்போம். இந்த முறையும் அப்படித்தான். அகத்தின் அழகு முகத்தில். வயது ஆக ஆக, நீங்கள் சிலை மாதிரி ஆகிக் கொண்டு வருகிற மாதிரிப்படுகிறது. நிறைந்த மனதுடன் கூடிய உங்களுடைய ஆசீர்வாதம் எங்களை மென்மேலும் நல்லபடியாக வைக்கட்டும்.

சென்னா தேவியைக் கூடிய சீக்கிரம் போய்ப் பார்க்கிறோம், தோசைப்பொடி காணிக்கையுடன்.

எல்லோர்க்கும் அன்புடன் –

கல்யாணி சி.

ரமேஷ்

ೞ௵

மதுரை,
5.11.91.

அன்புமிக்க ரமேஷ்,

வணக்கம்.

நான் உங்களுக்கு ஏற்கனவே பதில் எழுதிவிட்டேனா? எழுதியது போலவும், இல்லாதது போலவும் இருக்கிறது. யாருக்கு எழுதினேன் என்பதும் என்ன எழுதினேன் என்பதும் ஞாபகம் இருப்பதில்லை தற்போது. வாழ்தல் இருத்தலாகி விடும்போது இதுபோன்று ஆகும். மறுபடியும் ஒன்றுக்கொன்று இடம் மாறிச் சமன் செய்து கொள்ளும். அதனதனை அதுவே கவனித்துக் கொள்ளும்.

உங்களுடைய வாடாமல்லிக் கலர் எழுத்துக்கள் எனக்குப் பிடிக்கும். அது ரீபில்லா அல்லது மையா? எனக்கு ஒருமுறை கார்த்திகா ராஜ்குமார் இப்படி ஒரு பால்பென் தந்தார். ரொம்பப் பிரியமாக அதை வைத்து எழுதிக் கொண்டு இருந்தேன். மறுபடி அவருக்கு எழுதி, அதே நிற ரீபில்கள் வாங்கியதாகக் கூட ஞாபகம்.

எழுதாவிட்டால் பரவாயில்லை. வரையுங்கள். வரையாவிட்டால் பரவாயில்லை, படியுங்கள். படிக்காவிட்டால் பரவாயில்லை, பழகுங்கள். ஏதோ ஒருவகையில் மனதின் கதியில் இயங்கிக் கொண்டிருங்கள். அதுவே போதுமானது.

ஜெகன் முகவரி தாருங்கள். அவருடன் சமீபத்தில் தொடர்பே இல்லை. உடல் நலம் கேட்டு அவருக்கு இரண்டுவரி எழுதிப்போட வேண்டும்.

சின்னுவை 50 பிரதிகள் விற்றது உலக சாதனை. எந்தச் சிறு சலனமும் இன்றி என் கடைசி இரண்டு புத்தகங்களும் எரிகற்கள் போலத் தரையிறங்கி விட்டன. இதில் உங்கள் பங்கு ஆச்சரியமான பளீர்.

எல்லோர்க்கும் அன்புடன் –

கல்யாணி சி.

புதுக்கிராமம்,
5.12.90

அன்புமிக்க ரமேஷ்,

வணக்கம்.

பூனைக்குட்டியாக என் கடிதம் என்ன, நானே இருக்கச் சம்மதம். பூனைக்குட்டியால் யாருக்கும் துன்பமில்லை. சுண்டெலிகளுக்குக் கூட. எங்கள் அலுவலகத்தில் 2 பூனைக்குட்டிகளை வளர்த்தோம். ஒன்று ஒரு மாதத்தில் இறந்துவிட்டது. இறந்த பூனைக்குட்டி ஒன்று குப்பைத் தொட்டியில் கிடந்ததன் ஞாபகம் இன்னும் ஆயிரம் வரும். ஆனாலும் எனக்குள் இன்று தான் போல நெகிழ்த்தும். மற்றொன்றின் வளர்ந்த தொல்லை தாங்காமல் கடற்கரையில் கொண்டு போய் விட்டோம். மூன்று நாட்களுக்குப் பின் வந்துவிட்டது. மீண்டும் அதனுடைய கழிவுகளின் நாற்றம், அது குதறிப்போடுகிற பல்லிகளின் எச்சங்கள் எல்லாம் தாங்க முடியாமல், இன்னும் வெகுதூரம் தள்ளி, அதற்குப் பிரியமான மீன்பிடி துறைமுகம் பக்கம் விட்டுவிட்டோம். இன்னும் வரவில்லை. மணிக்கணக்காகி விட்டது. நான் தினமும் ஃபிஷ்ஷிங் ஹார்பரைத் தாண்டும்போது குறுக்கில் ஒரு பூனை வரக் காத்திருக்கிறேன்.

கல்யாணி சி.

198, நியூ காலனி, 628 003.
2.7.90

அன்புமிக்க ரமேஷ்,

வணக்கம்.

சுந்தர ராமசாமி புகைப்படங்கள் அருமையாக இருக்கின்றன. அவருக்கும் அனுப்பியிருப்பீர்கள் என்று நினைக்கிறேன். நீங்கள் தந்த சித்திரத்தை வீட்டில் மாட்டியிருக்கிறோம். முகத்தினைக் கடைசியாக வரைந்திருப்பீர்கள் போல. லேசாக ஒரு அவசரம் தெரிகிறது. அதில் நேரில் கூறியதுபோல தைல வண்ணங்களை முயற்சி செய்யுங்கள். உங்கள் விரல்களுடன் ஒத்திணைந்து பரிமளிக்கும் ஊடகமாகத் தைல வண்ணம் இருக்கும் என்று படுகிறது. சிறுகதைகள் எழுதுங்கள். இயந்திரமாவதற்கு முன் உள்ள அனுபவங்களை எழுத ஆயுள் போதாது. நீங்கள் சென்னை வந்து சேர்வதற்கு முன்பு வரை உள்ளதையே பல நாவல்களாக எழுதலாம் என்பதற்கு உங்கள் ஊர் பற்றிய டயரிக் குறிப்பு அத்தாட்சி.

சிறுகதையின் ஜெராக்ஸ்களை ஓய்வு கிடைக்கும்போது அனுப்புங்கள்.

எல்லோர்க்கும் அன்புடன்

கல்யாணி சி.

628 003.
11.03.90

அன்புமிக்க ரமேஷ்,

வணக்கம்.

உங்களின் 17.12.89 வருகைக்கும் 8.1.90 கடிதத்திற்கும் மகிழ்ச்சி. (அதென்ன நத்தை நகர்வது போல ஒரு படம். அதுதான் கையெழுத்தா – வீணை பாலச்சந்தர் மாதிரியா?)

உங்களின் வயது அற்புதமானது. சாமி வந்தது மாதிரி ஒரு வேகம் அனைத்திலும் இருக்கும். கவிதை, சங்கீதம், ஓவியம் எனப் பல முனைகளில் இருந்து வழிகிற வெளிச்சத்தில், உங்களின் வாழ்க்கை உங்களுக்குள் நட்டு வைத்த ரசனை மொட்டு விடும். ஜுரம் போல இருக்கும். சந்தோஷமாகவும் இருக்கும். எதுவும் பிடிபடாது. ஆனால் எல்லாம் பிடிபட்டுவிடும் என்று தோன்றும்.

அது அப்படியே இருக்க அனுமதியுங்கள். கேள்விகள் தடுக்கி விடாத இயல்பான நடையில் ஒருபக்கம் அது சென்று கொண்டே இருக்கட்டும்.

இதற்கிடையில் நீங்கள் செய்ய வேண்டியது எல்லாம் நிறையப் படிப்பது, பார்ப்பது, உணர்வது, வாழ்வதுதான். ஏற்கனவே மத்துக்கடைசலால் திரண்டு கொண்டிருக்கும் ஒவ்வொன்றையும் நீங்கள் சந்திக்கிற மனிதர்கள் உருட்டித் தருவார்கள். எல்லோரிடமிருந்தும் பெறுவதற்கு நிறைய இருக்கிறது. புழுதிபடிந்த டவுன்பஸ் முதுகில் உங்கள் பெயர் எழுதுவதற்கு இடமிருக்கிறது. பாறைகளில் யாரோ விட்டுவிட்டுப் போன பீடி லேபிளும் பத்துக்காசும் இருக்கின்றன. அசையும் கம்பார்ட்மெண்ட்டில் வாடல் பூ இருக்கிறது. உடல் ஊனமுற்றவர்களின் ஓட்டப்பந்தயங்கள் காட்டி இம்சிக்க டி.வி. இருக்கிறது. மிக உள்ளடங்கி, மிகத் தொலைவில், மிக அடர்த்தியுடன் பூக்களும் மரங்களும் எங்கெங்கோ இருக்கின்றன. உடனடி வாழ்வில் எங்கெங்கும் மனிதர்கள் இருக்கிறார்கள்.

இவை போதும். வாழ்க்கைக்கு எது எல்லாம் தேவையோ அல்லது போதுமோ அது கலைகளுக்கும் பொருந்தும். ஒன்றின் ஜீவன் மற்றொன்றிலிருக்கிறது. எதுவும் வேறு வேறில்லை.

எல்லாம் புரியும் தினம் வரும்.

எல்லாம் தானாகப் புரியவும் செய்யும்.

அந்த நேரம் முன் – பின் எனினும் அருமையானதாக இருக்கும்.

வாழ்த்துக்களுடன்–

கல்யாணி சி.

மதுரை,
15.12.93

அன்புமிக்க ரமேஷ்,

வணக்கம்.

முந்தைய கடிதத்திற்கு நான் பதில் எழுதவில்லையோ! மேஜையில் கிடக்கிற எழுதாத – எழுதிய கடிதங்களின் மத்தியில் உங்களின் கடிதம் இல்லையே. எனில் எழுதிவிட்டதாக அல்லவா அர்த்தம்!

இது நண்பர்கள் பெருகவேண்டிய வயது. அறுகுவது எப்படி? ஏன் நீங்களும் அமெரிக்கா போகக் கூடாது?

நாடகவிழா போகவில்லை. எனக்கு ஷிப்ட் வேலை இல்லா விட்டாலும், லீவ் தருகிற மேலாளர் இருந்தும். நீங்கள் நடிப்பீர்களா. நீங்கள் நடிகன் அல்லாத பட்சத்தில் வேண்டாம் அந்த முகமணியும் விளையாட்டு. மேடையில் நிகழ்த்துவதற்காக என மேடைக்கு வெளியே சதா பயின்று கொண்டிருப்பதிலும் எனக்கு ஒப்புதல் இல்லை.

வாழ்த்துக்கள். மீண்டும் நல் வாழ்த்துக்கள். உங்களுடைய ஓவியங்களைக் காட்சிப்படுத்துவதற்குப் பேனாவையும், மையையும் தாண்டி, திரைச்சீலைக்கும் வண்ணத்திற்கும் செல்லுங்கள். மொட்டை மாடியில் படுத்துக்கொண்டு பார்க்கிற நட்சத்திரங்கள் போல வான வளைவுடன் எல்லையற்று நம்மேல் அப்பிக் கொள்பவை சீலையும் வண்ணங்களும். சமீபத்தில் ஓவியக் கித்தான்கள் என் கனவில் வந்தன. கனவின் படுதாவில் எழுதப்பட்ட ஓவியங்கள், ஊமத்தம்பூ நிறத்தில், வெள்ளையும் நீல விளிம்புமாக இருந்தன.

ஓவியங்களைப் பற்றி வாசிப்பதற்கு முன் நான் காண வேண்டியது ஓவியங்களை.

எல்லோர்க்கும் அன்புடன் –

கல்யாணி சி.

கந்தர்வன்

ஐஐ

தூத்துக்குடி,
8.10.91

அன்புமிக்க கந்தர்வன்,

வணக்கம்.

எனக்கு எதிர்த்தாற்போல உன்னதமான மனிதர்கள் தட்டுப்பட்டுக் கொண்டேதான் இருக்கிறார்கள். உதவி செய்துகொண்டேதான் இருக்கிறார்கள். என்னால்தான் எதையும் திருப்பித்தர முடிய வில்லை.

நீங்களும் கார்க்கியும் எனக்கு அப்படித்தான். கார்க்கியையும் உங்களையும் மிஞ்சிப் போனால் இரண்டு தடவை பார்த்திருப்பேன். கார்க்கிக்கு நாலு கடிதங்கள் என்றால், உங்களுக்குப் பத்துக் கடிதங்கள் போட்டிருப்பேன். ஆனால் கடிதங்களா உங்களையும் என்னையும் தீர்மானிக்கின்றன! எப்படியோ சிலருக்குச் சிலர் மனதில் பதிந்து போகிறார்கள்.

அப்படியில்லாவிட்டால், என்னுடைய சுகவீனம், உங்களை எப்படிச் சுகவீனப்படுத்தும்? உங்களுடைய துணைவியாரை எப்படி ‘தூத்துக்குடி போய் வாருங்கள்’ என்று பதைக்க வைக்கும்?

இப்போது உடம்பு பரவாயில்லையா? ரத்தக்கொதிப்பு அடங்கித் தன் ஓட்டத்திற்கு வந்துவிட்டதா? கவனித்துக் கொள்ளுங்கள். என்னைவிடப் பெரிய வட்டங்களிலும் பெரிய சக்கரங்களிலும் இணைத்துக்கொண்டு நிற்கிற மனிதர்கள் நீங்கள்.

தூத்துக்குடிக்கு வருகிறபோது வரலாம். இப்போது அவசரம் ஒன்றுமில்லை. ஒரு மின்னலைப்போல ஆறு ஏழு நாட்கள் வெட்டிவிட்டு விலகிவிட்டது வலி. வலி எந்த பலவீனத்தால் வந்தது என மருத்துவ விஞ்ஞானம் யோசித்துச் சொல்லட்டும். ஆனால் நான் உடனடியாக இந்த வலியினால், என் மனிதபலத்தை உணர முடிந்தது. என் மனைவியும் நானும் திரட்டியிருக்கிற அற்புதமான மனித உறவுகளை உணர முடிந்தது. எழுத்தோ இலக்கியமோ கூட அன்றி அன்றாடத்தில் நாம் கொண்ட பரிவும் உண்மையும் எத்தனை பேரைச் சென்றடைந்திருக்கிறது என்பதைத் தெரிந்து கொள்ள முடிகிறது. மனிதர்கள் நம் கையைப் பற்றுகிற நேரம் எவ்வளவு உன்னதமானது! அவர்களின் கண்களில் திரள்கிறதும் கசிகிறதும் எவ்வளவு ஒப்பற்றது.

வலிக்கு நன்றி. நான் வலியறிந்தவனானேன்.

கி.ரா.வின் 'கன்னிமை' தொகுப்பை விடவா என் தொகுப்பு உயர்ந்தது? மதுரை பி.கே. புக்ஸ் ஒரு கன்யாகுமரி தேவஸ்தான வெளியீடு மாதிரி அதை வெளியிட்டதை விடவா, என் புத்தகத்தை மீரா பதிப்பகம் வெளியிட்டு விட முடியும். நல்ல விவசாயியின் பயிர் மோசமாகத் 'தீஞ்சு' போவதற்கு எவ்வளவோ முன்னுதாரணங்கள் உண்டு. நான் செய்ய வேண்டியது மீண்டும் உழுவதுதான்.

17ம் தேதி காலை திருவனந்தபுரம் புறப்படுவோம். 18-ம் தேதி மறுபடியும் சித்திரைத் திருநாள். ஆஸ்பத்திரியில் முதுகுத் தண்டில் ஒரு டெஸ்ட். ஓரளவு உடம்பு தேறிவிட்டதாக உணர்கிற இந்த நிலைமையில் அது அவசியமில்லை என்று சொல்லிவிட்டால் நல்லது. புத்தகம் தயாராகிற சமயம், தூத்துக்குடி விலாசத்திற்கே அனுப்புங்கள். சங்கரி, ராஜுவுக்குத் துணையாக அப்பா, அம்மா இங்கேதான் இருப்பார்கள். என் தொகுப்பு அப்பா கையில் முதலில் கிடைப்பது சந்தோஷமானது தானே.

குடும்பத்தினர், மற்றும் எல்லோர்க்கும் அன்புடன் –

கல்யாணி சி.

அம்பாசமுத்திரம்,
16.2.89

அன்புமிக்க கந்தர்வன்,

வணக்கம்.

உங்களுடைய கடிதம் வருகிறவரை ஒவ்வொரு பொழுதிலும் மிக நெருக்கமாகவும் இடைவெளியற்றுமே உணர்ந்திருக்கிறேன். மேலும் உங்கள் கடிதத்தில் எனக்கு வருத்தமூட்டுகிற எதுவும் இல்லை. உங்களால் யாருக்கும் வருத்தமூட்ட முடியாது என்பது எவ்வளவு நிஜமோ, அவ்வளவு நிஜம் நான் வருத்தம் எதற்கும் அடைவதில்லை என்பதும். இப்படி கமா முற்றுப்புள்ளி எல்லாம் தடுக்கி விழத் தட்டக் கூடுமெனில், அப்படி நானும் விழுந்தேன் ஆகில், இந்த வாழ்வின் மிக உன்னதமான அத்தியாயங்களில் ஒரு வரிக்கோ, ஒரு வார்த்தைக்கோ கூட நான் அருகதையற்றவன் ஆவேன். மாறாக, ஒரு மனிதனால் இன்னொரு சக மனிதனுக்கு இந்த வாழ்வின் லௌகிக நெரிசலும் அமுக்கமும் காரணமாக ஏற்படுகிற எத்தனையோ சிராய்ப்புக்களையும் காயங்களையும், அவை மிகச் சிறு அளவே எனினும் ரொம்பச் சுலபமாகப் புரிந்து கொண்டு, அப்படிக் காயப்படுத்திய என் சகாக்களிடம் முன்னிலும் அதிகமாகவே இணைந்துவிட முயல்கிறேன். வாழ்க்கை என்பது எனக்கு மனிதர்கள்தான். எனக்கு இடது, வலது, முன், பின் என்றிருந்து, தங்கள் தங்கள் தோழமையாலும், ஒரு பின்னமான நேரத்தாலும் சூழலாலும் விரோதத்தாலும் எனக்கு இன்று நான் அறிந்திருக்கிற கொஞ்சத்தைக் கற்றுக் கொடுத்தவர்கள் அவர்களே. என் கடைசி நிமிடம் வரை கற்றுக் கொள்கிற, விட்டுக்கொடுக்கிற ஒரு எளிய திறந்த மனத்தைக் காப்பாற்றிச் செல்ல முடியுமெனில் அதுவே நானடைய விரும்பும் சம்பத்தாக இருக்கும். நான் கவிதையும் கதையும் எழுதத் தெரியாதவனாக, கோடாரங்குளத்தில் ஆடு மேய்த்துத் திரிகிற சோனையக் கோனாராக இருந்திருந்தால்கூட இப்படி இருப்பதே எனக்குச் சாத்தியமாக இருந்திருக்கும். மற்று எந்தக் கிடையையும் விட என்னுடையது பல்கிப் பெருகி சந்தோஷமாக மேய்ந்து திரிந்து, ஒரு உச்சி வெயிலின் தகிப்பில் என் குரல் காணாது கூட்டம் கூட்டமாக மறுகி மே, மே என்று குரல் கொடுத்து, மிகப்பெரிய ஆலமரத்தின் கீழ் செவ்வாய்க்கிழமை கொடைக்குப் பொங்கலிட்ட இடத்தின் கரியும் கதகதப்பும் வரிசையாகக் கிடக்க, பெரும் பாறையின் நிழலில், விழுதுகளின் தாழ்ந்த சிற்றசைவில், சுடலை மாடசாமி பீடத்துக்கு எதிரே கால் நீட்டிக்கொண்டு மல்லாந்து, அந்தப் பெரு மரத்தில் கிளைமாறுகிற ஒரு அற்புதப்

பட்சியைப் பார்ப்பது போல் மூச்சடங்கிக் கிடப்பேனே, அங்கு வந்து முகர்ந்து முகர்ந்து பார்க்கும்.

பாசஞ்சர் வண்டியையும் என்ஜின் டிரைவரையும் சாவி மாற்றுகிற ஃபயர்மேனையும், செம்மண் சரிவில் வரிசையிட்டு இருக்கிற வேப்ப மரங்களையும், உலகத்திலேயே கூடுதல் அழகுடன் பிறந்துவிட்ட வயோதிகக் குறவர்கள், வாலைக் குறத்திகளையும், சிமெண்ட் பெஞ்சில் படுத்திருக்கிற சினை வெள்ளாட்டையும், தூரத்து மலைகளையும் பார்க்கவே நேரமில்லாதபோது, அந்த ஸ்டேஷன் மாஸ்டரிடம் இருக்கிற புகார் புத்தகத்தைப் பற்றி நினைக்க ஏது நேரம்?

எது குறித்தும் யார் குறித்தும் வருத்தமில்லை. இதோ நான் அனுப்பி, அதுவும் ரிஜஸ்தர் தபாலில் அனுப்பி பத்து நாட்கள் ஆகியும் கூட உங்களுக்குக் கதைகள் கிடைக்காத நிலைமையிலும் கூட வருத்தமில்லை. என் தொகுப்பைவிட அர்த்தம் செறிந்த வேறொருவரின் தொகுப்பு வெளிவருவதற்கான இடத்தை அது உண்டாக்கியிருக்கிறது. என்னாயிற்று என்று தபால் ஆபீஸில் மெனக்கிட ஒன்றுமில்லை. யாராவது ஒருத்தர் கையில் கிடைத்து அவரும் அதைப் படிப்பார் எனில் அதுவே போதுமானது.

எல்லோர்க்கும் அன்புடன் –

கல்யாணி சி.

அம்பாசமுத்திரம்,
22.2.89

அன்புமிக்க கந்தர்வன்,

வணக்கம்.

உங்களுடைய கடிதம் – 16ம் தேதி இட்டதை இன்றுதான் படிக்க முடிந்தது. அதே சமயத்தில் தமிழ்ச் செல்வனுக்கு நீங்கள் எழுதிய கடிதம் படிக்கக் கொடுத்து வைத்தது. ரொம்ப நேரத்துக்கு அந்தக் கடிதம்தான். இந்த ராத்திரியில்கூடத் திரும்பத் திரும்ப ஞாபகம் வருகிறது. உங்களை மாதிரி வாழ்வுக்கும் அனுபவத்துக்கும் மத்தியில் நான் என் தொகுப்பைப போடுங்கள் என்று நிற்பது வேடிக்கையான அபத்தமாக இருக்கிறது. அன்பின் காரணமாக நீங்கள் அதையும் இழுத்து மடியில் போட்டுக் கொண்டீர்கள். இருக்கட்டும்.

தொகுப்பு பதட்டமே இல்லாமல் வரலாம். தொகுப்புக்குத் தலைப்பை கூட நீங்களே வைத்துவிடலாம். அந்தக் கதைகளை எல்லாம் ஒருதடவை எப்படியும் நீங்கள் வாசிப்பீர்கள் அல்லவா? அப்படி வாசிக்கும்போது உங்களுக்குத் தோன்றுகிறதைத் தலைப்பாக வைத்துவிடுங்கள். அதைத் தமிழ்ச் செல்வனுக்கு எழுதினால் அவர் அதுக்குப் பொருத்தமாக திரு. இசக்கி மூலமாகவோ, மாரிஸ் மூலமாகவோ ஒரு அட்டைப்படம் ஏற்பாடு பண்ணுவார். எல்லாம் சரியாக இருக்கும்.

உங்களுடைய துணைவியாருக்கும் சற்று நெருக்கமான நேரம் ஒதுக்குங்கள். ஸ்தாபனமோ, இலக்கியமோ அந்தப் பெண்களை அவர்களுடைய இடத்திலேயே விட்டுவிட்டு நீ மட்டும் எங்களுடைய காரியம் பார் என்று சொல்லவில்லை. நமக்கு வாய்த்திருப்பதெல்லாம் அருமையான மனுஷிகள். பூமி உருண்டையைப் புரட்டி விடுகிற நெம்புகோல்களுக்கு அடியில் அவர்கள்தான் செங்காமட்டை மாதிரி நசுங்கிக்கொண்டு கிடக்கிறார்கள். என்னையும் உங்களையும் அப்படியெல்லாம் மிக அனுசரணையாயும் பத்திரமுமாக வைத்திருக்கிற பெண்களுக்கு நாம் அப்படியொன்றும் அதிகம் செய்துவிடவில்லை.

என்னுடைய 5–வது தொகுப்பு மனப்பூர்வமாக என் மனைவிக்குத் தான்.

எல்லோர்க்கும் அன்புடன் –

கல்யாணி சி.

அம்பாசமுத்திரம்,
15.4.89

அன்புமிக்க கந்தர்வன்,

வணக்கம்.

எனக்காக எவ்வளவோ பிரயாசைப்படுகிறீர்கள். நீங்களும் தமிழ்ச்செல்வனும். இந்த ஆளை எப்படியாவது தூக்கி நிறுத்தி இன்னும் கொஞ்சதூரம் நடக்க வைத்துவிடலாம் என்று பார்க்கிறீர்கள். இங்கே காலும் கையுமாக ஒரேயடியாக மரத்துப்போய்க் கிடக்கிறது. மனசும் புலனும்தான் காலும் கையும்.

தூத்துக்குடி ஹார்பருக்கு மாற்றல். வருகிறவரிடம் பொறுப்புக் கொடுத்து, அங்கு போய் பொறுப்பு வாங்கி, வீடு பார்த்து, ஸ்கூல் பார்த்து, பக்கத்து ஆட்கள் பழகி, வேலை பழகி, கடலும் அலையும் காற்றும் உணர செப்டம்பராவது ஆகிவிடும்.

இதற்கிடையில் வேறு ஒன்றும் செய்கிற மனநிலை வாய்க்காது. விடுமுறைக்கும் விழாக்களுக்கும் புதிய (அக்கவுண்டன்ட்) வேலையில் வழியே இல்லை.

எல்லோர்க்கும் அன்புடன் –

கல்யாணி சி.

திருநெல்வேலி,
6.5.89

அன்புமிக்க கந்தர்வன்,

வணக்கம்.

உங்களின், நெரிசல் மிகுந்த அட்டவணைக்கு மத்தியில் ஜீவனுண்டாக்கி விடுகிற கடிதமும் என் சிறுகதைகள் பற்றிய கட்டுரையும் கிடைத்தன. நான் முன்பே உணர்வதுபோல, என் சிறுகதைகளோ, கவிதைகளோ எந்தக் காரியத்தையும் செய்து விடவில்லை. நீங்கள் அன்பின் காரணமாகக் குறிப்பிட்டிருக்கிறது போல பயில்கிற அளவுக்கு அவற்றில் ஒன்றுமில்லை. இந்த வாழ்க்கை இதற்கு எல்லாம் என்னை அனுமதித்தது. இப்படி இருக்கவும் இப்படிப் பார்க்கவும் கட்டுப்படியாகும் படியாக என் வாழ்க்கை கடந்த சில வருடங்கள் வரை – குறிப்பாக நான் ப்ரமோட் ஆகிறவரை இருந்தது. என் எழுத்துக்களை விடவும் நான் என் சக மனிதர்களின் மீது சரியான அக்கறையுடன் இருக்கிறேன். ஒரு அதிகாரியாக வெற்றிபெற முடியாத சூழ்நிலையை இந்தக் குணநலன்களே அளிக்கிறது எனினும் மேலும் அப்படியே இருக்க நான் முயல்கிறேன்.

யாரையும் பயன்படுத்திக் கொள்ள எனக்குத் தெரியவில்லை. மனிதன் பயன்படுத்திக் கொள்ளப்படுவதற்கு உண்டானவனாக எனக்குப் படவில்லை. அவனுடைய இடம் உங்களுடைய இடத்தின் மேல் எல்லாம் ரெடிமேட் சட்டையின் விலைச் சீட்டைத் தொங்கவிடச் சம்மதமில்லை. அதிகபட்சம் இந்த வாழ்க்கைக்கும் மனிதனுக்கும் உண்மையாக இருப்பதையே முயல்கிறேன். சிகரங்களை அடைகிற உந்துதல்கள் இல்லை. ஆனாலும் போய்க் கொண்டிருக்கத் தோன்றுகிறது. தனியாக அல்ல, மிகவும் நட்புணர்வும் அடிப்படைப் புரிதலும் உள்ள மனிதர்களுடன். யாரும் 'தோற்றுவிடக் கூடாது' என்று மட்டும் படுகிறது. விட்டுக்கொடுத்துக் கொண்டே செல்கிற உறவுநிலையில் எந்த இழப்பும் இல்லை எனத் தோன்றுகிறது. குடும்பத்திலும் அலுவலகத்திலும் என்னைக் காயப்படுத்த,

சிறுமைப்படுத்த முனைந்த மனிதர்களை இன்னும் நெருங்கியிருக்க என்னால் முடிகிறது. என் எழுத்து என்ன செய்திருக்கிறது எனக்கும் – மற்றவர்களுக்கும் என நான் யோசித்தது சமீபப் பதினைந்து ஆண்டுகளில் பூரணமாக இல்லை.

இவ்வளவு எழுதிவிட்டு, இதையெல்லாம் ஏன் எழுத வேண்டும் என்று படுகிறது. போதும்.

எல்லோர்க்கும் அன்புடன் –

கல்யாணி சி.

நாஞ்சில் நாடன்

நிலக்கோட்டை

அன்புமிக்க நாஞ்சில் நாடன்,

வணக்கம்.

புத்தகம் அனுப்பி வைத்துவிட்டு, ஒரு துண்டுக் கடிதத்தையும் எழுதி வைத்துவிட்டீர்கள். சந்தோஷப்படவும் முடியவில்லை. வருத்தப்படவும் முடியவில்லை. புத்தகத்தைக் கூடுமானவரை வாங்குவதை வேலைக்குப் போன நாளிலிருந்தே நான் முயன்று வருகிறேன். இந்தப் பழக்கம் அவசியமானது என்பது மேலும் உறுதியாக, என் முதல் சிறுகதைத் தொகுப்பு காரணமாயிற்று. இதைவிடவும் இன்னொரு வேடிக்கையான காரணம், நானே ஒரு புத்தகத்தை வாங்கினால் படிக்கிறதில் ஒரு சுதந்திரம் இருக்கும். புது இடத்தில் படுத்தால் தூக்கம் வராமல் புரண்டுகொண்டே இருக்கிற மாதிரி அவஸ்தை இருக்காது. முதல் புத்தகம் தவிர மற்றதை நான் பெரும்பாலும் சிநேகிதர்களுக்கும், என்னிடம் அன்புடனிருக்கிற ஓரிரு உறவினர்களுக்குமே அனுப்பி இருக்கிறேன். இது நல்லதா கெட்டதா தெரியவில்லை.

உங்களுடைய புத்தகங்கள் நாலுமே உள்ளும் வெளியும் சீரான அழகுடன் அமைந்துவிட்டது ஒரு சந்தோஷமான காரியம். மேலே அடர்ந்து கீழே இளகிக் கொண்டு வருகிற இந்த ஆரஞ்சு நிறம் எடுப்பாக இருக்கிறது.

நீங்கள் குறிப்பிட்டிருக்கிறதுபோல 'ஜே ஜே'யும் 'அவன் ஆனதுவும் கடைசியாய்த் தமிழுக்குக் கிடைத்த அருமையான சேர்மானங்கள் தான். நகுலனின் 'கோட்ஸ்டாண்ட்' கவிதைகளையும் வாசித்தேன். உள்ளே பிரவேசிக்க எனக்கு முடியவில்லை. சுந்தரராமசாமி பாஷையைக் கொண்டு, நகுலனின் பாஷையின் பக்கத்தில் வைத்துக்கொண்டு பார்த்தால், ஜே ஜே எந்தச் சிரமமும் தராத ஒரு தெளிவைக் கொண்டு இருப்பதுபோல, 'கோட்ஸ்டாண்ட்' கவிதைகளில்லையென்பதே என் அனுபவம். 'ஜே ஜே'யின் கருத்துலகில் சஞ்சரிக்க முடிகிற அளவுக்கு எனக்குப் பின்னதில் முடியவில்லை. என்னுடைய தனிப்பட்ட ஏலாமையே காரணமாக இருக்கும்.

எல்லோர்க்கும் அன்புடன் –

கல்யாணி சி.

மதுரை,
29.12.94

அன்புமிக்க நாஞ்சில் நாடன்,

வணக்கம்.

இனிய 95–

உங்களுடைய 'பேய்க்கொட்டு' தொகுப்பு எனக்கு நீங்கள் அளித்த புத்தாண்டுப் பரிசு என்று நினைத்துக் கொள்கிறேன்.

வழக்கமாக ஒரு புஸ்தகத்தைப் படித்த கையோடுதான் எழுதுவேன், கிடைத்த கையோடு படித்துவிட்டு, உங்களுடைய 'சதுரங்கக் குதிரை' கிடைத்ததா – கிடைக்கவில்லையா என்ற கேள்வியுடன் இன்னும் இருப்பதால் உடனடியாக இதை எழுதுகிறேன்.

பொதுவாகவே படித்து முடிந்தவுடன் எழுதினால்தான் சரியாக இருக்கும். நானே இரண்டாவது தடவை எடுத்து எழுதுகிறபோது கூட அந்த இரண்டாவது வாசிப்பின் குளித்துத் தலை துவட்டி ஜான்ஸன்ஸ் பவுடர் போட்ட களை, பிறந்த வீட்டுக் களையையும் ஜென்மத்தின் ஈர வாசனையையும் போக்கிவிடும்.

சதுரங்கக் குதிரையைப் படித்தவுடன் எழுத முடியாது போயிற்று. என்ன காரணம் என்று ஞாபகம் இல்லை. 'நல்லாயிருந்தால் தான் கல்யாணி சொல்லியிருப்பானே' என்று உங்களுக்குத்

தோன்றிவிட்டதோ என்னவோ. அப்படியில்லை, நன்றாகத்தான் இருந்தது. இரண்டாவது தடவை படித்து, ஜெயமோகன் விமர்சனத்திற்குப் பிறகு மூன்றாவது தடவையும் படிக்கும்போதுகூட என் முதல் வாசிப்பின் ஈரத்தை மீட்டுக் கொள்ள முடியவில்லை.

இப்போது தோன்றுவதும், நான் யாரிடத்தோ கூடச் சொன்னதும் உங்களுடைய எழுத்து 'சதுரங்க குதிரை'யில் 'அர்பனைஸ்டு' ஆகிவிட்டது என்பதுதான். ஆனாலும் மிக நுட்பமான இடங்களும், ஒரு இந்திய எழுத்தின் சாயலும் ததும்ப இருந்தது. அது, நான் பைத்தியக்காரனைப்போல, உங்களை வெள்ளமடத்திலும் தாழாக்குடியிலும் தேடி அலைந்துகொண்டு இருப்பேன். பூதப்பாண்டியிலிருந்து வந்து எனக்கு ரெண்டு கிளாஸ் கீழே படித்த கிருஷ்ணபிள்ளையை இன்னும் தேடிக்கொண்டிருப்பது போல.

சுந்தரராமசாமிக்குள்ளோ, நீல பத்மனாபனுக்குள்ளோ கிருஷ்ணன் நம்பிக்குள்ளோ அடைபடாது சுயம்புவாக மேலெழுந்து வந்த எழுத்து உங்களுடையது. சில சில சமயம், உங்களுடையதும், மா. அரங்கநாதனுடைய பளீர் பளீர் என்று புதுமைப்பித்தன் மாதிரி வீச்சு வீசும்போது பயமாக அல்ல, சந்தோஷமாக இருக்கும். ஜெயமோகன்கூட இதுபோன்ற ஜீவன் நிரம்பிய பகுதிகளைச் சிறுகதைகளில் அடையாளம் காட்டுகிறார். என்னை மாதிரி குறிப்பிட்ட ஒரே இடத்தில் நின்று போகாமல் சதா படம் விரித்துத் தலைதிருப்புகிற நாகம் போல விறைப்பாகப் பின் சாய்ந்து, சூரியன் பார்க்கிற எழுத்துக்கள் பெருகும் காலம் சந்தோஷமானதுதானே.

சுந்தர ராமசாமிக்கு உடம்புக்கு சௌகரியமில்லை. அம்மை வார்த்து ரொம்பச் சங்கடப் பட்டார் என்று தகவல் கேட்டு அவருக்கு எழுதவேண்டும் என்று நினைத்தேன்.

நீங்கள் சமர்ப்பித்திருக்கிறீர்கள். அருமையான காரியம்.

வீட்டில் எல்லோரும் நலம்தானே.

எல்லோர்க்கும் அன்புடன் –

கல்யாணி சி.

விக்ரமாதித்யன்

அம்பாசமுத்திரம்,
13.7.87

அன்புமிக்க நம்பிக்கு,

வணக்கம்.

ராமச்சந்திரன் நீங்கள் கல்கத்தா போயிருக்கிறதாகவும், அப்படியே பத்ரிநாத் வரை போகலாம் என்றும் (காசியா – பத்ரிநாத்தா?) எழுதியிருந்தார். சிவா (மக்கள் மகுடம்) நீங்கள் உடுத்தின சட்டை வேஷ்டியுடன் தலைமறைவாகி விட்டதாக எழுதி யிருந்தார். இந்தச் செய்திகளுக்கெல்லாம் பெரிய ஆச்சரியமாக உங்களை ஜோதி வினாயகம் தென்காசியில் பார்த்துவிட்டு வருகிறதாக ஆபீஸில் வைத்துச் சொன்னார்.

வாழ்க்கை இப்படித்தான் இருக்கிறது.

நீங்கள் கொஞ்சகாலமாவது அங்கே இருப்பீர்களா. கொஞ்சம் ஒருநாள் ராத்திரியிலாவது எங்கேயாவது காற்றாட உட்கார்ந்திருக்கலாம் போல இருக்கிறது. அத்தனை கதவையும் சாத்தின புழுக்கம் மனதில். தா. மணியும், தானும் திருவனந்தபுரம் போவதாகவும், வருகிறீர்களா என்றும் கோபால் எழுதியிருந்தான். இந்த ஞாயிற்றுக்கிழமையும், இந்தப் பதினெட்டாம் தேதியுமல்ல, இனி எந்தத் தேதியும் கிழமையுமே இதற்கெல்லாம் ஒழியாது என்று நினைக்கிற அளவுக்குச் சச்சதுரமாகி விட்டது ஜாதகம். ஊஞ்சலைக் கழற்றிவிட்டுப் பிளாஸ்டிக் வாளியைத் தொங்கவிட்டாயிற்று ஒரு கொக்கியில். இன்னொரு கொக்கியில் எவர்சில்வர் கூடையும் ஒயர்

பையும், குஷ்டரோக ஆஸ்பத்திரிக்கு எதிர்த்த கோயில் மதிலை ஒட்டிய இரும்புக் கடையில் துருப்பிடித்துக் கிடக்கிறது ஊஞ்சல் சங்கிலி. டி.வி.யின் ஆகர்ஷிப்பில் விழுந்து கிடக்கின்றனர் பிள்ளைகள். சாய்ந்த ஊஞ்சல் பலகையில் படிந்திருக்கிற குத்துமித்த விட்டுப் புழுதியில் ஊர்ந்துகொண்டிருக்கிறது அரிசி வண்டு.

கல்கத்தாவில் அக்கா மற்றும் அக்கா குடும்பத்தினரெல்லாம் நலமா? நீங்கள் அறிமுகப்படுத்திய கல்கத்தாவையும் துர்கா பூஜையையும் பார்க்க ராமச்சந்திரனின் பையனுக்குக் கொடுத்து வைத்ததுபோல, எனக்கு அம்பாசமுத்திரம் ஆற்றுப்பாறைகள். ஆள் ஆளுக்கு ஒன்று.

உங்கள் துணைவிக்கும், பையன்களுக்கும் அன்பைச் சொல்லுங்கள். முடிந்தால் சனிக்கிழமை முன்னிரவில் உங்களைச் சந்திக்க முயல்கிறேன்.

அன்புடன்,

கல்யாணி சி.

புதுக்கிராமம்,
31.7.90

பிரியமுள்ள நம்பிக்கு,

வணக்கம்.

நீங்கள் எழுதியிருக்கிற வாடாமல்லிக் கலர் மை நன்றாக இருக்கிறது. வாடாமல்லி வசீகரமற்றது, வளர்ந்த பிறகு. ஆனால் சிறுவயதில் வாடாமல்லிப்பூவை, அதுவும் ஒற்றைப் பூக்களை ரொம்பவும் விரும்பி இருக்கிறேன். ரோஜாக்களை விடவும் நான் அறிந்த பூவாக அது இருந்தது. ரோஜாப் பூ என்பது, போத்தி கிளப் க்ளோப்ஜாமூன் மாதிரி சற்று ஆடம்பரமான பின் சேர்க்கையாகவே வந்து வாய்த்தது. அறிந்த பின் அறிந்த அழகு அது. ஆனால் வாடாமல்லி அறியாத வயதில், தீப்பற்றுவது போல், குபீரென்று எங்கள் வீட்டுத் தோட்டத்தில் முளைத்துக்கிடந்தது. ஆனால் பூத்துக் குலுங்கும் வரை நிற்கவில்லை. அந்தத் தோட்டத்தில் கீரைத் தண்டுகள் உயரமாக முளைக்கும். தோண்டத் தோண்டப் பெரிய பெரிய மண் புழுக்கள் கிடைக்கும். வீடு கட்டப் போகிற நிலையில் தாத்தா வாங்கிப் போட்டிருந்த பெரிய பெரிய மரத்தடிகளின் கீழ் மண்புழுப் பண்ணையே இருக்கும். நான் மண் புழுக்களையும் நேசித்தேன்.

மண்புழுக்களை நேசிக்கிற மனம் இன்றும் இருக்கிறது. அதனதன் காரியங்களை அவையவையும் அவரவர் காரியங்களை அவரவர்களும் செய்து வருகிறோம். இதில் ஒப்பிட ஒன்றுமில்லை. ஒரு கூழாங்கல்போல இன்னொன்றில்லை. ஒரு குன்னி முத்துப் போலப் பிறிதொன்றில்லை. ஒரு வேப்பங்கன்றின் காற்றை இன்னொன்று தருவித்துவிடாது. இன்றைய சூரியன் நேற்றைய சூரியன் அல்ல. நாளைய கல்யாணி இன்றினுடையவன் அல்ல. எதன் எதன் நீட்சியாகவோ எல்லாம். அடிக்கணு இனிப்பு நுனிக்கரும்புக்கு அகப்படவில்லை. இதற்கிடையில் ஆரக்காலை நொந்துகொள்ளக் கடையாணிக்குத் தப்பில்லை. எல்லாம் உருண்டு உருண்டு, நடந்து நடந்து, கடந்து கடந்து....

பார்ப்பவர் இடமெல்லாம் உங்களுக்குக் கவிதை அனுப்பச் சொல்லிக் கொண்டிருக்கிறேன். ஒரு கவிஞனாக இருந்ததன் திசை மாற்றமாக கவிதை இதழ் ஆசிரியராகி இருக்கும் உங்களின் புதிய பொறுப்புக்கு நிபந்தனையற்ற ஆதரவு தர வேண்டும் என்று சொல்லிக்கொண்டு வருகிறேன். கைப்பிள்ளை இருந்தால் பிள்ளைப் பால் பீச்சிக்கொடுத்து இருப்பேன் இதற்குள். காம்பு கசிந்து காலம் ஆயிற்று. சுரந்திருந்தால் இதற்குள் அனுப்பியிருப்பேன். சமயவேல் தெற்கிலிருந்து கொஞ்சம் கவிதைகளுக்கு கேட்ட சமயம் அப்படி ஒரு ஈற்றுக்காலம். தினசரி இரண்டு எழுதினேன். இப்போது முயன்றாலும் முடியவில்லை.

நீங்கள் பருவகாலத்தில் இருந்து, பருவகாலம் பத்திரிகையும் தொடர்ந்து வெளியாகியிருந்தால், இதற்குள் இரண்டு புதுத் தொகுப்புக்கு எழுதியிருப்பேன். உங்களுக்கு நான் செய்ய வேண்டிய மரியாதை என்றே நான் அப்படி எழுத ஆவேசமுற்றிருந்தேன். இப்போது 'துரை'யின் உதயத்திற்கு எழுதவும் அப்படியே நினைக்கிறேன். போன வாரம் நான் சிறுகதை அனுப்பியிருந்தேன். துரைக்குப் பிடிக்கிறதோ என்னவோ.

ஒருவாரத்துக்குள் ஏதாவது எழுதினால் அனுப்புகிறேன். துணைவி, செல்வங்கள் எல்லோர்க்கும் எங்களது அன்புடன்.

கல்யாணி சி.

தூத்துக்குடி,
25.8.90

அன்புமிக்க நம்பி,

வணக்கம்.

உங்களுடைய நல்ல வார்த்தைகள் நிரம்பிய கடிதம் சந்தோஷம் அளிக்கிறது. இந்த வாழ்க்கையின் ஒரு சிறு வெற்றிகரமான அடையாளமாக எழுதுவது என்பது எனக்கு வாய்த்தது நல்ல விஷயம். அதைரியப்படத் தேவையில்லாத மிகப் பத்திரமான இடமாக அதுவே எப்போதும் இருக்கிறது.

மனிதர்களுடனான உறவுகளிலும், எழுதுவதிலும் மட்டும் மிகப்பெரிய வீழ்ச்சி எதுவுமின்றி இந்த வாழ்க்கை சென்று கொண்டிருப்பதுதான் என் 45 வருடப் பிடிமானம் என்று சொல்ல வேண்டும். எந்தக் காய்தலும், உவத்தலுமின்றி மிகச்சில சரியான மனிதர்களை அடைந்துகொண்டும், மிகச்சில சரியான புத்தகங்களைப் படித்துக் கொண்டும் நான் என் போக்கில் சென்று கொண்டிருக்கிறேன். இப்படிச் செல்கிற பாதையில் செங்காயாகவுமில்லாமல், கசிந்தும் போகாமல் சரியான கனிவுடன் எப்போதாவது ஒரு சிறுகதை எழுத வாய்க்கும் எனில் அதுவே போதும். அது நீங்களோ, ராமச்சந்திரனோ, தா. மணியோ, சமயவேலுவோ, இப்படி அதிகபட்சம் உண்மையான அன்புடனும் அக்கறையுடனும் இருக்கிற ஒருத்தரிடமிருந்தோ ஒரு சொல்லைப் பெற்றுத்தரும் எனில் அது போதும்.

ஞானச்சேரி வெளியிடும் சின்னு முதல் சின்னு வரையும் என்னைப்பற்றி மறுபடி எல்லோரையும் யோசிக்க வைக்கும். என்னைப் பற்றி என்றால் என் இலக்கிய ஆகிருதி எல்லாம் பற்றி அல்ல. எந்தச் சத்தமும் காட்டாமல், எப்பவாவது இப்படி ஒன்றை இவனால், எல்லார் முன்னாலும் அவ்வப்போது வைத்து விட முடிகிறதே என்று யோசிப்பார்கள். நான் சிப்பியைப் போல ஒதுங்கிக் கொண்டிருப்பேன். சிறுகீரையைப் போல என் பாத்தியில் தழைத்துக் கொண்டிருப்பேன். அவரவர் வாழ்வு அவரவர்களுக்கு.

நீங்கள் சமயவேல் இருக்கும்போது இங்கே வந்திருந்தால் ரொம்ப நன்றாக இருந்திருக்கும். செப்டம்பர் முதல் வாரத்துக்கு மேல் நான் இங்குதான் இருப்பேன். முதல் வாரத்தில் சகலர் வீட்டுக் கல்யாணத்திற்கு என்று மதுரை–சங்கரன் கோவில் போகவேண்டியது

இருக்கிறது. மற்றபடி எப்போது வேண்டுமானாலும் வாருங்கள். நான் எப்போதும் அதே கல்யாணிதான்.

ராமச்சந்திரனுக்கு நான் எழுதின கடிதத்திற்கு நிறுத்தி நிறுத்தி 9-ம் தேதி 20ம் தேதி என்று மூன்று தடவையாக எழுதியிருந்தார். எப்படி எழுதினாலும் ராமச்சந்திரன் ராமச்சந்திரன்தான்.

எல்லோர்க்கும் அன்புடன் –

கல்யாணி சி.

மதுரை,
26.10.93

அன்புமிக்க நம்பிராஜன்,

வணக்கம்.

பத்து நாட்களுக்கு முன் அன்னம் கதிர் வந்திருந்தார். சிவகாசி போகிற வழியில் சிவகங்கை வந்திருந்ததாகச் சொன்னார். என்னைப் பார்ப்பதற்கு உங்களுக்குக் கூச்சமாக இருந்திருக்க வேண்டும். நம்பி எல்லாவற்றிலிருந்தும் மீண்டுவிட்டதாக நம்பிக் கொண்டிருந்த என்னைப் போன்ற எத்தனையோ சிநேகிதர்களை நீங்கள் பெருத்த ஏமாற்றத்திற்கும் வருத்தத்திற்கும் உள்ளாக்கி இருக்கிறீர்கள். மாரீஸ் கல்யாணத்தில் அப்படி எந்தப் புண்ணியவான் உங்களை மறுபடியும் குப்பியின் அருகில் செலுத்தினான். நிச்சயமாக வாழ்வின் மீதும், மனிதர் மீதும் நண்பர்கள் மீதும் அக்கறையுள்ளவன் செய்கிற காரியமல்ல அது.

நீங்கள் மகாப்பெரிய கலைஞனாகவே இருங்கள். ஆனால் நான் சாதாரண எளிய மனிதன். நீங்கள் குடித்துவிட்டு எள்ளிச் சிரிக்கும் நிலையில் எழுதுகிறவனாகக்கூட நான் இருக்கலாம். என்னை மதுரையில் நீங்கள் வந்து சந்திக்க முயல வேண்டாம். திரும்பத் திரும்ப அனுமதித்துக் கொண்டிருந்தது போதும். எனக்கும் என் பாடு தீராது இருக்கிறது. அதைக் கவனித்தால் எனக்குப் புண்ணியம்.

கல்யாணி சி.

மதுரை,
30.10.93

அன்புமிக்க நம்பிராஜன்,

வணக்கம்.

ரொம்பவும் தாங்க முடியாமல்தான் அப்படி எழுதினேன். இன்னும்கூட எனக்கு ஆறவில்லைதான். போன தடவைக்கு முந்தின தடவை உங்களைப் பார்க்கும்போது ரொம்பத் தெளிவாக இருந்தது உங்கள் முகம். இந்தத் தெளிவு குடிக்காமையினால் வந்தது என்பதைவிட, நீங்கள் மீண்டும் அப்படி குடிக்காமலிருக்கிற காரணத்தினால் திரும்பப் பெற்ற குடும்பமும் மனைவியும், குழந்தைகளும் தர வந்தது என்றே நினைக்கிறேன். உங்களுடைய மனைவியும், குடும்பமுமான வாழ்வின் தளம் மறுபடியும் காலடியில் இருந்து உருவப்பட்டு விட ஏதுவாகும் என்பதுதான் என் கவலை. அப்புறம், என் சிநேகிதன் ஒருவன், வாழ்வின் அடியும் மிதியும் பட்டு இவ்வளவு தூரத்துக்கு எழுந்து நிற்பவன், அவனைவிட உயர்வு என்று எந்தவித்திலும் கொள்ள முடியாத சிலபேரின் மத்தியில் இந்த ஒரு காரணம் கொண்டு சிறுமைப்படவும், இந்தச் சிறுமை மீதுற்று, அவனுடைய ஏனைய பெருமைகள் எற்றுண்டு சிதறவும் எனக்குச் சம்மதமில்லை. மிகுந்த பொய்யர்களும், மிகுந்த குடியர்களும் ஏதோ நீங்கள் செய்யாத ஒன்றைச் செய்துவிட்டது போல, இகழ்ந்து பரிகசித்து, எள்ளி நிற்பதையும் என்னால் அனுமதிக்க முடியவில்லை. ஜோதியோடு கலந்ததாகச் சொல்லி நந்தனை எரிக்கவும், கற்றூணைப் பூட்டிக் கடலில் பாய்ச்சவும் காலம் காலமாக எத்தனை சான்றுகள். கடைசிச் சான்றாக என் சகா ஒருவன் ஆக வேண்டாம்.

எனக்கு ஒழுக்கம் சார்ந்த கட்டுப்பாடுகள் எதுவுமில்லை. எனினும் ஒழுக்குக் குறைவு சார்ந்த வரையறைகள் இருக்கின்றன. ராமச்சந்திரன் போல எனக்குச் சொல்லத் தெரியவில்லை. என்றாலும் இரண்டு பேர் சொல்வதும் அநேகமாக ஒன்றாகத்தான் இருக்க முடியும்.

உங்களுடைய சிறுகதைகள் அதிர்ச்சியூட்டும் படியாகத் திறந்து காட்டிய உங்களின் அலைக்கழிக்கப்பட்ட குரூரமான இளமையின் ஆறாத ரணங்கள் இன்னும் சலம் வைத்து நாறுகிறது என்று என்னால் சமீபத்தில் நன்றாகவே உணர முடிகிறது. உங்களுடைய சமீபத்திய உரைநடைகள் மூலமாக உங்களுடைய வாழ்வை மட்டுமல்ல, ஒரு குறிப்பிட்ட சமூக வாழ்வையே நான் ஆழ அகலத்துடன் புரிய முடிந்தது. ஒவ்வொரு புரிதலும் மேலும் மேலும் நேசிக்கவே

கற்றுக் கொடுத்து இருக்கிறது. உங்கள் சிறுகதைகளைப் படித்த பிறகு, முன்னை விடவும் நான் நேசிக்கிறேன் என்பது உங்களுக்குத் தெரியாது. என்னுடைய மரியாதையில் நீங்கள் சட்டென்று உயர்ந்துவிட்டிருப்பது நீங்கள் தாழ்வுற்று வறுமை மிஞ்சி நின்ற நேரங்களை அறிந்த பிறகுதான். உங்களை அப்படியொன்றும் லேசில் விட்டுவிட முடியாது. உங்களைச் சிக்கெனப் பிடித்திருக்கிற சில பேர்களில் நானும் ஒருவனில்லையா நம்பி.

நீங்கள் பொய் சொல்லமாட்டீர்கள். பொய் சொல்லத் தெரிந்திருந்தால்தான் புத்தியோடு நாம் எல்லாம் பிழைத்து நின்றிருப்போமே. சேட்டை பண்ணுகிற, சேட்டை பண்ணாத, சமர்த்தான, சமர்த்தற்ற என்றெல்லாம் பாகுபடுத்த முடியவில்லை. பாகுபாடு அற்றவனாகவே, பாதையைத் தேர்ந்தெடுக்கத் தெரியாதவனாகவே, சினிமா தியேட்டர் போனால் ஃபேன் இருக்கிற இடம் பார்த்து உட்காரத் தெரியாதவனாகவே, முண்டியடித்து பஸ் ஏறத் தெரியாதவனாகவே கடைசிவரை இருந்துவிட்டுப் போகத்தான் லபித்திருக்கிறது. மழை வரும் என்று திட்டமாகக் குடை எடுத்துக் கொண்டு என்றைக்குப் போய் நனையாமல் வருகிறேனோ அதற்கு முந்தின நாளே என் எல்லா வரிகளின் கடைசியும் எழுதப்பட்டு விட்டிருக்கக் கூடும். எனக்கு இப்படி இருக்க ஒரு நியாயம் எனில், நீங்கள் அப்படி இருக்கவும்தான் நியாயமுண்டு. ஆனால் கோணல் தராசைக் கையில் பிடித்துக்கொண்டு யார்தான் அலையாமல் இல்லை.

எல்லோர்க்கும் அன்புடன் –

கல்யாணி சி.

மதுரை,
19.10.94

அன்புமிக்க நம்பி,

வணக்கம்.

அதுக்குள்ளே தென்காசி திரும்பியாயிற்றா? அன்றைக்கு இராத்திரியே, மெட்ராஸிற்கு பதிலாக செங்கோட்டை வண்டியில் நீங்கள் ஏறியிருக்கலம். ராத்தூக்கத்தில் புரண்டு படுத்துத் திசை மாறிவிட்டு, கடிகாரம் இல்லாத சுவரில் கடிகாரம் தேடியபடி விழிக்கிறது போல, அவ்வப்போது மாறிவிடுகிற மாயக் கை காட்டிகளின் அலைக்கழிப்பில், திசைகள் பிடிபடாமல் தவிக்க

வேண்டியதாகி விடுகிறது. ஆனால் அரசமரம் அதே இடத்தில்தான் இருக்கிறது. புட்டார்த்தி அம்மன் கோவிலுக்குப் போகிற வழியில் மாற்றமில்லை. நயினாங்குளத்துக் குவளைப் பூவுக்கு நாளும் அழிவில்லை.

ஒவ்வொருத்தருக்கும் ஒவ்வொரு குற்ற உணர்வு. அசை போட அசை போட அத்தனையும் பிரம்படி. வேண்டுமென்று யாரும் கிழிப்பார்களா தலைவாழை இலையை? ஒரு பூட்டில் அஞ்சு இலை என்ற கணக்கு இன்னும் மாறவில்லை. மார்க்கெட் நெல்லையப்ப பிள்ளை மகன் அப்பாவு, சோமு. திருநாவுக்கரசு நகைக்கடையில் சம்பளத்துக்கு நிற்கிறான். புண்ணாப் போச்சி நெஞ்சு என்கிறாள் போகிற போக்கில் ஒரு பெண். கரும்புச் சக்கையில் கற்றை கற்றையாய் ஈ. வியாழக்கிழமைதான் இன்னும் ரோகிகள் தினம். குஷ்ட ரோகிகளிலும் ஜோடி சேர்ந்து கொள்கிறார்கள். பொங்கலுக்கு மஞ் சள்குலை விற்றுவிட்டுப் போய்ச் சேர்ந்துவிடவாம் கருப்பந்துறைக்கு. ஜ்யோதிர்லிங்கத்துக்கு மேல் நாகலிங்கப்பூ. தண்டவாளத்தில் நசுங்கித் தகடாயிற்று, சோடாச்சிப்பி. கோவில் வாசற் கடைகளில் குங்குமப்பூ. குற்றால நாதர் கோவில் படிக்கட்டில் நாகப்பழம். தட்டானுக்கும், வண்ணாத்திப்பூச்சிக்கும் தரை தெரியுமா. பப்பாளி மரத்தில் பால் வடிகிறது. அண்டங்காக்கை பார்த்து அநேக நாளாயிற்று. கிடையில் கிடக்காமல் நடையை முடிக்கணும். வெள்ளை ஜிப்பா கொள்ளை அழகு. துவட்டாத ஈரத்தலை தோளுக்குக் கீழே. பார்க்காத பௌர்ணமி அம்புலி தட்டோட்டிக்கு மேலே. திருமோகூர்த் தெப்பக்குளத் தாமரை வருமா சொல், எலெக்ட்ரிக் ட்ரெயின் வண்டியில். தாழம்பூ இருக்கும் வரைக்கும் தமிழ் இருக்கும்.

தற்செயலாக இந்த ஞாயிற்றுக்கிழமை (16–ந் தேதி) சமயவேல் வீட்டிற்குப் போயிருந்தேன். அபூர்வமாக அவர் வீட்டில் இருந்தார். வேறு என்ன பேசத் தெரியும் எனக்கு. நம்பிராஜன், ராமச்சந்திரன், கலாப்ரியா என்று பேசினேன்.

பதிலுக்கு சுரேஷ்குமார், கர்நாடக சங்கீதம், உன்னி கிருஷ்ணன், ரமணி, இன்க்யூபேட்டரில் பொரித்த கோழிக்குஞ்சின் துயரம் பற்றி எல்லாம் சமயவேல் பேச, உங்களுடைய கட்டுரைப் பிரதிகளை அவரிடம் கொடுத்துவிட்டு ராமச்சந்திரன் தொகுப்புப் பற்றிய உங்கள் கருத்தையும் சொல்லிவிட்டு, அவர் அது சம்மந்தமாக எழுதிய அபாரமான கடிதம் தொலைந்துவிட்டதையும் சொல்லிவிட்டு வந்துவிட்டேன்.

புட்டுக் கொடுத்தார். பழத்தைப் பிசைந்து சாப்பிட்டேன். 62-63-ல் செங்கோட்டையில் முத்துப் பிள்ளை மகன் சுந்தரபாண்டியன் வீட்டில் சாப்பிட்டதுக்குப் பிறகு இப்போதுதான். பயிறு, பப்படம் பாக்கி.

விருட்சம் அழகிய சிங்கர் கடிதமும் இன்றைக்குத்தான் வந்தது. நான் கேட்டிருந்த விருட்சம் அப்பாவிடம் கிடைத்துவிட்டது. ஞானக்கூத்தன் வாங்க வேண்டும். வர்ஷாவிலேயே வாங்கினால் போயிற்று.

ராமச்சந்திரனிடம் நீங்கள் வந்து சேர்ந்து விட்டீர்களா என்று கேட்டிருந்ததற்குப் பதில் எழுதியிருந்தார். நீங்கள் மெட்ராஸ் போய்ச் சேருவீர்கள் என்று நான் நம்பவே இல்லை.

எப்படி வந்தாலும் நன்றாக இருக்கப்போகிற ராமச்சந்திரனின் கடிதத் தொகுப்புக்கு ரொம்ப அருமையான அவருடைய புகைப் படங்கள் வேண்டும். சந்ரு இன்னொரு அசலான கலைஞன். ஆண்டாள் தோளில் தொங்கினால் மாலையும் அழகு. கிளியும் அழகு.

வீட்டில் பகவதி, பெரியவன், சின்னவன் எல்லோர்க்கும் என்னுடைய அன்பைச் சொல்லுங்கள். நீங்களும் எந்தச் சீர்குலைவு மின்றி, முடிந்தவரை அமைதியாக, இடுப்புக்குடம் அலம்பாமல் எப்படித் தண்ணீரைக் கொண்டுபோய்ச் சேர்ப்பது என்கிற மாதிரி நீங்கள் உண்டு உங்கள் எழுத்து உண்டு என்று இருங்கள். இடைச்சி கடைந்தாலும் மோர் சிலும்பாமல் இருக்குமா? தெறிக்கத் தெறிக்கத் திரளும் வாழ்வு.

எல்லோர்க்கும் அன்புடன் -

கல்யாணி சி.

காயத்ரி

ஜ௵

மதுரை,
27.2.92.

அன்புமிக்க காயத்ரி டீச்சர்,

வணக்கம்.

ஒரு இந்து டீச்சர், ஒரு ரேவதி டீச்சர், இப்போது நீங்கள். ஆசிரியராக இருப்பது என் விருப்பமாக இருந்தது. பத்தாம் வகுப்பு பி பிரிவில் தேவராஜன் ஸார், நீங்கள் என்னவாக விரும்புகிறீர்கள் என்று கேட்டபோது நான் அதையே சொன்னேன். பி.யு.சி. படிக்கையில் ஜான்சன் சாலமோன் என்கிற பாட்டனி லெக்சரரைப் பார்க்கும்போது நான் தாவரவியல் பேராசிரியராக வேண்டுமென்று தோன்றியது. பேராசிரியராக முடியவில்லை. தாவரவியல்பு தங்கிவிட்டது. நாம் தாவரமன்றி வேறென்ன?

நான் சந்திப்பிள்ளையார் முக்கில் நிற்கிறேன். மேலரத வீதி திரும்பி, தெற்கு ரத வீதிக்குள் தேர் வருகிறது. தேர் என்றால் மொட்டைத் தேர். விமானங்கள் அற்ற மொட்டைக் கோபுரம் மாதிரி, மேல் தட்டுகள் அற்ற மொட்டைத் தேர். அம்மன் கோவில்களுக்கு வளர்க்கப்படுகிற நார்ப்பெட்டி முளைப்பாரிகள் போல, தேரின் மேல் பாகம் பூராவும் நாற்றுப் பச்சையில் அடர்த்தியாகக் கவிந்திருக்கிறது. ஏதோ சாமி, யாரோ பட்டர். வடமில்லை. இழுக்கிறவர்கள் இல்லை. தேர் நகர்ந்து வருகிறது. அப்பிரதட்சணமாக வருகிறது. கீழ், தென், மேற்கு, வட ரத வீதிகளில் வராமல் மேற்கு தெற்கென்று வருகிறது. போலீஸ்காரர்கள் தேரின் பக்கவாட்டில் நடந்து வருகிறார்கள். நான் அவர்களிடம்

ஏதோ கேட்கிறேன். போலீஸ்காரர் சிரிக்கிறார். மொட்டைத் தேர் மாதிரி, அப்பிரதட்சணம் மாதிரி, சிரிக்கிற போலீஸ்காரர். கனவுகள் விசித்திரமானவை. நனவுகள் அதைவிட.

கார்த்திகாவிடமிருந்து டிசம்பர் கடைசி வாரம் வந்த கடிதம்தான். அப்புறமில்லை. சமீபத்தில் இந்தியாடுடே–யில் புகைப்படம் பார்த்தேன். பாவண்ணன் புகைப்படத்தில் சிரித்துக்கொண்டிருக்க, டில்லியின் ஜனவரி மாதக் குளிரில் சற்று உறைந்து போயிருக்கிறார். யோனாவோ, சிண்ட்ரெல்லாவோ ஞாபகம் வந்திருக்க வேண்டும்.

வருவதற்காகத்தானே ஞாபகங்கள்.

சமீபத்தில் எந்தப் புதிய வாசகரிடமிருந்தும் கடிதமில்லை. நேரம் இதுபோன்ற புதிய வருகைகளால் குறைவதில்லை. அழகாகின்றன. ஒரு ஸ்டில் லைஃப் ஓவியத்தின் பழக்கிண்ணத்தில் நிறையத் திராட்சை தொங்குவதுபோல. சில சமயம் நெரிசல் அழகு. நெரிசல் ஜீவன்.

எல்லோர்க்கும் அன்புடன் –

கல்யாணி சி.

மதுரை,
18.3.92

அன்புமிக்க காயத்ரிக்கு,

வணக்கம்.

'யார் நம்முடைய அறிவைத் தூண்டுகிறார்களோ, அந்த சுடர்க் கடவுளின் மேலான ஒளியை நாம் தியானிப்போமாக.'

சூரியன் முற்றிலுமாக எங்கும். வீட்டுக்குள் வெப்பம், ஊரிலிருந்து வந்திருக்கிற அத்தை போல அன்புடன் காத்திருக்கிறது. பிரிட்டிஷ் – கிறித்துவ மரபுகளில் நடப்பட்ட அயல் ஜாடையுள்ள மரங்கள் அற்புதமாகப் பூக்கத் துவங்கிவிட்டன. அலுவலகப் படியேறுகையில் ஒரு சிறு ஜன்னல் வழியாக மஞ்சள் பூ மயமாக ஒரு மரம் மிஷன் ஆஸ்பத்திரிக்குள் நிற்கிறது. எங்கள் ஹைஸ்கூலிலும் இந்த மரம் நிறைய உண்டு. ஸ்டடி லீவ் இந்த மார்ச் மாதத்தில்தான் விடுவார்கள். லாலாமணி இந்தப் பூவில் தான் மரத்தடியில் வெல்கம் எழுதுவான். இப்போது லாலாமணி இல்லை. மணிதான் சின்னு முதல் சின்னு வரையில் வருகிற ஆர். கண்ணன். எனக்கு தினமும் மணி, தினமும் சின்னு ஞாபகம்.

எப்போதுமே சற்று முந்திய பருவங்கள் அழகானவை. அப்பழுக்கற்ற உண்மையை ஏந்தி நிற்பவை. காலைக்கு முன் விடியற்காலை, வேனிலுக்கு முன் இளவேனில், பூப்பதற்கு முந்திய பூ, பேறுக்கு முந்திய இளம் தாய், கல்யாணத்திற்கு முதல்நாள் இரவு மண்டபம், யோசிக்க யோசிக்க இன்னமும் நிறைய இப்படி.

இந்த இளவேனில் நாட்கள் அப்படித்தான் எனக்கு. ஒரு ஆண்டின் நெஞ்சைத் தொடுகிற காலம் இதுவாகத்தான் இருக்க வேண்டும். மனம் மலையருவி போல. மலையருவி கூட அல்ல. மலைப்பிரிவுகளில் குளிர்ந்து இறங்கி சத்தமின்றி ஓடுகிற சிற்றோடைகள் போல (கரையில் சின்னஞ்சிறு மஞ்சள்பூக்கள். கூழாங்கற்களுக்கிடையில் வாலடிக்கும் சுண்டு விரல் நீள மீன்கள் – மீன்கள் எப்படி மலை ஏறின – இந்தப் பூவை நட்டது யார் – இந்த மீனை இட்டது யார்?) மிகத் துல்லியமாக இருப்பதை இப்போது மட்டுமே உணர முடியும்.

சபாபதிக்கு வேறு தெய்வம் சமானமாகுமோ – நானும் கேட்டேன். வல்லிக்கண்ணன் கேட்கவில்லை. மிகத் தற்செயலாகச் சில இப்படி நேரும். நேராமல் போகும். தற்செயல்கள் இனியவை.

புதிதாக ஒன்றும் எழுதவில்லை. நவம்பர் மாதத்து மேஜை அப்படியே இருக்கிறது.

அடுத்தது உங்கள் கல்யாணக் கடிதமா?

எல்லோர்க்கும் அன்புடன் –

கல்யாணி சி.

மதுரை,
2.10.92

அன்புமிக்க காயத்ரி,

வணக்கம்.

இந்த முறை மாறுதலுக்கு நீலம்.

குளவி, கூடு கட்டுவதற்கு முன் உறுமி உறுமிச் சுவர் மூலைகளில், வீட்டில் தொங்கிக் கொண்டிருக்கிற மூங்கில் கொடிகளில், நட்டு வைக்கப்பட்டு உழுத்துப்போன மூங்கில் கால்களில் முட்டி முட்டித் தேர்ந்தெடுப்பது போல, தொலைந்து போன என் கையெழுத்தை மீட்டு எடுப்பது போல, இரண்டு மூன்று நாட்களாக என்னிடம், சங்கரியிடம், ராஜுவிடம் இருக்கிற பால்பாயிண்ட் பேனாக்களை

மாறி மாறி உபயோகித்துப் பார்த்துவிட்டேன். வெவ்வேறு மனிதர்களுக்கு ஏற்ப ஒத்துப்போனவைகளில், என் விட்டுக்கொடுத்த சாயல்களில் இந்தக் கையெழுத்தும் ஒன்றோ என்னவோ? 'ஒன்றோ என்னவோ' என்பதில் முடிவுக்கு வந்துவிடாத ஒரு செளகரியம் அல்லது லேசான அசெளகரியம் இருக்கிறது. நிறைய விஷயங்களில் தீர்மானிக்க முடிவதே இல்லை. நதியெனினும், தண்டவாளங்கள் எனினும் முன் பின்னற்று முழுமையானதாக, ஆனால் கண்ணெதிரே மினுங்குகிற குளிர்ந்த அல்லது தகிக்கிற இருப்புப்பாதைகளின் வளைவுகளை எப்படிப் புறக்கணிக்க முடியும்? என் படித்துறைதானே என் நதி.

உங்களுடைய கையெழுத்து மிகச் சீரானது. வாழ்வு எல்லவாவற்றையும் தேய்க்கிறது. நான் கேஷியராக இருக்கையில், வேகவேகமாக எழுதிய கவர்ண்மெண்ட் சலான்களின் என்டோர்ஸ்மென்ட் என் கையெழுத்தைத் தின்றிருக்கலாம். மீதியை மிதித்து அப்பாற் போனது மனம். விறகுச் 'சிராய்'களைப் போல, பனியின் சீரற்ற உறைவு போல அல்லது ஒரு முள் பந்துபோல் தோன்றுகிற ஊமத்தங்காயாக என் உருண்டை வடிவ எழுத்துக்கள் குச்சி குச்சியாகச் சிதைந்து கொண்டன. சொல்லிக்கொள்ளலாம், இது சிதைவு அல்ல, வளர்சிதைவு என்று.

ஆனாலும் கோபுரங்களின் மேல் படிந்திருக்கிற ஆதி, அனாதிக்காலம் போல, எழுத்தின் மேலும் காலம் படிந்து கொண்டிருக்கிறது.

பெண்கள் ஊர்வலத்தில் கலந்து கொள்வதே அபூர்வம். கோஷம் போடுவது அதனினும். நான் கோஷம் போட்டுக்கொண்டு செல்கிற ஒரு முகத்தை நேரில் பார்த்ததில்லை.

எங்களுடைய தொழிற்சங்கக் கூட்டங்களில்கூட, ஏன் தொழிற்சங்கம், பிரிவுபசாரக் கூட்டங்களில்கூடப் பெண்கள் கலந்து கொள்வதில்லை? ஒரு கடவுள் வாழ்த்து, ஒரு பிரிவு சொல்லல், ஒரு நன்றி நவிலல் என நான்கு வார்த்தைகள் ஏன் பேசக் கூடாது. பேசா விட்டாலும் இருக்கலாம் அல்லவா?

10–15 முதல் 1.30 வரை வேலை; 1.30 முதல் 3 வரை லஞ்ச். 3 முதல் 4.30 வரை மறுபடி வேலை என்று எவ்வளவு திட்டமாக இருக்கிறார்கள். வருடத்தில் ஒருநாள், இரண்டு நாள்கள் திட்டமற்றும் இருந்தால் என்ன?

நான்கூடக் கோஷம் போடுவதில்லை. எனக்குக் கூட கோஷம் போடுவதில் கூச்சம்தான். ஒரு கட்டத்திற்குமேல் கோஷத்தை நிறுத்திவிட்டு, மற்றவர்கள் எப்படிக் கோஷமிடுகிறார்கள் என்று பார்க்க ஆரம்பித்து விடுகிறேன். கோஷங்களைத் தான் எவ்வளவு ஆவேசமாகச் சிலரால் இட முடிகிறது. பயின்று வந்து நின்றதுபோல, மிகத் தேர்ந்த ஏற்ற இறக்கங்களுடன், அவர்களின் புலமையைத் தொண்டைப் புடைப்பின் மூலம் நிரூபித்துவிடுவது என்று முடிவு செய்ததுபோல, சில சமயம் திடீர் கவனம் பெற்றுவிடுகிற போலி முனைப்புகளுடன் இடுகிற, இட்ட சில குரல்கள் சில முகங்கள் காகித அம்புகள் போல எவ்வி, காற்றை வெறுமனே கிழித்து இறங்கிக்கொண்டு இருக்கின்றன.

நான் 63–64–ல் இந்தி எதிர்ப்பு ஊர்வலத்தில் கோஷமிட்டேன். அப்புறம் திருநெல்வேலியில் 70களின் மத்தியில் நடந்த வங்கித் தொழிற்சங்க ஊர்வலத்தில் கோஷமிட்டேன். என் கோஷம் பறவை எச்சம்போல என்மீது வெதுவெதுப்புடன் விழுவது தெரிந்ததும் நிறுத்திக் கொண்டேன். போராட்டங்களுடன் உடன்படுகிற அளவுக்கு கோஷமிடுவதுடன் உடன்பட முடியவில்லை.

சங்கரி, ஆதிரைப்பள்ளி, சாலக்குடி, கொச்சின் ஷிப் யார்ட், குருவாயூர் என்று சுற்றுலாப் போய் வந்து ‘அசந்து’ தூங்கிக் கொண்டிருக்கிறாள். எக்ஸ்கர்ஷன்போல எக்ஸ்கர்ஷன் போய்விட்டு வந்த குழந்தைகள் தூங்குவதும் அழகானது. அதைவிட அழகானது தூங்கி முழித்ததும் அவர்கள் சொல்கிற எக்ஸ்கர்ஷன் கதைகள்.

கார்த்திகாவின் கார்ட் மிகத் தாமதமாக எனக்குக் கிடைத்தது. பக்கத்தில் வேறு கிளைக்குப் போய், என் கிளைக்குத் திருப்பி அனுப்பப்பட்டு, பதில் எழுதிவிட்டேன். கிடைத்ததா என்று தெரியவில்லை.

கார்த்திகா, ரூபி இருக்கிற வீடு பாக்கியமுள்ளதாகத்தானிருக்கும். வீடு அதில் இருக்கிற மனிதர்களால் நிறைகிறது. அழகுறுகிறது.

ஸ்டெல்லா புரூஸிற்கு எப்போது எழுதினேன் என்று ஞாபகமில்லை. ஆனால் எழுதியிருப்பேன். புரூஸின் நடை எனக்குப் பிடிக்கும். மேலும் நான் வாசிக்கிற எல்லா நல்ல எழுத்திற்கும் இரண்டு வரியாவது எழுதிப் போடுவது என்பதைக் கூடுமானவரை முயல்கிறேன். சமீபத்தில் குறைந்திருப்பினும் இன்னும் கூட வாசிப்பில் தொடுகிற வரிகளைப் பாராட்டி எழுத

வேண்டும் என்பது என் முக்கியமான பொறுப்புகளில் ஒன்றாகவே நினைக்கிறேன்.

சந்தோஷத்தைக் காட்டிக்கொள்கிற ஒரு வழிதானே அது.

வீட்டில் எல்லோரும் நலம்தானே.

எல்லோர்க்கும் அன்புடன் –

கல்யாணி சி.

மதுரை,
11.10.92

அன்புமிக்க காயத்ரி,

வணக்கம்.

போன வாரம் நன்றாக இருந்தது. சங்கரன்கோவில் அண்ணாச்சி, சரசா மச்சினி, ரவி, மருமகள் ராஜி, குமார், சங்கரராஜ் எல்லோரும் வந்திருந்தார்கள். ரவியும் ராஜியும் புதுமாப்பிள்ளை புதுப்பெண்ணாக வருகிறார்கள். ஏற்கனவே அண்ணாச்சி குடும்பம் கல கல. ராஜி கலகலப்பின் கால்களுக்குச் சலங்கை கட்டிவிட்டாள். தீபாவளிக்குச் சட்டைத் துணி எடுக்க, எடுத்த டி–ஷர்ட் அளவு ஏகப்பெரிதாக ராஜுவுக்கு இருந்ததால் அதை மாற்ற, மாற்றப்போன இடத்தில் பூர்ணிமாவில் அழகழகான ஷர்ட்டுகள் பார்த்து, பார்க்க மட்டும் செய்து வாங்காமல் வர, இளநீர் குடிக்க, நேதாஜி ரோட் நெரிசலில் ஆயுத பூஜை வாழைக்கன்றுகளுக்கிடையில், விளாம்பழங்களுக்கிடையில் பஸ்ஸில் பிதுங்கிப் பிதுங்கி வர, மறுபடியும் நேற்று எடுத்ததையும் இன்று எடுத்ததையும் எடுத்து வைத்துக்கொண்டு பார்க்க.....

ஒன்றுமே இல்லை என்று ஞானமும் தர்க்கமும் அறுதியிடுகிறவைகளிலிருந்து எல்லாச் சந்தோஷமும் பெருகி வழிவது போல் இருக்கிறது.

போன வெள்ளிக்கிழமை எதற்கு லீவு விட்டார்கள் – காந்தி ஜெயந்தி – அதற்கு முன் தினம் எவ்வளவு மழை. அதற்கு முந்தின ஞாயிறு திருநெல்வேலிக்குப் போய்விட்டு வந்தோமே அன்றைக்கு இரவு எவ்வளவு மழை. மழையில் ஒரு செடிபோல எவ்வளவு வேண்டுமானாலும் நனையலாம். தொப்பலாக நனைந்ததனால் யாருக்கும் இதுவரை காய்ச்சல் வந்திருக்கும் என்று என்னால் நம்ப முடியவில்லை. மழைக்காய்ச்சல் வந்தால் நன்றாகக்கூட இருக்கும். சின்ன வயதில் அம்மனா, காய்ச்சலா என்று தெரியவில்லை.

பட்டாசலில் படுத்திருக்கிறேன். வாசலில் பந்தல் போட்டிருக்கிறார்கள். யார் கல்யாணம் என்று ஞாபகம் இல்லை. குடித்த அரிசிக் கஞ்சியும், தொட்டுக்கொண்ட ஊறுகாய்ச் சதைப் பற்றும், கஞ்சியில் மிதந்த சீரகமும் இன்னும் ஞாபகம் இருக்கின்றன. காய்ச்சலில் படுத்திருப்பது, சிநேகிதர்கள் வந்து பார்ப்பது, பார்க்கின்ற நேரத்துக்கு முன்னிருந்த சிநேகிதத்தைவிட மேலும் அது இறுகுவது என்று உங்களுக்கும் நேர்ந்திருக்கலாம். எல்லாம் எல்லார்க்கும் நேர்ந்துகொண்டுதான் இருக்கிறது. நேராததும் இல்லை. நேராதவர்களும் இல்லை.

நான் செப்டம்பர் 3 முதல் 10 வரை லீவு. 11ம் தேதி பார்க்கும் போது விமலன் புக்ஸ் – பார்த்திபனின் 9–ம் தேதி கல்யாணக் காகிதம் இருந்தது. புத்தகங்கள் வரவில்லை. அதனால் ஒன்றுமில்லை. பார்த்திபன் இல்லாவிட்டால் சின்னுமுதல் – வெளிவந்திருக்காது. சின்னு – என் கையில் கிடைத்த நேரம் சந்தோஷமானது. என் அண்ணன் பெண் கல்யாணத்தை ஓடியாடிச் சிறப்பாக நடத்தி முடித்து, கல்யாண மண்டபம் காலி செய்து மறுநாள் பூக்கணக்கு, பந்தல் கணக்கு, போட்டோ கணக்கு என்று எல்லாவற்றையும் முடித்து உட்கார்ந்த நிறைவான மனநிலையில் அது வந்தது. கொட்டின ஆரத்தியில் கிள்ளின வெற்றிலை அப்பியிருக்கிற வாசல் மாதிரி, ஒன்றினால் இன்னொன்று அழகாகி....

வத்சலா டீச்சரைப்பற்றிய உங்கள் கடைசிப்பத்தியில் கதை இருக்கிறது. ஒரு கணையாழிக் குறுநாவலே இருக்கிறது. 'எனக்குக் கொஞ்சம் கவலைதான்' – இப்படியே ஆரம்பித்தால் இரண்டு பக்கம். 'வத்சலா டீச்சருக்குத் தகவல் டிரான்ஸ்பர் ஆர்டர் வந்துவிட்டதாக' – இது பற்றி நான்கு பக்கம். 'இனி நான் மட்டும் போக வேண்டும் தனியாக' – இதுபற்றி மேலும். ஒரு அவசரத்திற்கு லீவு லெட்டர் கொடுத்தனுப்ப, நல்ல சினிமா வந்தால் கூட்டிக்கொண்டு போக, கண்டுகொள்ளாமல் இருக்கும் மூத்த டீச்சர்கள் பற்றிப் பேச, மகிழ்ச்சியாக இருக்க, ஆறுதல் சொல்ல... என்பதெல்லாம் மாறி மாறி அடுக்குகள் ஆகி, 'எல்லாமே எனக்கு இனி என் சைக்கிள்தான்' என்று முடித்து, சைக்கிள் பெடலில் கால்வைத்து ஏறப்போகையில், 'இது தானே எக்ஸ் ஒய் இஜட் ஸ்கூல். நான் நாளையிலிருந்து ஜாயின் பண்ணப் போகிறேன்' என்று உங்களின் முதல்நாள் முகத்துடன் கதை வந்து நிற்கையில் வட்டம் முடியும். எழுதுங்கள்.

ரெக்கார்ட் எழுதி முடிக்கிற தம்பிக்கும் அன்புடன் –

கல்யாணி சி.

மதுரை,
21.6.93

அன்புமிக்க காயத்ரி,

வணக்கம்.

மலையும் மலைசார்ந்த இடங்களிலும் பிறப்பது, வளர்வது, வாழ்வது, திரிவது இனியது. என் அம்மா வழி முன்னோர்கள் வாழ்ந்து நிறைந்த மேற்குத் தொடர்ச்சி மலைகளின் முகடுகள், பொதிகை மலையில் இறங்கி நகர்ந்த மேகங்கள், கீழே மேய்ந்து கொண்டிருந்த பசுக்களின் முதுகில் நகர்ந்து விலகிய மேக நிழல்கள் எல்லாம் என்னை இடையறாது அழைத்துக்கொண்டே இருக்கின்றன. வேப்பம்பூ உதிர்ந்த சிகையை நீவிவிடுவது போல, ஜன்மங்களின் நட்சத்திரங்கள் உதிர்ந்து மினுங்குகிற சிவசைலம், ஆழ்வார்குறிச்சி, அம்பாசமுத்திரம், பாபநாச மண் எல்லாம், ஒவ்வொரு முறையும் என்னுடைய ஆதியுணர்வுகளைச் சிலிர்த்து மகிழ்வித்த மாதிரி ஒவ்வொரு முறையும் தொடுகின்றன. அதுவும் இந்த ஆனி – ஆடியின் காற்று என் தாத்தாவுக்கு அப்பா திறந்து வைத்த ஜன்னல்களில் இருந்து புறப்பட்டு வந்து என்மேல் அப்புவதுபோல் இருக்கிறது. போனவாரம் அலுவலக வேலையாய் அம்பாசமுத்திரம் போனபோது, மலையின் நீலம் எனக்குள் கடலைப் புரட்டியது அகஸ்தியர் அருவியில் நிற்கும்போது, என் தாயின் தாயின் தாயின் அமுதம் பொங்கித் தலையில் வழிந்தது. நான் சமவெளிகளுக்குத் திரும்பி வராமல், அந்தப் பாறைகளில் ஒன்றில் ஒரு பறவை எச்சமாகவேனும் சிந்தி உறைந்துவிட முடியுமெனில் கூடப் போதும். அந்த அருவியின் நீரில் அலைந்து அலைந்து இறங்குகிற காட்டுச் சருகாக என் காலம் கழிந்தால் போதும். உருவிவிட்டது போன்ற ஒரு பிராயத்துப் பாம்பு போல் நான் தண்ணீர் வழி தலைதூக்கி நீந்தி, பாறையிடுக்குகளில் புகுந்து புகுந்து, சூரிய ரேகைகள் துளைக்காத, அடர்ந்த வனங்களில் யாரோ தொலைத்த ரத்தினம் தேடி அலைந்தால் போதும். ஒரு பட்டுப்பூச்சியாக, ஒரு சிறு தீங்கற்ற பறவையாக, ஒரு பிரப்பங்கொடியாக, ஜீவன் ததும்பும் தீ நிறத்தில் இதழ் மலர்த்திக் கொண்டிருக்கிற வனமஞ்சரியாக இருக்க முடிந்திருந்தால் போதும்.

உங்களுக்கு மட்டுமல்ல, யாருக்கும் அப்படியொரு வாழ்வு அல்லது வாழ்வின் சமீபம் கிடைக்குமெனில் அது நல்லதுதான். மலைகள் செய்யும் மாயம், சிகரங்கள் புரியும் ரசாயனம் அற்புதமானது. மலை, அருவி, நதி ஒவ்வொரு பொழுதும் என்னைப் புதுப்பித்திருக்கிறது. கசடறக் கழுவிப் புடம்போட்டு அனுப்பி யிருக்கிறது. மலைகளில்

இருந்த காலங்கள் மனோகரமானவை. 'பெயர் தெரியாமல் ஒரு பறவை', 'ஆறுதல்' என்ற இரண்டு கதைகளையும் நான் அப்படித்தான் எழுதினேன். நடப்பு என்ற சிறுகதைகூட அப்படி யொன்றுதான்.

மலைகளில் இல்லாவிட்டாலும் மலைகள் தூரத்தில் விளிம்பிடும் கருநீல எல்லையிலாவது இருக்க முடியவேண்டும்.

சமீபத்தில் கோவை பரிசளிப்பு விழாவுக்குப் போயிருக்கையில், ராஜ்குமாரைப் பார்க்க முடியும் என்று நினைத்தேன். முடிந்தால் ஊட்டிக்குப் போய்வர வேண்டும் என்று ஒரு ஆசையிருந்தது. கார்த்திகாவை அவருடைய கல்யாணத்தில் பார்த்தது. அம்மா, ரூபி, யோனா, சின்ட்ரெல்லா யாரையும் பார்க்கவில்லை. அதற்கப்புறம் பிரம்மராஜன் – ராஜலட்சுமி மற்றும் கார்த்திகாவின் நண்பர் தாஸ், இன்னும் இன்னும் முடிவற்ற மரங்கள், புல் சரிவுகள், நடக்க நடக்க விரியும் அன்பான பாதைகள், மனம் ஏங்குகிற உணர்வுகளின் வெளிகளுக்கு நம்மை அழைத்துச் செல்கிற சங்கீதம் போன்ற ஏதோ ஒருவகை இதம்தரு நிலை, யாரிடமிருந்து யார் பெறுகிறார்கள் என்று புரிய முடியாதபடி எல்லோராலும் ஒரே நேரத்தில் பகிர்ந்து கொள்ளப்படுகிற ஒரு பூச்செண்டுக் குலுங்கல், மெத்து, மென்மணம்.... எல்லாவற்றையும் மீண்டும் அடைந்துவிட நினைத்தது. கார்த்திகா ஆனால் வரவில்லை. வர முடியவில்லை போல. ஆனாலும் அவர் வந்திருப்பது போல் நினைத்துக் கொண்டேன். எனக்குப் பிடித்தவர்கள் வராதபோதும் வந்திருப்பதாகவே நினைத்துக் கொள்வது ஒரு பாதுகாப்பைத் தருகிறது. ஆர். சோமு கூட வந்திருப்பதாக நினைத்துக் கொண்டேன். மிகவும் வர விருப்பப்பட்ட என்னுடைய அப்பா அமர்ந்திருக்கிற நாற்காலி எது என்று, அவர் வராத போதும் என்னால் தீர்மானித்துக் கொள்ள முடிந்தது. எவ்வளவு சுவாரஸ்யமாக ஏமாற்றிக் கொள்ள முடிகிறது நமக்கு.

அப்புறம், கதை எழுத ஆரம்பித்தாயிற்றா காயத்ரி? உங்களுக்கு எழுத முடியும். நினைப்பதைச் சொல்கிற உரைநடை பழகிவிட்டது. இதற்கும் சிறுகதைக்கும் இடைவெளி அதிகமில்லை. சீக்கிரமே உங்களுடைய எழுத்துக்களைப் பத்திரிகையில் பார்க்க விழைகிறேன். வாழ்வதற்கு ஒரு வாழ்வை உணர முடிகிறபோது, எழுதுவதற்கு ஒரு எழுத்தையும் உணர முடிவதாகத்தான் இருக்கும். வாழ்வை ஒரு பெண்ணாகப் புரிந்து எழுதுகிறவர்களில் சமீபத்தில் சிவகாமியைச் சொல்ல வேண்டும். அவருடைய ஆனந்தாயி படியுங்கள்.

படிப்பு, மேல்படிப்பு, பி.இ. என்று ஏதாவது நடந்து கொண்டிருக்கிறதா? அப்பா, அம்மா, தம்பி எல்லோரும் நலம் தானே!

சங்கரி அடிக்கடி புடவையில் தோன்றிக் கொண்டிருக்கிறாள். கல்லூரி திறந்து மூன்று நாட்கள் ஆயிற்று. ராஜு வளர்ந்து கண்ணாடி அணிந்து, கைலி உடுத்து, குரல் உடைந்து இன்று தன் டென்த் மார்க் ஷீட் வாங்கப் போயிருக்கிறான்.

காலத்தின் சிறகுகள் அகன்றவை. வீச்சு நிறைந்தவை.

எல்லோர்க்கும் அன்புடன் –

கல்யாணி சி.

மதுரை,
18.7.93

அன்புமிக்க காயத்ரி,

வணக்கம்.

இந்தப் பழைய அலுவலகக் காகிதத்தைப் பொருட்படுத்த மாட்டீர்கள் என்று நினைக்கிறேன். பத்துப் பதினைந்து நாள் கதவைப் பூட்டிவிட்டு வெளியூர் போய்த் திரும்பினதும், ஒரு பட்டுத்தூசி எல்லாவற்றிலும் படர்ந்திருக்கும். சேரன்மாதேவி ஆற்றுப் பாலத்தைத் தொட்டு ஒரு சிதில கோபுரம் இருக்கும். சில குடியமைப்பு வரிசையைத் தாண்டும்போது அஸ்திவாரச் செங்கல் கட்டு மாத்திரம் எழுப்பி அப்புறம் கைவிடப்பட்ட சதுரங்களில் எருக்கஞ்செடி முளைத்து, ஆட்டுக்குட்டி விளையாடும். இக்காகிதத்தின் மேலும் காலத்தின் பட்டுத்தூசி, காலத்தின் சிதிலம், காலத்தின் கைவிடப்பட்ட சதுரங்கள் இருப்பதுபோலத் தோன்றுகிறது. எழுதும்போது நன்றாக எழுதிய கையை எடுத்ததும் நொறுங்கி விடுவதுபோல.

கோவை – மேட்டுப்பாளையம் ரோட்டில் ஐடியல் பள்ளிக் கூடத்தில் 11–ம் தேதி ஒரு நிகழ்ச்சி. பக்கத்தில் குருடி மலை சாய்ந்திருந்தது. மலை எப்படிக் கிடந்தாலும் அழகுதான். அதிலும் தூரத்தில் இருக்க இருக்கப் பேரழகு. மைதானத்து மரங்களை உலுக்கிக் கொண்டிருந்த காற்று அங்கிருந்து புறப்பட்டிருக்கும் அல்லது அங்கு போய்ச் சேர்ந்து மேகங்களை விலக்கி நகர்த்தி யிருக்கும். பழுப்பு அரசிலை காற்றில் நகர்கிறது போல, மேகம்

நகர்ந்திருக்கும் நகர்ந்தாலும், நகராவிட்டாலும் மேகம் அழகுதான். அசையாதிருக்கிற அழகு மலைக்கு.

இந்த முறை கார்த்திகாவை நினைக்கவில்லை. யாரையும் நினைக்கவில்லை. வெறுமனே நலுங்கும் இலைகளின் வழியே ஆகாயத்தைப் பார்த்துக்கொண்டே இருந்தேன். சில போது திரும்பி சில முகங்களை கூட்டம் வேண்டாம் என்று முரண்டிக்கொண்டே இருந்த மனது, தரைக்கு நாலடி உயரத்தில் பறக்கிற மழை வருவதற்கு முந்திய தட்டான்பூச்சி போல் நிலை கொள்ளாமல் இருந்தது. எப்போது விடுபடுவோம் என்றிருந்தது. பேச வேறு சொல்லிவிட்டீர்கள். எல்லாம் மரபு போல ஏற்புரையும் ஒரு மரபு. நான் மிகப் பெரிய பத்து நிமிடப் பேச்சைப் பேசினேன். எங்கெங்கிருந்தோ கோர்வையற்ற எண்ணங்களின் கொத்துக்கள் உதிர்ந்தன. எதற்காக எதைச் சொல்கிறோம் என்றின்றி உதிர உதிரப் பொறுக்கிப் பொறுக்கி தொடுத்துக் கொண்டிருந்தேன். என் குரல் பரபரப்பின்றி அமைதியுடன் இருந்தது. மிகுந்த நிதானத்துடன் ஒரு பசுங்கன்றின் பிரசவம்போல, என் வலி தெரியாமல் என் சொற்களை ஈன்று புறந்தந்து கொண்டிருந்தேன். கூட்டம் என் அமைதியில் கரைந்திருந்தது. முடிந்தது தெரியாது, கைதட்டல் இல்லை. அது ஒரு நல்ல அறிகுறி. அல்லது இன்னும் பேசுவதற்கு முந்திய மௌனம் என்றும் இருந்திருக்கலாம்.

சார்வாகன் சிறுகதைத் தொகுப்பும், ஆதவன் தொகுப்பும் வந்திருக்கின்றன. வாங்க வேண்டும். நீங்களும் – கிடைத்தால் வாசித்துப் பாருங்கள். இது உங்களுக்கு லார்வாப் பருவம். அகோரப்பசி இருக்கும். தழை தழையாய் இலை இலையாய் விழுங்கச் சொல்லும். பறப்பதற்கு முன் கொஞ்சம் புழுக்களாக.... கதை எழுத வேண்டும் என்று எழுதாதீர்கள். எழுதத் தோன்றினால் எழுதுங்கள். அதுதான் சரியாக இருக்கும்.

அந்த மௌனராகப் பாடலை யாருக்குத்தான் பிடிக்காது. அது பி.சி. ஸ்ரீராமின் இடம். ரேவதியின் இடம். அந்தப் பின்னணி வண்டி, உடை, ஒளியமைப்பு எல்லாவற்றையும் முன் தீர்மானித்தது காமராக் கலைஞனாகத்தான் இருக்க முடியும். மணிரத்னத்திற்கு, ஸ்ரீதரைப் போல எப்போதுமே மற்ற சக கலைஞர்களின் நூற்றிலொரு சதவிகித வெளிப்பாட்டைச் சுரக்கவும் கசியவும் பெருகவும் வைக்கக்கூடிய இயல்பு. மணிரத்னம் நல்ல சிநேகிதனாகவும் பரிவுமிக்க மனிதனாகவும் இருக்க வேண்டும். அவைதான் இவற்றைச் சாத்தியமாக்கும்.

அந்த லாந்தர் கட்டிய வண்டி என் சிநேகிதன் பரிசளித்தது. அது இன்னும் அசைந்தசைந்து சென்று கொண்டிருக்கிறது. அதன் வெளிச்சத்தின் அலையில் இரவின் சாலைகள் உருக்கொண்டு தெளிந்து கொண்டிருக்கின்றன. வண்டிக்குள்ளிருக்கிற பெண்ணின் மிகவும் வேண்டிய முகத்தில் நீல வெளிச்சம். ஒன்று இன்னொன்றால் அழகாகி ஒன்று இன்னொன்றை அழகாக்கும் எத்தனையோ விஷயங்களில் இதுவும் ஒன்று.

குழந்தைகளுக்கு நன்றாகச் சொல்லிக் கொடுங்கள். கண்டிப்பாக இருங்கள். ஆனால் வேப்பம்பழம் பொறுக்க அனுமதியுங்கள்.

எல்லோர்க்கும் அன்புடன் –

கல்யாணி சி.

மதுரை,
14.8.93

அன்புமிக்க காயத்ரி,

வணக்கம்.

கேரளாவில் மழைக்காலம் இப்படித்தான், நீங்கள் கடிதம் எழுதுவது மாதிரி, இருக்கும். முதல் மழை ஓய்வதற்குள் அடுத்த மழை ஆரம்பித்து, அடுத்த மழையின் ஈரம் உலர்வதற்குள் பிறிதொரு மழை துவங்கி, பெய்வதும், பொழிவதும், நனைப்பதும் துல்லியம் தருவது. ஈரம் ஜீவனின் இன்னொரு பெயர்.

உங்களுடைய இரண்டாவது கடிதம் ஒரு சிறுகதையை அடக்கியது. சற்று அந்தந்த இடத்தில், பிரஷ் நுனியில் ஒவ்வொரு வர்ணத்தால் தொட்டால், ஒரு மென்மையான அடர்த்தி நிரம்பிய சித்திரமாகிவிடும். பத்து வருடங்களுக்கு முன் என்றால் நானே அதைச் செய்திருப்பேன். எழுதியனுப்பி, காயத்ரி இதோ பார் உன் சிநேகிதியும் நீயும் என்று சந்தோஷப்படுத்தியிருப்பேன். நீங்கள் இப்போதுகூட அதை எழுதிப் பார்க்கலாம்.

என் புத்தகம் கிடைத்திருக்காவிட்டால் கூட, பொருட்காட்சி தினம் ஒரு நல்ல ஞாபகமாகவே இருந்திருக்கும். வண்ண நிலவனுக்கும் எனக்கும், என்னைப் போன்ற திருநெல்வேலிக்காரர்களுக்கும் பொருட்காட்சி, பொருட்கள் சம்மந்தப்பட்டதல்ல. மனிதர்கள் சம்பந்தப்பட்டது. சற்றும் எதிர்பாராமல், நமக்குப் பிரியமானவர்களைச்

சந்தித்து அப்பால் போக பொருட்காட்சி ஒரு நுட்பமான இடம். ராட்சச ராட்டினத்திற்குக் கீழ், சொக்கலால் ஸ்டாலுக்கு முன்னால், கலையரங்கத்திற்கு அருகில் என்று எவ்வளவோ சொல்லிக் கொண்டு போகலாம். இப்போது நான் போனால் மீண்டும் அப்படி உணர முடியாது. ஆனால் ஏற்கனவே உணர்ந்தவற்றின் அலைகள் புரண்டு புரண்டு மேல் வரும்.

அந்த முன்னுரை எனக்கும் பிடித்திருக்கிறது. எளிமையும், உண்மையும், இன்னும் கூடக் குளிப்பாட்டாத, பிறந்த குழந்தை போல கையையும் காலையும் உதைத்துக் கொண்டிருக்கிறது. வண்ணநிலவன் சிறுகதைத் தொகுதி ஒன்றின் மீது வைக்கப்பட்ட விமர்சனங்கள் என்னை வெகுவாக வருத்திக் கொண்டிருக்க, என் சுமையை நான் இந்த முன்னுரை மூலம் இறக்கிக் கொண்டேன். சிறகுகள் அடக்கிப் பறவை தரையிறங்குவது போல இதுவும், பறக்கிறது போலவே, இன்னொரு வகையில் அழகாக இருக்கிறது.

பாப்பு இல்லாவிட்டால் என்ன, மதுரை எப்போதும் இருக்கிறது. எப்படியும் கண்டிப்பாக 94 ஏப்ரல் வரை, அதிகபட்சம் 95 ஏப்ரல் வரை நாங்கள் இங்கேதான் இருப்போம். முடிகிறபோது வரலாம். போகிறபோது வருகிறபோது எட்டிப்பார்க்கலாம்.

எல்லோர்க்கும் அன்புடன் –

கல்யாணி சி.

மதுரை,
8.5.94

காயத்ரி,

நீங்கள் வரைந்து காட்டியிருக்கிற டி.எல்.ஓய். ஐயருக்கு என் வணக்கம்.

அந்த வீட்டைப்பற்றி எழுதியிருக்கிற உங்கள் உணர்வுகள் அனைத்தும் ஒரு நல்ல சிறுகதை. என் கவிதையை விடவும் நல்ல சிறுகதை. எல்லோர்க்கும் எழுதும்படி ஒரு வீடு, ஒரு மனிதன், ஒரு உலகம் இருக்கிறது. நீங்கள் எழுதிப் பார்க்கலாம். கதையைக் கடிதம் எழுதுவது மாதிரி நினைத்துக்கொண்டு எழுதுங்கள். அம்மாவிடம், தங்கையிடம், உங்கள் சிநேகிதியிடம் பேசுகிற மாதிரி நினைத்துக் கொண்டு தன்னிச்சையாக எழுதுங்கள். உங்களுடைய

பிறந்தநாள் மனநிலையை வைத்தே கூட ஒரு சிறுகதை எழுதி ஏ.ஐ. ஆருக்கு அனுப்ப நினைத்தேன். அது ஒரு விதிமீறல் போலத் தோன்றிற்று. எழுதவில்லை.

நன்றாகப் படித்து பி.எட். எழுதுங்கள்.

எல்லோர்க்கும் அன்புடன் –

கல்யாணி சி.

மதுரை,
14.7.94

அன்புமிக்க காயத்ரி,

வணக்கம்.

முன்தினம் எழுதியதை காலையில் எழுந்து மீண்டும் ஒரு தடவை படித்திருக்கலாம். இன்னும் கொஞ்சம் எழுதியிருப்பீர்கள். பக்கம் பக்கமாகத் தேர்வு எழுதின கை இன்னும் பழக்கம் மாறவில்லை. எவ்வளவு நீண்ட கடிதம்! ஆனால் இன்னும் நீளமாக இருந்தாலும் சந்தோஷமாகத்தான் இருந்திருக்கும்.

கல்யாண வீட்டில் முகம் பார்க்கிற மாதிரி, சிரிக்கிற மாதிரி அவசரமாக இரண்டு வார்த்தை, சௌக்யமா, வள்ளி வரலையா, சங்கரி என்னப் பண்ணுதா என்ற கேள்விக்குப் பதில்கள், பந்தியில் இருக்கிற முகம் பார்த்து ஒரு எச்சில் கை உயர்த்தின கும்பிடு, கை கழுவுகிற இடத்தில் தோள் மீது விழுகிற கை, நம்முடன் பேசவேண்டும் என்று நினைத்து, பேசாமல் நம்மையே பட்டுப்புடவையுடன் பார்த்துக் கொண்டிருக்கிற இரண்டு கண்கள், இப்படியேதான் அவசர அவசரமாக நான் எழுதிச் செல்ல வேண்டியதிருக்கிறது. மனம் காலையில் மட்டுமே அமைதியாக இருக்கிறது. அதற்குள் எவ்வளவு, எத்தனை பேருக்கு எழுதிவிட முடியும், அத்தனை பேரும் வேண்டும் போல இருக்கையில்.

எல்லோர்க்கும் அன்புடன் –

கல்யாணி சி.

மதுரை,
28.11.94

அன்புமிக்க காயத்ரி,

வணக்கம்.

பெரும்பாலும் பேனாவிலிருந்து வந்துகொண்டிருந்த உங்கள் கையெழுத்து, இந்த முறை பால் – பாயின்ட் முனையிலிருந்து வந்திருக்கிறது. காலம் எவ்வளவோ நம்மீது திணிக்கிறது. நம்மிடமிருந்து பிடுங்குகிறது. சமீபத்தில் ரீனால்ட்ஸ் பேனாக்களைத் திணித்துவிட்டுக் கையெழுத்து வடிவத்தைப் பிடுங்கிக் கொண்டு விட்டது அது.

கார்த்திகாவின் எந்தத் தொகுப்புமே என்னிடம் இல்லை. விரிந்ததோர் சாம்ராஜ்யமாக இருப்பது கார்த்திகாவுக்கும் – எங்களுக்குமான நிலக்கோட்டை வருடங்கள்தான். திருமணம், வேலை, வயது என்று தொடர்ந்து எல்லோரையும் பாதிக்கிற போது, எல்லோர்க்கும் பொதுவான கடலில் இருந்து விலகி, அவரவர் கைமணல் பார்க்கச் சொல்லிவிடுகிறது வாழ்க்கை. அப்புறம் உழக்குக்குள்தான் கிழக்கும் மேற்கும். கிழக்கோ, மேற்கோ, ஆயுள் போதாது ஒரு மரம் பார்க்க. தி.ஜா. சொன்ன உள்ளங்கை ரேகையும் ஞாபகம் வருகிறது.

அப்பா எப்படி இருக்கிறார்கள். தேறி வருகிறாரா. அம்மா, தம்பி தங்கைகள் எல்லோரும் எப்படி? சிலசமயம் செடியாக, பூவாக, நாராக, விரலாக, சூடுகிற சிகையாக மாறி மாறி, ஒவ்வொருவரும் இயல்பாக இடம் மாறிக் கொள்கையில் உறவுநிலை அற்புதமாகி விடுகிறது. கொதிக்கிற ரசவாசனை கூட எப்போதாவது தான் நன்றாக இருக்கிறபோது, வாழ்வில் அற்புதங்களைத் தினசரி எதிர்பார்க்கவும் முடியாதுதான்.

எல்லோர்க்கும் அன்புடன் –

கல்யாணி சி.

சோமு

☜☞

அம்பாசமுத்திரம்,
11.3.88

அன்புமிக்க சோமு,

வணக்கம்.

நேற்றுக்காலையும் மின்சாரமில்லை. ஆனால் வெளிச்சம் தபாலாகக் காத்திருந்தது. வாட்ச்மேன் 'சார் உங்களுக்கு ஒரு 'புக் போஸ்ட்' வந்திருந்தது. ஸ்டாம்பை எடுத்துக் கொண்டிருக்கிறேன்' என்றார். 'எடுத்துக்கொள்ளட்டுமா' என்றால்கூடச் சந்தோஷமாக இருந்திராது. எடுத்துக் கொண்டதன் பின்னிருக்கிற உரிமைக்கு என்னை அவர் தேர்ந்துகொண்டது விஷயம். நிறையப் பேர் உரிமை எடுத்துக் கொள்கிறார்கள். இருபது வருடங்களுக்கும் மேலாகவே, 'இவனுக்குக் கேட்கிற காதுகளுண்டு' என்று நிறையப் பேர் என்னிடம் சொல்லியிருக்கிறார்கள். மிகவும் கஷ்டப்பட்டவர்கள், அவர்களுடைய கஷ்டத்தை எந்த வகையிலும் தீர்க்க வல்லவனற்ற என்னிடம் மிக நெருக்கமாகப் பகிர்ந்து கொண்டிருக்கிறார்கள். ஆலமரமுமல்ல, சுமைதாங்கியுமல்ல, எனினும் ஒரு நிழலையும் கல்லின் தாங்குதலையும் என்னிடம் நிறையப்பேர் அடையாளம் கண்டிருக்கிறார்கள். எனக்குக் கல்லின் பாளமாக மினுமினுத்துத் தாங்கிக் கிடக்கச் சம்மதம். எச்சத்தின் விதைத் தெறிப்பாகச் சிதறி வெடித்து வடியவும், விழுதில் ஊறும் எறும்பெனினும் பழுதில்லை.

நேற்று முழுவதும், இரவின் முடிவுவரை நான் ஒருவரிகூட அந்தப் புத்தகங்களைப் படிக்கவில்லை. புகைப்படங்களில் கனன்று சுடர்கிற அந்த மனிதனின் கண்களையும், நாசியையும் நரையையும், கையின் பல்வேறு இயக்க பாஷைகளையும் பார்த்துக் கொண்டே இருந்தேன். அற்புதமான பார்வை. அற்புதமான நாசி. அற்புதமான நரைமயிர். இங்கே பாங்கிற்கு அடிக்கடி சுப்பையா என்று ஆடு மேய்க்கிற 'நம்பியார்' ஒருவர் வருவார். அவருக்கும் இதேபோலத் தீ போன்ற குளுமையான கண்கள். கருப்பையும் விட அழகான நரை. மூக்கு எவ்வளவு கம்பீரமான உறுப்பு. சொல்லிக் கொடுத்தாலும் பொய் பேசத் தெரியாத நாக்கு. ஒட்டி இறுகின, உழைத்திறுகின வயிறு. சுப்பையா, ஏசு, ரஜனீஷ் எல்லோரும் ஒன்றுபோலத்தான் தெரிகிறார்கள்.

இந்த மார்ச் மாதத்தில் இன்று அதிகாலை அப்படியொரு மழை. இயற்கை கட்டுப்பாடற்ற தன் ஆதியழகை மீண்டும் மீண்டும் நிலைநிறுத்திக் கொண்டே யிருக்கிறது. பசு கன்றைப் பெறுவது – ஈன்று புறந்தருவது எவ்வளவு அழகானது, அவ்வளவு அழகானது மழை. உயிரின் ஈரம். தொப்புட் கொடியின் ஜீவன். துள்ளல் துள்ளல் துள்ளல்.

நான் நகர்ந்துகொண்டிருந்த பைக்கைப் பர்த்துக் கொண்டிருந்தேன். அப்போது கூட கழுவப்பட்டு மினுக்குகிற அந்த இயந்திரத்தைவிட, அதில் பட்டுத் தெறிக்கிற மழையின் பாய்ச்சல் வேகமாகத் தெரிந்தது. ஒரு உதிர்ந்த மல்லிகைப் பூவில் அடுத்தடுத்து விழுந்த மழைத்துளியில், ஒரு நிமிடம் அந்த ஒற்றை மல்லிகை துடித்தது. அது அதனின் சந்தோஷமாகக் கூட இருக்கலாம். நான் ஏன் வலியெனக் கொள்ளுதல் வேண்டும். பாங்கில் வந்த பிறகும் மழை பெய்தது. மழை எவ்வளவு நல்ல விஷயமோ, அதே அளவுக்கு அதைப் பார்த்த பார்வையில் தொலைந்து போவதும் நல்லது. மழை எல்லாவற்றையும் வாங்கிக்கொள்ளும், எல்லாவற்றையும் கொடுக்கும்.

இந்தப் புத்தகங்களை எப்போது படிப்பேன் எனத் தெரியாது. ஆனால் அவை படிக்கச் சொல்கின்றன. சரி என்றிருக்கிறேன்.

அன்புடன்,

கல்யாணி சி.

அம்பாசமுத்திரம்,
20.3.88

அன்புமிக்க சோமு,

வணக்கம்.

கடந்த மூன்று வாரங்கள் வித்தியாசமானவை. உடல் மிக மோசமான பாதிப்பிலும் மனம் மிக நல்ல ஆரோக்கியத்துடனும் இருந்தது. இயற்கைக்கு, ஆதி இயற்கைக்கு மிக நெருக்கமாகச் செல்ல தானாகவே சில கதவுகள் திறந்து கொண்டன. அருவிகள் – பாறைகள் என மூன்று வெவ்வேறு இடங்களுக்கு. மூன்றுமே இந்தப் பக்கத்து – அது என்ன மேற்குத் தொடர்ச்சியா – மலையடி வாரத்திலுள்ளவை.

மலைகள் மரங்களை இழந்துவிட்டன. ஆனால் பாறைகளும் அருவிகளும் அதனதன் சத்தியத்துடன் அப்படியே இருக்கின்றன. அருவியின் கீழ் நிற்கும்போது என் கனத்த கண்ணாடி பெருத்த இடைஞ்சல். கழற்றாமல் குளிக்க முடியாது. குளிக்கும்போது இதற்கும் மேலாக அகாலத்திலிருந்து வீழ்ந்து கொண்டிருக்கும் ஆக்ரோஷமான அழகை ஏறிட்டுத் தரிசிக்க முடியாது. அருவியின் புகையை மேலேறி மேலேறி நீல விளிம்புவரை பார்வையால் செல்ல முடியாது. என்றாலும் அருவியும், நீரும், மிக முக்கியமாகப் பாறைகளும் என்னை அழைத்துக்கொண்டே இருக்கின்றன. நீர்வீழ்ச்சிகளின் முன்னுள்ள ஆழமற்ற தடாகத்தில் ஒரு பறவை கொய்து விழுந்த காட்டுப்பழம்போல – ஆழம் தெரிய முடியாததை – ஆழங்களில் எல்லாம் ஆழமானதை ஆழமற்ற என்று சொல்லலாமில்லையா – நான் கிடக்க மிகப் பலமுறை விரும்பியிருக்கிறேன். உயரமும், நீரின் தூய குளிர்மையும் எனக்கு மரண பயத்தை அல்ல, மரண விருப்பத்தைத் தந்திருக்கின்றன.

நீரைப் போன்ற அற்புதமில்லை.

அதுவும் வனாந்திரங்களில் மீன் மொய்த்துக் கிடக்க, சதா கூழாங்கல்லுக்கு வேதம் சொல்லிக் கொடுத்துக் கொண்டும், காற்றின் பாடல்களுக்கு இசைந்து கொண்டுமிருக்கிற நீரைப்போன்ற உயிருள்ள திரவம் வேறில்லை.

உள்ளங்கைகள் மிக அழகாக இருப்பது, அப்படி ஒருசேர அந்தத் தண்ணீரை அள்ளும் போதுதான்.

எங்கள் வீட்டுக்குச் சலவை செய்கிற சண்முகம் என்னைத் தொட்டுக் கொண்டிருக்கிற சமீபத்து முகம். கஷ்டப்படுகிற

மனிதன் என்பதால் அல்ல. வயது, புறக்கணிக்கப்படுகிற வயது. 'வீட்டுக்கு வராதீரும்' என்று விரட்டுகிற அவனுடைய வயதான இரண்டாம் மனைவி. தத்து எடுத்துக்கொண்ட வளர்ப்பு மகனின் மேல் இந்தக் கிழவன் வைத்திருக்கிற மகாப்பிரியம். தள்ளாமை. பசி. நானும் என் மனைவியுமாக சண்முகத்தை வாடாமல் பார்த்துக் கொண்டிருக்கிறோம். வாடாமல் என்றால் கருகிப் போகாமல் அல்ல. மறுபடியும் துளிர்விடும்படியாக. ஒரு வாரம் அவன் எங்களுக்காகவும் வாழ்ந்திருப்பான். புரண்டு படுக்கையில் சங்கரி முகம், ராஜு முகம், என் மனைவி முகம் என்று ஏதாவது ஒன்று மத்யான அசதியில் ஞாபகம் வந்திருக்கும். நேற்று இரவு 11 மணி அளவில், கிட்டத்தட்ட கடைசி பஸ்ஸிலிருந்து நான் இறங்குகையில், 'ஐயா' என்று ஒரு சத்தம். பார்த்தால் சண்முகம். 'அம்மா நீங்க வரக்காணோம்னு கவலைப்பட்டுகிட்டு இருந்தாங்க. அதான் நீங்க எப்படியும் கடைசி வண்டிக்குள்ளே வந்திடுவீங்க'ன்னு உட்கார்ந்திருந்தேன்.'

சண்முகத்தைப் போல யாருக்காவது உட்கார்ந்திருக்க எனக்கும் மனதிருக்கிறது. கடைசி பஸ்ஸில் வருவதற்கும் மனிதர்கள் இருக்கிறார்கள்.

எல்லோர்க்கும் அன்புடன் –

கல்யாணி சி.

அம்பா சமுத்திரம்,
21.3.88

அன்புமிக்க சோமு,

வணக்கம்.

உங்களிடம், ஆரோக்கியமான, தெறித்துவிடுவதுபோல் திரட்சியடைந்திருக்கிற, தோல் சீவப்பட்ட முழு காரட் ஒன்றைத் தருகிறார்கள். நீங்கள் கடித்துக் கொண்டே செய்தித்தாள் படிக்கிறீர்கள். சங்கீதம் கேட்கிறீர்கள். உங்கள் குழந்தைகளின் கேள்விகளைக் கேட்டுக் கொள்கிறீர்கள். இதற்குள் காரட் தீர்ந்து போகிறது. 'நல்ல காரட்' என்று உடனடியாக ஒரு பாராட்டு உங்களுக்குள்ளேயே தோன்றுகிறது. வேறு யாரும் பக்கத்தில் இருந்தால் அவர்களிடம் சொல்லியிருப்பீர்கள். யாரும் இல்லாவிட்டால் எப்போதும் நீங்கள் இருக்கிறீர்கள். உங்களிடமே சொல்லிக் கொண்டிருப்பீர்கள்.

ரே படம் எனக்குக் கிடைத்த நல்ல காரட். ரேயைப் பற்றி ஒரு வரிகூட முன்னனுபவமில்லை. ரே ஒரு ஓவியர் என்ற செய்தியின் சந்தோஷமும், ரே சற்று உயரமானவர் என்ற பௌதிக அனுமானமும் மட்டுமே எனக்கு உண்டு. இவை எந்த அனுபவத்திற்கும் இடைஞ் சலோ, குறுக்கீடோ அல்ல. அந்தப் படத்தை நான் அறிவு ஜீவிகளின் மத்தியில் பார்க்கவில்லை. (அப்படிப் பார்த்திருந்தால்கூட என் அனுபவத்தைத் துளி சேதாரமின்றி நான் காப்பாற்றிக் கொண்டு வந்திருப்பேன்.) ஒரு போஸ்ட்மேன் வீட்டு மொட்டை மாடியில், பெரும்பாலும் போஸ்டல் டிபார்ட்மெண்டைச் சார்ந்தவர்கள் மத்தியில் பார்த்தேன். இதைவிட ருசிகரமானது இந்தப் படத்தை அந்தத் தெருவின் சிறுமிகளும், எதிர்த்த வீட்டு மாடியில் இருந்த அடுக்களை மனுஷிகளும், அறுவடைக்குப்போய் வந்திருந்த ஆண்களும் பார்த்தார்கள். நான் ஆழ்ந்தும் தோய்ந்தும் தொடர்ந்தும் செல்ல வாய்த்தது, ‘பதேர் பாஞ்சாலி’ என்ற படைப்பை மட்டும் தான். ஒவ்வொருவரும் ஒவ்வொரு விதமாக வாங்கிக் கொள்கிறோம். நானும் ஒருவிதமாக வாங்கிக் கொண்டேன். நான் வாங்கிக் கொண்டதை, என்னிடம் இருப்பதை, என்னை வந்தடைந்ததை, நான் சேகரித்துக் கொண்டதை, என்னிடம் திரண்டதை மீண்டும் யாரிடமாவது கொடுத்துவிடவே விரும்புகிறேன். அந்தக் கொடுத்தல் நிறைவேறும் அல்லது நிறைவேறாது போகும். அது விஷயமல்ல.

‘பதேர் பாஞ்சாலி’யை நீங்கள் ஏற்கனவே பார்த்திருந்தாலும் இன்னும் ஒருமுறை பாருங்கள். உலகின் நீண்ட வெயில் நாளின் பஸ் பயணத்தில் ஜன்னல் வழியாக நீட்டப்படுகிற கொய்யாப்பழத்தை வாங்கிக் கடிப்பதுபோல், எக்விப்மெண்ட்ஸ், இன்டலெக்ட் என்ற எந்த ஞாபகமுமின்றி, முடிந்தால் ‘ரே’யைக் கூட மறந்துவிட்டுப் பாருங்கள்.

ரே மிருணாள்சென் அல்ல. கி. ராஜநாராயணன் கரிசல் காட்டு பூமி முழுவதிலும் உங்களைக் கூப்பிட்டுக் காட்டிக்கொண்டே போவார். காட்டுவது ஒருபுறமிருக்க, பார்த்துக் கொள்ள வேண்டியது நாம் தானே. கி.ரா. சொன்னது சொன்னபடி ஒரு படம் எடுத்தால் ரேயின் பதேர் பாஞ்சாலி மாதிரி நிச்சயம் இருக்கும்.

இன்றிலிருந்து குழந்தைகளுக்கு பரீட்சை. முழுப் பரீட்சை. சீதோஷ்ணத்தையும் மனநிலையையும், குழந்தைகளின் மேல் கவிகிற அடர்த்தியையும், இயற்கை இளவேனிலிருந்து கோடைக்குள் நுழைகிற அந்த இடைப்பட்ட அற்புதக் காலநிலையை யாராவது சொல்லியிருக்கிறார்களா? இன்று மழை வரும் போல இருக்கிறது.

மழை பெய்த சமயம் பரீட்சை எழுதிக்கொண்டு, ஹாலை விட்டுச் சந்தோசமாக வெளியே வந்திருந்து, கையில் க்ளிப்பும் அட்டையும் கேள்வித் தாளுமாய், நனைந்த வரிசை மரங்கள், நனைந்த நடைபாதைகள், நனைந்த தண்டவாளம் என என் குழந்தைகள் இன்று வரும். நான் என்றோ வந்தது போல.

கல்யாணி சி.

11.3.88

அன்புமிக்க சோமு,

வணக்கம்.

என்னைக் கல்யாணி என்று அழைக்கலாம். எல்லா அழைப்புகளையும் விட அதுவே எனக்குச் சந்தோஷமானது. எது இணக்கமானதோ அது நெருக்கமாக உணர்பவர்களிடமிருந்து கிடைக்கும்போது பாதுகாப்பாகக் கூட இருக்கிறது.

மரியாதைக்குரிய ஐயா என்று உங்களின் கடிதங்கள் துவங்குகின்றன. எந்த உயர்ந்த விஷயங்களையும் தெரிவிக்காமல், உணர்ந்து கொள்ளப்படும்படியாக அப்படியே விட்டுவிடுவது அதை மேலும் உயர்ந்ததாக்குகிறது. எழுத்தைத் தவிர வேறு எந்த லாயக்குமற்றவனான எனக்கு, உரத்த மரியாதைகள் கூச்சம் தருகின்றன.

இதற்கு முந்திய கடிதத்தில் குறிப்பிட்டதுபோல, உங்களுடைய 5 புத்தகங்களையும் எப்போதாவது படிப்பேன் – எப்போதாவது திருப்பித் தருவேன். எப்போது என்று மட்டும் தெரியாது. என் ஒரு கவிதையில் போல – ‘தானாக நிகழும் இதுபோல விஷயங்கள்.’ ஞானியென்று சொல்லத் தகுந்த கடைசி மனிதனாகக் கூட நானிருக்க மாட்டேன்.

ஒரு தடவை மூச்சை ஒழுங்காக இழுத்து வெளிவிடத் தெரியாதவனுக்கு என்ன ஞானம் வாய்க்கப் போகிறது.

‘கோபித்துக் கோபித்து அடங்குகிற நெற்றியில் எப்படி நீலம் சுடரும்?’

அபத்தம் என்றும் தெரிகிறது, இரைச்சல் என்றும் தெரிகிறது; தெரிந்த பிறகும் அந்த அபத்தத்தையும் இரைச்சலையும் வேடிக்கைப் பார்க்க அல்லவா தெரிய வேண்டும். மாட்டுத் தாவணிக்குப் போய் தரகனின் பாஷையில் தப்புக் கண்டுபிடித்தால் எப்படி?

எல்லாம் அதனதன் இடத்தில் போய்ப் பொருந்திக்கொள்ள என்னிடத்தில் இருந்து மட்டும் நான் கழன்று முழுப் பரீட்சை லீவில் உருட்டுகிற, சின்னப் பையன்களின் வட்டு மாதிரி யாரின் மகிழ்ச்சிக்காகவேனும் தெருவில் உருண்டு கொண்டிருந்தால் போதுமானது.

ஒரு பறவையைப் போல நீங்கள் வெவ்வேறு இடங்களில் உட்கார்ந்து எழுந்துகொண்டிருந்தாலும், நீங்கள் சிறகுகள் உடையவர் என்பதால், வானம் எப்போதும் உங்களுக்குத் தொட்டு விடும் தூரம்தான். எனக்குச் சிறகுகளில்லாமல் இருக்கலாம். ஆனால் ஏறிட்டு வானத்தை, சற்றுச் சாய்ந்து சுழித்து வாலடித்து முன்னேறும் ஒற்றைப் பறவையைப் பார்ப்பதற்கும் ஒரு தனித்த பார்வையாளன் வேண்டுமல்லவா. அதுதான் என்னைப் போன்ற சிலருடன் நானும்.

எல்லோர்க்கும் அன்புடன் –

கல்யாணி சி.

அம்பாசமுத்திரம்,
8.3.88

அன்புமிக்க சோமு,

வணக்கம்.

என் முதல் முதல் 'ரே' இன்றைக்குத்தான். பதேர் பாஞ்சாலியுடன் ஒன்றின உணர்வும், நெகிழ்வுமாக இந்தப் பதினொன்றரை மணி நிசியில் தவித்துக் கொண்டிருக்கிறேன்.

சோற்றைப் பிசைந்துகொண்டே, சாப்பிட்டபடி, சாப்பிட்ட பின்பு என்று இவளிடம் சொல்லித் சொல்லித் தீர்கிறேன். தூக்கம் வராது என்று முன்பே தெரிந்து பிரபஞ்சனின் தொகுப்பை எடுக்கிறேன். படிக்க முடியவில்லை. எப்போதோ ரேடியோவில் கரகரவெனப் பதிவு செய்த சௌரஸ்யாவின் புல்லாங்குழலை ஓட விட்டிருக்கிறேன். தவிப்பு அடங்கவில்லை. தூக்கத்தில் கலைந்து கிடக்கிற பையனை ஒழுங்கு பண்ணிப் போர்த்துகிறேன். துர்காவைப் போன்றே இருக்கிறது சங்கரியைப் பார்க்க. முன்னை விடவும் அன்பு மிகுந்து விட்டது போல் இருக்கிறது. ஒரு கலை இதைத்தான் செய்யவேண்டும். 'ரே' கலைஞன் என்பது 30 வருடத்திற்கு மேற்பட்ட உண்மை.

இப்போது செளரஸ்யா மட்டும். புல்லாங்குழலும் பதேர் பாஞ்சாலியும் அரசிலை நலுங்குவதுபோல் அப்படியே அத்தனை ஜீவனுடனும் சிலிர்த்துக் கரைந்து அப்படியே ஆளை இழுத்துக் கொண்டு போகிறது.

நிசி அழகானது.

அதுவும் கோடைகால நிசி. நிசிக்கும் வைகறைக்குமிடையே ஊஞ்சலிடுகிற சிறு பொழுதின் குளிர்ச்சி மேன்மை நிரம்பியது.

ஞாயிற்றுக்கிழமை நானும் ராஜுவும் ஆற்றுக்குப் போய் வந்த நேரம் போல, இதோ இந்த நேரமும் சமீபத்திய என் நாள்களில் உயிருடையவை.

அன்புடன் –

கல்யாணி சி.

சந்திரா

ஐஐ

மதுரை,
1.11.91.

அன்புமிக்க சந்திராவுக்கு,

வணக்கம்.

இன்று சங்கரியுடைய பிறந்தநாள். 18 முடிந்து 19 வருகிறது.

இப்போது மட்டுமல்ல, அந்தக் காலத்திலுமே வாயுள்ள பிள்ளைதான் பிழைக்கிறது. பலரும் கடைசிப் பைசா வரை கறாராகக் கேட்டு வாங்கிக்கொண்டுதான் இருக்கிறார்கள். கோவில் வாசல் கடையில் கிழக்குப் பார்த்து நின்றால், தெற்கு வரிசையில் உள்ளே திரும்பினதும், ஒரு அலுமினியப் பாத்திரக்கடை நீட்டமாக உண்டு. ஒரு நாயனா வட்டக் கழுத்து ஜிப்பாவோடு உயரமாக இருப்பார். அவர் கடையில் கறார் விலை போர்டு இருக்கும். இப்படி நிறையப்பேர் எழுத்தாளர்களுக்கு மத்தியிலும் இருக்கத்தான் செய்கிறார்கள். எங்களைப் போல் சிலருக்கு, போர்டு போடவும் கூச்சம். பேரம் பேசி அடித்து வியாபாரம் செய்யவும் கூச்சம். எங்களுக்கு தற்காலத்தில் super market கடைகள் தான் லாயக்கு. வேண்டிய பொருட்களைத் தாமாகவே எடுத்துப் போட்டுக்கொண்டு வேண்டியதற்கு விலையை Computer Billing மூலமாகச் செலுத்திவிட்டுப் போகிற வாடிக்கையாளர்கள். தற்போது புத்தகம் போடுகிறவர்களில் யாரும் அப்படி இருக்கிறார்களா என்று தெரியவில்லை. நாலு காம்பிலும் கன்றுக்குட்டிக்கு விடாமல் பால் பீச்சிக் கொள்கிறவர்களே ஜாஸ்தி. இதெல்லாம்

உனக்குத் தெரியாதது இல்லை. எங்களுக்கும் தெரியாதது இல்லை. நிறையக் காரியங்கள் நல்லதோ கெட்டதோ தெரிந்துதான் செய்ய வேண்டியது இருக்கிறது.

உன்னுடைய சிரமங்களும் வருத்தங்களும் தெரியாதவன் அல்ல நான். பக்கத்தில் இருந்தும் தூரத்தில் இருந்தும் இருபது வருடகாலமாக ராமச்சந்திரன் – சந்திரா பற்றி மனப்பூர்வமாக சந்தோஷமும் துக்கமும் கொள்கிற நிலையில்தான் வள்ளியும் நானும் இருக்கிறோம். சில பதிலற்ற கேள்விகள் தொடர்ந்து நம்மிடம் இருந்து கொண்டே இருக்கின்றன. போன தலைமுறையில் இருந்து இந்தத் தலைமுறைக்கு வம்சாவளியாக அந்தக் கேள்விகளையும் சுவீகரித்து விட்டோம் என்றுதான் சொல்ல வேண்டும். ஓடுகிற ஆறு கூழாங்கற்களைத் தராது இருக்காது. எல்லாவற்றையும் ஏற்றுக் கொள்ளத்தான் வேண்டும். எவ்வளவுதான் ஒருத்தி எழுந்திருக்க முடியாமல் இம்சைப்படுவது என்று உன்னைப் போல் ஒரு மனுஷிக்குத் தோன்றிவிடக் கூடாது. கைப்பிள்ளையோடு வேனா வெயிலில் லொங்கு லொங்கென்று ஓடுகிற கிராமத்துப் பெண் பிள்ளைகளுக்கு ஆதரவு சொல்ல முடியாதபடி ரஸ்தாக்கள் நீளக் கிடக்கின்றன.

நீ, வள்ளி, எல்லாம் அபூர்வமான மனுஷிகள். உங்கள் மேலுள்ள காதலாலும், உங்கள் பலத்தினாலும்தான் நாங்கள் ஓரளவுக்குக் கொண்டு செலுத்திக்கொண்டு இருக்கிறோம். அந்த இடத்தின் பத்திரத்தை எங்களுக்குக் காப்பாற்றித் தாருங்கள். வேறு ஒன்றும் எனக்குச் சொல்லத் தெரியவில்லை.

மாறாத அன்புடன்,

கல்யாணி சி.

அசோகன்

அம்பாசமுத்திரம்,
26.5.85

பிரியமுள்ள அசோகன்,

வணக்கம்.

லாரி சவாரி அப்படியொன்றும் வசதிக்குறைவாயும் இல்லை. வசதியாயும் இல்லை. பாவம் அந்த லாரி டிரைவரும்தான். பீடி பிடிக்காமல் கெட்ட வார்த்தை பேசாமல், அவரவர் உலகங்களற்ற ஓரோர் இடத்தில் 6 மணி நேரம் இருக்க வேண்டியதாகப் போயிருக்கும்.

எங்களுக்கு 24–ம் தேதிதான் கல்யாண நாள். அதை அதிகம், அதன் ஆரம்ப வருடங்கள் போலப் புளகித்து, உணராவிடினும், அந்த தினத்தின் ஞாபகத்துடனே ஒரு பட்டணப் பிரவேசம் போல வந்து கொண்டிருந்தோம். அந்த தினத்திற்கான பிரத்யேக புது உடையை அவள் அணிந்திருக்க, அதற்கெனவே வைத்திருந்ததை, வேறு சட்டையில்லாததால், மூன்று தினங்களுக்கு முன்பே நான் அணிந்துவிட, விடைபெறும் நேரத்தின் கண்ணீர் உலர உலர, மெல்ல மெல்ல இந்த இடம் நோக்கி வந்தோம். குழந்தைகளும் வந்திருந்தால் நன்றாக இருந்திருக்கும். முக்கியமாக நடராஜ் இந்த விதப் பயணத்தை ரொம்ப ரசித்திருப்பான். டிரைவரை நேசிக்காத சின்னப் பையன் உண்டா?

நான் திருப்பித் திருப்பிச் சொன்னது போலவும் உணர்ந்தது போலவும், நான் இன்னும் கொஞ்சநாள் நிலக்கோட்டையில் இருந்திருக்கலாம். ஒரே அலைவரிசை மனிதர்கள் இல்லாததாகவே என்னுடைய நிலக்கோட்டை வாழ்க்கை இருந்திருக்கிறது. இடையில் கொஞ்சநாள் ஐயம்பாளையம் ஆனந்தனும், சதீஷ்குமாரும், மின்னலைப் போலவும், வானவில் போலவும், சில பஸ் பயணத்துப் பளீர் முகங்கள் போலவும், வேகமாக வந்து அதைவிட வேகமாக விலகிப் போனார்கள். மூக்கையாவுக்கு என்னிடம் ஏதோ இணக்கமாகக் கடைசி தினம் வரை இருக்கிறதென உணரமுடிந்தது. எது என்று ஆனால் எனக்குத் தெரியவில்லை. தெரியாத எத்தனையோ விஷயங்கள் தரும் சந்தோஷம்போல, இன்னும் அவருடைய பழக்கம் சந்தோஷமானதாகவே இருக்கிறது.

23–ம் தேதி இரவு சரியாகச் சுருதி சேரவில்லை. உறுமி உறுமிச் சுற்றிச் சுற்றி அலைகிற வண்டைப் போல அது பறந்து பறந்து எந்த இடத்தில் அமர்வது என அறியாமல் பறந்து போய்விட்டது. ஆனாலும் உறுமும் நேரத்தின் எல்லா அழகுடனும் அது இருந்தது என்பதும் நிஜம்தான்.

பேசினதைவிட என் வீட்டு கேட்வரை வந்து விட்டுவிட்டுப் போனீர்களே, அது அல்லவா பெரிய பேச்சு.

எல்லோர்க்கும் அன்புடன் –

கல்யாணி சி.

அம்பாசமுத்திரம்,
19.4.85

அன்புமிக்க அசோகன்,

வணக்கம்.

உங்களுடைய கனத்த குரலுக்கும், இந்தப் பொடீஇஇ எழுத்துக்களுக்கும் எவ்வளவு வித்தியாசம். ஆனால் ‘கல்யாணம்’ என்கிற சொல்லில் துவங்குகிற அடிப்படையான பிரியம் இதிலும் இருக்கிறது.

வாழ்த்துக்கள்.

உங்களுடைய இரண்டாவது சிறுகதையைப் பார்க்க மிகவும் ஆவலுடன் இருக்கிறேன். வாழ்க்கையை நான் பார்க்காத இன்னொரு

கோணத்தில் பார்த்திருப்பதால், உங்களுடைய கதைகளும் அந்த இன்னொரு கோணத்தின் புதிதுடையதாக இருக்க நேரும்.

ரொம்ப காலமாக நடந்த உங்களுடைய யாத்ராவில் முதல் மைல்களைத் தாண்ட ஆரம்பித்து விட்டீர்கள்.

எனக்குச் சந்தோஷமாக இருக்கிறது.

நான் கல்யாணசுந்தரமாக மட்டும் இருக்க விரும்பினாலும், இலக்கியம் என்னை வேண்டாத அளவுக்கு பாங்க் எல்லைகளுக்குள் துரத்தியடிக்கிறது. என் முகமற்று, ஒரு எழுத்தாளனின் ஒப்பனை அப்பிய முகமே இங்கும் தொடரலாயிற்று. இது ஒருவேண்டாத வேடிக்கையாகி விட்டது இப்போதெல்லாம், இங்கு உட்பட.

அன்றைக்குப் பெருமாள் எடுத்துச்சென்ற உயரத்தைவிடக் கூடுதலாகவா, பாஷையை நான் எடுத்துக்கொண்டு போய்விட முடியப் போகிறது. எவ்வளவு இயல்பான வார்த்தைகள் – தொடர்பு நிலைகள் – விரும்பிக் கூடினது மாதிரி எவ்வளவு சுகம் அந்த நேரத்தை உள்வாங்கும்போது.

எல்லோர்க்கும் அன்புடன் –

கல்யாணி சி.

அம்பாசமுத்திரம்,
25.6.85

அன்புமிக்க அசோகன்,

வணக்கம்.

அதென்ன நிசியில் எழுதியிருக்கிறீர்கள். பூ உறங்கிப் பொழுதும் உறங்குகிற நேரத்தில் நீங்கள் உறங்காமல்? வராத உறக்கத்தைப் போல் ஒரு அவஸ்தையில்லை. வந்துவிட்ட விழிப்பைப் போன்ற உற்சாகமுமில்லை. நானும் இதுபோல் திடீரென்று விழித்து அப்புறம் உறங்காமல் ஏதாவது எழுதிவிட்டு மறுபடியும் புலர் காலையில் தூங்கியிருக்கிறேன். "தாழம் பூ மணமுள்ள தணுப்புள்ள ராத்திரியில் தனிச்சிருந் துறங்குன்ன செறுப்பக்காரி" என்ற பழைய மலையாளப் பாடல் மறுபடியும் இன்று கேட்கிறது. உறங்குங்கள் நீங்களும் கேட்டு.

அடுத்தடுத்து உங்களுக்குப் பதில்கள் எழுதியாகத்தான் நினைவு. (நான் கடிதங்கள் தான் எழுதுவது. பதில்கள் அல்ல)

இரண்டு தடவைகள் நீங்கள் பதில் எழுதிவிட்ட நிலைமையில் என்னுடைய கடிதங்கள் உங்களுக்குக் கிடைத்து, இன்று காலை உங்கள் கடிதம் வந்தது என்ற குறிப்புடன் முடிந்தன. கடைசிக் கடிதம் கூட என்றாலும் உங்களுடைய கடிதம் ஒரு ஆறுதல்தான் என்றபடி.

நான் தேடுவதே இல்லை.

நான் தேட முற்படுவது எல்லாம், சம அலைவரிசையில் என் மனம் நெருக்கமாக உணர்கிற யாராவது ஒரு மனிதன் கிடைக்கிற போதுதான். எழுபதுகளின் துவக்கத்தில் ராமச்சந்திரன் இருந்தார். அப்புறம் சிநேகம் என்ற சொல் ரொம்ப காலமாக நீர்த்துப்போன புழக்கத்தில் இருந்தது. அதனுடைய அடையாளங்களை உங்களிடம் வெகு காலத்திற்கு அப்புறம் உணர்ந்தேன். உணர்வின் இதம் முழுதாக மலர்வதற்குள், வாழ்வின் தளம் மாறி விட்டது. கனவான்கள் வீட்டுத் தொட்டிச் செடிகளைப் போலாகிவிட்ட டிரான்ஸ்பர் உள்ளடங்கிய வாழ்க்கையில் தேடுவதற்கு என்ன அவசமாசமிருக்கிறது நமக்கு?

'எவற்றின் நடமாடும் நிழல்கள் நாம்?' என்று கேட்ட மௌனி நிரந்தரமாகிவிட்டார். அழியாச்சுடரையும் மௌனி கதைகளையும் இந்த மனநிலையில் வாசிக்கத் தோன்றுகிறது. இருந்தால் அல்லவா வாசிக்க!

அலுவலகம் சட்டையுரித்துக் கொள்கிற இந்தப் பருவம் நிலக்கோட்டையில் முழுப் பரிமாணத்துடன் நிகழ்வதன் சுவாரசியத்தை நெருங்கிக் கொள்ளுங்கள். புதிய மனிதர்கள், அவரவர்களின் வெளிச்சங்கள், பகுதி இருட்டுகள் என்று விலகியிருந்து கவனிக்க எவ்வளவோ இருக்குமே

ஒன்றும் சரிவரவில்லை என்றால் எழுதுங்கள். மனது சூடுற்றுப் புடைத்துப் பரபரப்புக் கொள்ளும்போது எழுத்து சரியான வடிகாலாக இருக்கும்.

எல்லோர்க்கும் அன்புடன் –

கல்யாணி சி.

அம்பாசமுத்திரம்,
2.10.85

பிரியமுள்ள அசோகன்,

வணக்கம்.

வாழ்க நீ எம்மான் (அக்டோபர் 2)! இந்தத் தாளின் கசங்கலைப் பொறுத்துக் கொள்வீர்கள்தானே. மனித குணாம்சங்களின் கசங்கல்களைப் புரிந்துகொள்ளவும், பொறுத்துக் கொள்ளவும், அனுமதிக்கவும், அனுசரிக்கவும், விலகி நின்று ரசிக்கவுமான பக்குவமும் வாழ்வனுபவமும் உடைய புத்தகக் கூர்மையுடைய மனிதனாக நீங்கள் இல்லாவிட்டால், இந்த இரண்டு கதைகளையும் இதற்கு முந்திய கதைகளையும் எப்படி எழுதியிருப்பீர்கள். கசங்குவது கசக்கப்பட்ட வஸ்துவின் குற்றமாகாது என்பதும் இன்னொரு நிஜம்.

உங்களுடைய முரண் – பலவீனம் சிறுகதைகளில் பலவீனம்தான் எனக்குப் பிடித்திருக்கிறது. எழுத்து ஒரு நிலைக் கண்ணாடியைப் போலவோ, அல்லது ஜெயகாந்தனின் உன்னைப்போல் ஒருவன்காரிகள் முகம் பார்க்கிற மாடக் குழியில் வைத்த சில்லுக்கண்ணாடி போலவோ, ஜெய்ப்பூர் அரண்மனையின் ஷீஷ்மஹல் போலவோ, அதனதன் அளவிலான இடமாற்றத்துடனும், இடவல மாற்றத்துடனும் அனுபவங்களின் முகத்தை அனுபவிப்பவர்களுக்கே காட்டி வருகிறது. இப்படி ஏதோ ஒருவகையில் படிப்பவன் ஒரு முகம் பார்க்க, எழுதுபவன் தன் முகம் காட்ட, விமர்சகன், இந்த முகத்து மூக்கும், இந்த முகத்துப் பல்லும், இந்த முகத்துப் புருவமும் சேர்ந்திருக்கிற ஒரு முகம் என்று அங்க லட்சணம் சொல்ல, ‘சரிதான் போ’ என்று மறுபடியும் மீசையின் மேல்வரிசை நரைமயிருடன் நாம் கண்ணாடி பார்த்து ரகசியச் சிரிப்புச் சிரிக்க – இப்படியேதான் போய்க் கொண்டிருக்கிறது எழுத்து.

எழுதுகிறவன், என் எழுத்தில் வருபவை என் முகம் என் முகம் என்று பிரகடனப்படுத்த அவசியமேயில்லை என்கிற அளவுக்கு, நான் சிங்கமெனில் என் பிடரிமயிரும், நான் மூஞ்சூறு எனில் என் கூழைவாலும், நான் அதிரூப சுந்தரி எனில் என் கச்சும் கண்ணும், நான் பாசஞ்சர் வண்டியிலிருந்து இறங்கித் தேய்த்துத் தேய்த்து நகர்ந்து இருட்டில் நட்சத்திரம் பார்த்துக் கொண்டு தண்டவாளப் பளபளப்பும் ஜல்லிக் கல்லும் கான்வாஸ் ஷூவுமாக உட்கார்ந்திருக்கும் ரோகியெனில் மயிர் உதிர்ந்த புருவத்தின் கீழ் புதைந்த கண்ணின் பாவையும் என் எழுத்தில் தெரிந்து

கொண்டேயிருக்கும். தெரிவதுதான் உண்மை. உண்மை சுடுவது மட்டும் அல்ல. உண்மை தன்னைக் காட்டிக்கொள்ளவும் செய்யும். சுட்டிக்கொள்ளவும் செய்யலாம். செய்யக்கூடும்.

உங்களுடைய 'முரண்' கதை அப்படியொரு உண்மையாக இருக்கக் கூடும். உலகில் எல்லா உண்மையுமா பேசப்பட்டு விடுகின்றன. உறங்கும் உண்மைகள் எத்தனை. உறக்கத்தில் ஆழ்த்தப்பட வேண்டும் என்று எத்தனை உண்மைகளின் செவியில் நாம் தாலாட்டிக் கொண்டிருக்கிறோம். சில உண்மைகள் உறங்கும்போது மட்டும் அழகாக இருக்கும். பச்சைப் பிள்ளைகளைப் போல. நீங்கள் முரண் கதையின் ஜீவனான உண்மையைத் தூங்க வைத்துவிட்டு, அந்தக் கதையை முடித்திருக்கிற இடத்தில் ஆரம்பித்திருக்கலாம். அந்த சிகரெட் லைட்டரின் எம்.ஜி.எம். சிங்கத்தின் உறுமலுடன் கதை முடியவில்லை. இந்த முரண் என்பது ஒரு பிரச்னை எனில் அந்தப் பிரச்னை அங்குதான் துவங்குகிறது. இனிமேல் நிகழவிருப்பதுதான் இதுவரை அந்தப் படுக்கையில் நிகழ்ந்ததன் மீதானதை விடச் செறிவும், சிக்கலும் நிரம்பிய முரண். ஒருபக்கம் ஒழுக்கம் சார்ந்த மதிப்பீடுகளே அரணாகவும், அது சரிகிற இக்கட்டான கணங்களே அந்த மதிப்பீடுகளை மட்டுமல்ல, அந்த வாழ்க்கையையே முட்டிச் சாய்த்துவிடுகிற முரண்களாகவும் உருவங்கொள்கின்றன. புரட்சி ஒவ்வொரு வீட்டிலிருந்தும் துவங்குகிறது என்று ஆவேசமாகச் சொல்வார்கள். புரட்சி மட்டுமல்ல, அறிவுஜீவிகள் எடுத்து வைக்கிற, மிகவும் சுலபப்படுத்தியும் சுதந்திரப்படுத்தியும் பேசுகிற இன்ஹிபிஷன் சார்ந்த விஷயங்களும் வீட்டிலிருந்து துவங்க வேண்டும் என்று நினைக்கிறேன். துவங்க முடியாதபடியும் துவங்கக் கூடாதபடியும் இந்த வாழ்க்கையின் அமைப்பும், மனங்களின் வார்ப்பும் நமக்கிருக்கிறது. ஒரு a moral நடமாட்டத்தை அவரவர் வீட்டு அடுக்களைக்குள் புழங்க விட்டுக் கொண்டும், அதைப் பெரிதுபடுத்தாது, மீசை ஒதுக்கி இதில் என்ன என்று புகைத்துக் கொண்டும் வெற்றிலை உமிழ்ந்து கொண்டும் இருக்க முடியாத நொய்மையுடனேயே நம் மரபு வார்க்கப்பட்டிருக்கிறது. உலக மரபு என்று கூடச் சொல்லலாம். ஒரு அமெரிக்க அல்லது ஆப்பிரிக்கக் கணவன் தன்னுடைய மனைவி இன்னொருவனுடன் படுக்கையைப் பகிர்ந்து கொண்டிருப்பதைக் கண்ணுற்ற அல்லது செவியுற்ற பிறகு குளிர் பதனப்படுத்தப்பட்ட கோக்கோ கோலாவை இருவருக்கும் நீட்டி சிரமபரிகாரம் செய்விக்கிற பெருந்தன்மை கொண்டிருப்பான் என்று தோன்றவில்லை. ஒரு மகத்தான முறிவும் மோதலும் சிக்கலும் சிதைவும் ஏற்படுத்துகிற இடம் இது. கொஞ்ச காலத்துக்கு – சில வருடங்களுக்கு முன் –ஃபிர் என்றோ, ஃபிர்–பி

என்றோ 'பிறகு' பிறகும் என்ற அர்த்தத்தில் ஒரு ஹிந்திப்படம் வந்தது. கணவனின் முன்னால் சமூக விரோதிகளால் ஸ்கூட்டரை மறித்துச் சிதைக்கப்பட்ட பெண்ணின் மீது, அன்புகொண்ட அவளுடைய கணவன் கொள்கிற பரிவையும், அந்தச் சம்பவத்தினால் ஏற்பட்ட அதிர்ச்சியை விலக்க அவன் எடுத்துக்கொள்கிற பிரயாசையையும், இவனுடைய காதலையும் கருணையையும் மீறி அந்த மனைவிக்கு ஏற்பட்டிருக்கிற தாழ்வுணர்ச்சியையும் எல்லாம் அந்தப் படம் சொல்வதாகப் படித்தேன். உங்களின் கதையும் அப்படி இருந்திருக்கலாம். இருக்க வேண்டும். முரண்களை நோக்கிக் கேள்வி கேட்பதையோ, முரண்பட்டுப் போனவர்களைப் பார்த்துக் கெக்கலி கொட்டுவதையோ விட முரண்பாடுகளால் சிதிலமானதைப் புனர் நிர்மாணிப்பது முக்கியமானதாகப் படுகிறது. மனைவியிடம் மட்டுமல்ல, ரகுநாதனிடமும் எப்படி இனிமேல் நடந்து கொள்ளப் போகிறோம் என்பது இதனினும் சுவாரசியமாக விரியும். அதையும் நீங்களே எழுதிப் பார்க்கலாம்.

பலவீனம், முரண் சிறுகதையைவிட விஷயத்தாலும் உருவத்தாலுமே சரியாக எழுதப்பட்டிருக்கிறது. பலவீனம் கதையைக் கணையாழி இதழுக்கு அனுப்பி வையுங்கள். ராஜாராமனின் அலுவலகம், குடும்பம், காவல் நிலையம் எல்லாமே சரியாகப் பதிவாகியிருக்கின்றன.

தொடர்ந்து எழுதுங்கள்

சித்திரமும் கைப்பழக்கம்

சிறுகதையும் மனப்பழக்கம்

எல்லோர்க்கும் அன்புடன் –

கல்யாணி சி.

மதுரை,
21.7.93

அன்புமிக்க அசோகன்,

வணக்கம்.

ஒன்றின்கீழ் இரண்டு ஏ, ஒன்றின் கீழ் ஏ 2, ஒன்றின் கீழ் 42 ஸ்ரீ விஜயமஹால் பின்புறம், வ.உ.சி. நகர், தேனி ரோடு என்று எப்படிப் போட்டாலும் அநேகமாகக் கிடைத்து விடுகிறது.

கிடைத்து விட்டவை போலவே கிடைக்காது போனவையும் இருக்கக் கூடும். இரண்டொரு வாழ்த்து அட்டைகள் வராது போனதெனப் பின்பு தெரிந்ததால் கிடைக்காதது பற்றியும் ஒரு யோசனை. இரண்டு குதிரையில் கால் வைப்பது போலத்தான் இரண்டு பக்க நியாயங்களைப் பார்க்க முனைவதும் ஒரு வகையான சர்க்கஸ். சர்க்கஸ் எப்படி சவாரி ஆகும்.

இப்போதைக்கு 'இரண்டு ஏ' என்றே வைத்துக் கொள்ளுங்கள்.

ஞாயிற்றுக்கிழமை எனினும் ஒருவார முன் தகவலாவது எனக்குத் தந்தால் நல்லது. நான் நிகழ்ச்சி நிரல்கள் வழிய வழிய ஊர்வழி செல்கிறவன் அல்ல. எனினும், மழை வருகிற நாளில் குடை கொண்டு போகாமல் இருப்பவன்தானே. என்றைக்கு வடிவேலு கூப்பிடுகிறாரோ அன்றைக்கு நான் ஊருக்குப் போகிற அவசியம் இருந்துவிடக்கூடாது.

உதாரணமாக, இந்த வாரம் நான் சனி, ஞாயிறு திருநெல்வேலி போகிறேன், அப்பா அம்மாவைப் பார்க்க.

எனக்கு நேரே எழுத வேண்டும் என்பது ஒரு முன் தகவல் வேண்டும் என்ற அளவிலே தவிர, மரபு சார்ந்து ஒழுகுவதை வலியுறுத்த அல்ல. வடிவேலு எழுதுகிறபடி எழுதட்டும். ஆனால் 8–10 தினங்கள் முன்பாக.

நீங்களும் தஞ்சாவூர்ப் பக்கம் எல்லாம் போய் வாருங்கள். இருந்து, புழங்கி இடம். நான் இந்த சனிக்கிழமை தூத்துக்குடியில் வைத்த நகையைத் திருப்பப் போன கையோடு திருநெல்வேலியையும் எட்டிப் பார்க்க இருப்பதுபோல் உங்களுக்கும் இருக்கலாம். காவிரியைத் திறந்துவிட்ட தண்ணீர் பாய்ந்து குறுவைப் பயிர் நிமிர்ந்துவிட்டதா என்றும் பார்த்து வாருங்கள் (பதினோரு ஓட்டு VS பட்டினிப் பாசாங்குகள் 26–ம் தேதி வெளிச்சமாகும். ஆகட்டும்.)

அமர்வதும் எழுவதும் உரையாடிக் கலப்பதும், கலந்து உரையாடுவதும் எல்லாம் என் ஜாதகத்தில் சமீபத்தில் நிகழ்கிற புதிய சங்கடங்கள். அசோகனுக்காக இந்த சோகம். சிறப்பாக அமைவதும் அமையாதிருப்பதும் பற்றி இப்போது என்ன? அன்றைய தினத்துக் காற்றில் அசைகிற இலைகளை ஏன் இன்றைக்கே அனுமானிக்க வேண்டும்.

ஊற்றுகிற எண்ணெய்க்கும் ஏற்றுகிற திரிக்கும் ஏற்ப ஒளிரும் சுடர். வெளிச்சம் விளக்குக்கு அப்பாலிருந்தும் வருகிறது. அல்லது அப்பால் இருந்துதான். உங்களிடமிருந்துதான் நான் அன்றைக்குப்

பெற்றுக் கொள்வேன். தீ – சுடர் எல்லாம் எத்தனை நீண்ட கால ரிலே ரேஸ். அகாலத்திலிருந்து காலத்திற்கு மாறி மாறி வந்து கொண்டிருக்கிறது ஆனந்த ஜோதி.

புத்தகங்களை வாங்கவும் புத்துணர்வுகளை வாங்கவுமாக வேனும் அணைப்பட்டி ரோட்டுக்கு வரவேண்டும். உங்களுடைய சாய்வு நாற்காலிக்கு எதிரே எனக்கும் ஒரு இருக்கையிட்டு வையுங்கள். எப்போது வேண்டுமானாலும் வருவேன். இன்னும் சில அதிக கோப்பைகள் தேநீர். இன்னும் சில அதிக சார்மினார். இன்னும் சில அதிக இதமான தருணங்கள்.

எல்லோர்க்கும் அன்புடன் –

கல்யாணி சி.

மதுரை,
17.2.94

அன்புமிக்க அசோகன்,

வணக்கம்.

வெறும் முப்பது மைல்தானா நிலக்கோட்டைக்கும் இந்த மதுரைக்கும்! முன்னூறு, மூவாயிரம் மைல் இருக்கும் என்று ஆகிவிட்டதே! நாலு நாலே கால் வருஷம் இருந்த ஊர். 'நீ எப்பம்பா சந்தோஷமா இருந்தே' என்று யாராவது என்னைக் கேட்டால் எந்தத் தயக்கமும் இன்றி என் குடும்பமும் நானும் ஒரே குரலில் 'நிலக்கோட்டையில் இருக்கும்போது' என்று சொல்கிற ஊர். எங்களிடம் எவ்வளவு அன்பாக இருந்தார்கள். அன்பாக இருப்பது வேறு, அன்பை உணர்த்துவது வேறு. ஒரு சுனைபோல அன்பு ஊறிக் கொண்டிருந்தது. இன்னும் இருக்கிறது அந்த ஈரம், அந்த நீர்மை. ஆனால் உலகு ஊட்டுகிற அளவு அல்ல. மேல் உதடு கீழ் உதடுகளை ஒற்றிக் கொள்வது முத்தமில்லை. நாவறட்சி. வலதுகை இடது கையைப் பற்றிக் கொள்வது காதலால் அல்ல, இருப்புக்கொள்ளாத பதற்றத்தில்.

உங்களையும் உங்கள் துணைவியையும், உங்கள் குடும்பத்தினரையும் நிலக்கோட்டைதானே தந்தது. அருமையான ஆண் – பெண் சிநேகத்தையும் அதேபோல அதீதமான ஆண் – பெண் ஒழுக்கக் கேடுகளையும் நான் அறிந்ததும், அறிவுறுத்தப்பட்டதும் அங்குதானே. உயர்நிலைப்பள்ளி அளவில் கருக்கலைப்பு அதிக அளவில் நிகழ்வதாக

என்னிடம் ஒரு மருத்துவ அறிக்கை கொடுக்கப்பட்ட போது அது தனிப்பட்ட தகவல் எனினும் எவ்வளவு அதிர்ச்சி தந்தது.

அதிர்ச்சிகளைத் தருகிற வாழ்க்கையே அதிர்ச்சித் தாங்கிகளையும் தரத்தானே செய்யும். மருத்துவமனைகளின் முன் அனாதைப் பிணம் மல்லாந்து கிடக்க, மல்லாந்த முகத்தில் மழை தெறிக்க, பக்கத்தில் தேங்காய் துருவிப் பூப்போட்டு இடியாப்பம் விற்க முடியும், கையில் உருட்டி உருட்டி எடை பார்த்து ஆப்பிள் பேரம் பேச முடியும். எதிர்த்த வரிசைப் பெண்களை முட்டை போண்டா சாப்பிட்டுக் கொண்டே, யமஹாச் சாய்வுகளில் இருந்து தொட்டுக் கொள்ள முடியும். பஸ்கள் போகும் வரும். என்னைப் போன்ற யாராவது ஒருத்தன், உரசி உரசிக் கிழிந்த தன் சாப்பாட்டுப் பையுடன் இந்த வரியை ஒருநாள் ஒரு அசோகனுக்கோ, பிந்துசாரனுக்கோ, சித்தார்த்தனுக்கோ எழுதச் சேகரித்துக் கொண்டு போனபடி இருப்பான், தாங்க முடியாது தாங்கியபடி.

உங்களுக்குப் பஸ் பிரயாணம் நிறையப் புத்தகங்களைப் படிக்க உதவியதுபோல் இனிமேல், நிறையக் கதைகளை எழுதவும் உதவ ஆரம்பித்திருக்கிறது என்பது மகிழ்ச்சியான விஷயம். எழுதுகிறவர்கள் ஒரு கட்டத்தில் எழுதாதிருப்பது எவ்வளவு இயல்போ அவ்வளவு இயல்பு இதுவரை எழுதாதிருந்தவர்கள் ஒரு கட்டத்தில் எழுத நினைப்பதும். நீங்கள் எழுதத் துவங்கிவிட்டீர்கள். மனமார்ந்த வாழ்த்துக்கள்.

கதை ‘சட்டென்று’ விழிப்பு வருகிற இடத்தில் துவங்குகிறது. அதற்கு அப்புறம் வருகிற இரண்டு பக்கங்களும் சரியாக வந்திருக்கிறது. அந்தப் பெண்ணைப் பற்றிப் படிக்கப் படிக்க, ஒரு அமானுஷ்யம் வந்து கூடுகிறது. என்னுடைய கற்பனைகளின் விநோதமான வரைகோடுகளுக்குள் வந்துசேர்கிற அந்த முகம் ஒரு சூனியக்காரக் கிழவி போல, மயிர்க்கற்றைகளைச் சிலுப்பிக்கொண்டு என்னைப் பார்த்து இளிக்கிறது. வெடித்த வெள்ளரிப் பழம் போலவும், கிழட்டுப் பாம்புச் சருமம் போலவும் ஏககாலத்தில் காட்சியாகிக் கொண்டு, நகக்கண்களின் கருநீல அடைசலுக்குள்ளிருந்து குளவிக் கூட்டுச் சிதைந்த புழுப்போல ஏதோ நகர்ந்து வெளித்தொங்க, முண்டு முடிச்சான அந்த சாமி கொண்டாடிச் சடையில் சயாமிய இரட்டையர் போல ஒட்டிய பாம்புக் குஞ்சுகள், சுகாதாரக் கண்காட்சிகளில் பதனிடப்பட்டு வைக்கப்பட்டிருக்கிற குறைமாதச் கருச் சிசுக்கள் போல அமிலத்தில் வெளிறித் திருகிக் கிடக்க,

நீங்களும் அவரும் பார்த்துக் கொண்டே வருவது பதைக்க வைக்கிறது. இரவில் மயிர்க் கூச்செரியச் செய்யும் நினைவுகளை வலுவாக ஊன்றுகிறது.

பஸ் விடுவது, எடுத்துத் தருவது, நீங்கள் எண்ணிப் பார்ப்பது எல்லாம் அந்தப் பகுதிக்கு முன் ஒன்றுமில்லாமல் ஆகி விடுகிறது.

ஒன்றுமில்லாமல் ஆகிவிடத்தான் இவ்வளவு பிரயத்தனமா –

எல்லோர்க்கும் அன்புடன் –

கல்யாணி சி.

மதுரை,
20.7.94

அன்புமிக்க அசோகன்,

வணக்கம்.

மனப்பூர்வமான நல்வாழ்த்துக்கள். சற்றுத் தாமதம் எனினும் நீங்கள் அங்கீகரிக்கப்பட்டது மகிழ்ச்சிக்குரியது.

நான் எந்த வகையிலும், வங்கியின் நல்ல புத்தகங்களில் வரியாகிவிட வாய்ப்பில்லை எனினும், எந்த உயர்வு குறித்த அக்கறை கொண்டு இயங்காவிடினும் நான் நேர்காணலுக்குக் கூடத் தேர்வு செய்யப்படாதது வலி கொடுத்தது. தேங்கிப்போன உணர்வின் சகதியில் திக்குத் தெரியாதே இன்னும் இருக்கிறது மனம்.

வாழ்வின் துலாபாரம் எப்பொழுதும் ருசிகரமானதில்லையா. அலுவலகம் தராத நேர்காணலை இலக்கியம் தந்தது. ஒரு தட்டு தாழ, ஒரு தட்டு உயர்த்தி என் எழுத்தைவிட என் பேச்சு நிறையக் கடிதங்களின் பாராட்டைத் தினமும் தருகிறது.

தொழுத கையுள்ளும் படை ஒடுக்குகிற இலக்கிய உலகில், மதுரை வீரனைப் போல வெளிப்படையாக வெட்டருவாள் உயர்த்தியது சற்று ஆச்சரியமாக இருக்கிறது. இது சீவலப்பேரி பாண்டிகளின் காலம். இங்கு முதுகுக்குப் பின்னிருந்து வீச்சறுவாள் உருவி உயர்த்தினால் கதாநாயகன். ராபின்ஹுட். என் சொல் மட்டுமல்ல. யார் சொல்லும். மந்திரமில்லை. சாலக்குடி அருவி போலப் பிரும்மாண்டமாக இலக்கியம் விழுந்து சிதறிக் கொண்டிருந்தால் எனக்குப் போதாது.

நான் குளிக்க என் உச்சிச் சிகையில், தோளில், பிடரியில் அறைய அறைய அது விழ வேண்டும். மழை பார்த்தல் வேறு, மழையில் நனைதல் வேறு. மலையில் தீ எரிய கல் மண்டபத்தில் கறி சமைக்க, தனியே போய்க் கொண்டிருக்கும் ஆளற்ற பார வண்டி.

உங்கள் கதை நன்றாக எழுதப்பட்டிருக்கிறது. முன்னால் அனுப்பிய கதையை விடவும் சரியாகச் சொல்லப்பட்டிருக்கிறது. உங்களின் பதைப்பும் பரிவும் மனைவி மக்கள் மீது கொண்டிருக்கிற பிடிப்பும் நன்றாகப் பதிவு செய்யப்பட்டிருக்கிறது. இன்னும் சில கதைகள் எழுதி, எழுதி மேற்செல்ல வானம் வசப்படுகிறதோ இல்லையோ, வாசல் மாக்கோலம் திசைப்பட்டு விடும். என்றாலும் ரௌத்ரம் பழக வீடு இடமில்லை.

C.S. என்கிற அந்த அருமையான மனிதருக்கும் அவர் குடும்பத்திற்கும் எங்கள் வணக்கத்தைச் சொல்லுங்கள். அவர் அமர்ந்து பணி செய்த நாற்காலியில் இரண்டு வருடங்கள் இருக்க எனக்கு வாய்த்தது. சென்றவிடமெல்லாம் அவர் சிறப்பு. நின்ற இடம் எல்லாம், எல்லோர்க்கும் அவர் நினைப்பு.

புதிய நிலை உங்களுக்கு மேலும் மேலும் பொலிவு தரட்டும். மேன்மை பெருகுக. வாழ்க வளமுடன்.

எல்லோர்க்கும் அன்புடன் –

கல்யாணி சி.

மதுரை,
6.10.94

அன்புமிக்க அசோகன்,

வணக்கம்.

சிலருடன் நீளப் பேசத் தோன்றுகிறது. சிலருக்கு நீண்டு எழுத, சிலர்முன் அசையாதிருக்க. சிலருக்கு அப்புறம் சென்றுவிட.....

உங்களுடைய புத்தக அனுப்பலை ஏற்று இரண்டு வரி எழுதாததற்குத் தண்டனைதான் அந்த நீளம். மேலும் இடையில் வந்து நின்ற இரண்டு மரணம் வேறு அலைக்கழித்து விட்டது. என் ஆச்சி என்றால் மனசார ஒப்பாரி வைத்திருப்பாள். நான் கடிதம் தானே எழுத முடியும். சிதையில் எத்தனை தீ பார்த்தாயிற்று. மயானத்தில் துக்கமில்லை. பக்கத்தில் தாழம் புதரும், தண்ணீர்

புரளும் ஆறும் இருந்தால், நான் சாராயம் குடித்துக் கொண்டலைகிற வெட்டியானாக இருந்துவிடலாம். அந்தப் பூ, அந்தப் பத்தி எல்லாம் வாசனை மாற்றிக் கொள்ளுமா, இடுகாடும் சுடுகாடும் வரவர. காரியம் முடிந்து, கரை நீங்கும்போது, செங்கல் சூளையில் புகை. ஆற்றில் ஐப்பசி கார்த்திகை மழை.

மெதுவாக எழுதுங்கள். அவசரமில்லை. தானாகவே நெட்டுயிர்க்கிற இரும்பு நாற்காலிகள் போல அலுவலக மனம் கையுயர்த்தி 'அப்பா' என்று ஆசுவாசப்படுத்தும் போது 'எழுதலாம்' என்று நினைத்துக் கொள்ளுங்கள். 'கல்யாணம்' என்று உங்கள் பிரத்யேகக் குரலில் ஒரு தடவை கூப்பிடுங்கள். மறுபடியும் கிளை மேலாண்மை செய்யுங்கள். பாதையிடுக்குகளில் புல் தானாக வளர்கிறது. மழைத் தண்ணீர் தானே வாய்க்கால் வகுத்துக் கொள்கிறது. திடமான தாயின் கர்ப்பம் தானாகவே தலையிறக்குகிறது. நானாக உணராதது எல்லாம் தானாக.

எல்லோர்க்கும் அன்புடன் –

கல்யாணி சி.

மதுரை,
15.10.94

அன்புமிக்க அசோகன்,

வணக்கம்.

இத்தனை வருடங்களில் கொஞ்சம் சீனியாரிட்டி (அதற்குத் தமிழ் என்ன) கிடைத்துவிட்டிருப்பதால், நிறையக் கவிதைப் புத்தகங்கள் தபாலில் வருகின்றன. இப்படி இலவசமாக வருகிற புத்தகங்கள் பெரும்பாலும் வாசக மதிப்பு இல்லாதவையாகவே இருக்கின்றன. இருந்தாலும் படிக்க வேண்டியதிருக்கிறது. ஒரு நூறு வரிகளில் தேறுகிற ஒன்றரை வரியைச் சொல்லிப் பதில் எழுத வேண்டியதிருக்கிறது. பதில் எழுதாமல் இருந்தாலும் பொறுத்துக் கொள்ளும்படியான, வீறுமிக்க ஆகிருதியை எட்டிப்பிடிப்பது ஒன்றுதான் இதைத் தவிர்ப்பதற்கான வழி. பதினெட்டு வயசுக்கு மேல் வளர்த்தி கிடையாது, இருபத்தியொரு வயசோட எலும்பு முத்திப் போகும் என்பது போல படைப்புக்கும் உண்டுதானே. இனிமேல் செய்யக்கூடியது எல்லாம் வீங்காமல், புண்ணாகாமல், வாதம் வராமல் தன் கால், தன் நடை என்று காப்பாற்றிக் கொள்வதுதான்.

பாம்புச் சுடுவகள் – எஸ்.எல். நரசிம்மன், அப்போதிருந்த இடைவெளியில் – கரிகாலன், என்பதாய் இருக்கிறது – ஞானதிரவியம் முதலிய கவிதைத் தொகுப்புகள் படித்தேன். கரிகாலன் பிடித்திருந்தது. தலித்தின் புதிய கவிதைக் குரல், பாமாவின் ‘கருக்கு’ படித்தேன். மிக முக்கியமான தன் வரலாறு என்று பேசப்பட்டாலும், படைப்பு என்ற அளவில் என்னில் அது பதியவில்லை. அவருடைய இரண்டாவது நாவல் ‘சங்கதி’ பற்றி இ.பா. விகடனில் எழுதியிருக்கிறார். படிக்கக் கிடைக்கவில்லை. பெருமாள் முருகனின் இரண்டாவது நாவல் ‘நிழல் முற்றம்’ வாசித்தேன். நல்ல படைப்பு. தமிழ்ச் செல்வனின் ‘வாளின் தனிமை’ வெளியிடுகிற சந்தோஷம் எனக்குக் கிடைத்தது. யாராலும் சரியாகக் கவனிக்கப்படாத நல்ல கலைஞன் தமிழ்ச்செல்வன். கி. ராஜநாராயணனின் மீது விழுந்த வெளிச்சம், கு. அழகிரிசாமி மீது விழாதது போல, கோணங்கி தன் அண்ணன் தமிழ்ச் செல்வன் மீது குவிய வேண்டிய கவனம் அனைத்தையும் திருப்பி விட்டார். படித்துப் பாருங்கள். நாஞ்சில் நாடனின் ‘சதுரங்கக் குதிரை’ ஏற்கனவே வாங்கியிருக்கக் கூடும். இதுதவிர தேவதேவனின் ‘கவிதை பற்றி’, நுழைவாசலிலே நின்றுவிட்ட கோலம், நட்சத்திர மீன் ஆகிய புத்தகங்கள். மனுஷ்யபுத்திரனின் ‘என் படுக்கையறையில் யாரோ ஒளிந்திருக்கிறார்கள்’ தொகுப்பு, ஞானக்கூத்தன், வைத்தீஸ்வரன் கவிதைகளின் முழுத் தொகுப்பு வாங்க முடியாத அளவுக்கு இன்னும் புத்தகங்கள் வந்துகொண்டுதான் இருக்கின்றன. க்ரியா சமீபத்தில் வெளியிட்டிருக்கும், ‘கோவேறு கழுதைகள்’ என்ற நாவலைச் சுந்தர ராமசாமி மிகவும் குறிப்பிடத்தக்க எழுத்தாகக் கருதுகிறார். நான் இன்னும் வாங்கவில்லை. ‘இமையம்’ என்ற 26 வயது இளைஞரின் முதல் நாவல் இது என்று அறிகிறேன்.

பெண் பிள்ளைகள் சட்டைத் துணி எடுக்கப்போவது போல, நாமும் இடையில் இடையில் சந்தோசமாய் புத்தகங்கள் வாங்கப் போனால் நன்றாக இருக்கும். குடும்ப வரிசையில் நிற்கிற நபராக நாமும், தேவைப்பட்டால் நிறைவேறுகிறவைகளாக நம்முடைய விருப்பங்களும் பின்தள்ளப்பட்டுவிட்ட நிலையில் – எல்லாவற்றையும் முன்னைப்போல வாங்க முடியவில்லை.

சாவு எனக்கு மரண பயம் தரவில்லை. சாகச் சம்மதம். அமைதியும் நிறைவுமான ஒரு விடுதலை இது. என் சிறு வயது முதலே ரொம்ப அருமையானவர்கள் சின்ன வயதிலேயே இறந்திருக்கிறார்கள். கோமதியண்ணன், காசியண்ணன், லீலா சின்னம்மை, கூடப் படித்த எஸ். கல்யாணசுந்தரம், கே. மணி, தூத்துக்குடியில் வைத்து நம்பி, ஆறுமுகம், ஜெயபாலின் தங்கச்சி மாப்பிள்ளை தாமஸ்... இப்படி

இத்தனை பேரும் போய்விட, என் அற்பம் மெய்ப்பிக்க, நான் இருக்கவிடப் பட்டேன் இந்த 4 வருடங்களாக.

மற்றபடி மரணத்திற்குப் பிந்திய கட்டத்திலிருந்து சிதையேற்றும் வரை சம்பந்தப்பட்ட அந்த நீத்தார் உடலுடன் நான் நெருக்கமாக துக்கமற்று, அலைந்து பின்சென்று கொண்டிருக்கிறேன். வாழ்க்கை அழைக்கிறது போல சாவும் சதா அழைத்துக் கொண்டிருக்கிறது. இரண்டிற்கும் இடையில் நாம் தீவிரமாக முத்தமிட்டுக் கொண்டு இருக்கிறோம். வியர்வை ஒழுகிக் கொண்டிருக்கிறது. கடைக்கண்ணில் நீர் பெருகி காதோரச்சிகை நனைகிறது. அகலாது அணுகாது எரிகிறது தீ.

மிகவும் குறுக்கப்பட்ட சோடா பாட்டில் ஆகிக் கொண்டிருக்கிறது நம் உணர்வுகள். எந்த அழுத்தத்திலோ நுரைத்து, எந்த மூடித் திறப்பிலோ பொங்கி வழிகிறது. தட்டிக் கொடுக்கப் பழகியதுபோல, C.S இடமிருந்து கோபப்படாமல் இருக்கவும் பழகிக் கொள்ள வேண்டியதுதானே. வாட்ச்மேன் தங்கப்பனைக் கோபிக்க முடியாமல், சங்கரியை அடித்த தினம் இன்னும் எனக்கு ஞாபகம் இருக்கிறது.

செல்லிடத்துக் காக்கின் சினம் காக்க

அல்லிடத்துக் காக்கின் என்ன? காவாக்கால் என்?

குறள் இன்றும் செல்லுபடியாகிறது.

கவிதை எழுதும் உங்களின் இரண்டாவது பெண் உட்பட

எல்லோர்க்கும் அன்புடன் –

கல்யாணி சி.

சமயவேல்

§

அம்பாசமுத்திரம்,
25.8.87

அன்புமிக்க சமயவேல்,

வணக்கம்.

உணர்ச்சி வசப்பட்டு உருகி வழியும்படியாக வாழ்க்கை இருக்கிறதைத் தாண்ட முடியாத போதுதான் விருத்தாவும், அன்னம் ஜூடியும், ஜீவாவும் கிடைத்தார்கள். இதை விஞ்ஞான மயமாக்கி, கொழுப்பை எடுத்து செயற்கைப் பிசுபிசுப்பு எல்லாம் சேர்த்து இத்தனை டிகிரி என்று மிஷினில் கணக்குப்படி குளிர வைத்து, ஒன்றரை நாளுக்குப்பின் பாலிதீன் பாக்கெட்டுகளில் ஜன்னலில் தொங்குகிற துணிப்பைக்குள் போட்டுவிட்டுப் போவதுதான் இன்றைய தினத்தின் நிஜம் என்றாலும், மனம் இன்னும் சைக்கிள் பால்காரரையும், தோளில் அரக்கு சீல் வைத்த பித்தளை பால் கேனுடன் மணியடித்துக் கொண்டு வெளிச்சத்தோடு வெளிச்சமாக வருகிற சொசைட்டிக்காரரையும் தான் தேடுகிறது. இந்த மனதுடனே நான் செயல்பட முடிகிறது.

நீங்கள் கூறிய இடைவெளி, சகஜத்தன்மை முதலியவற்றை 83-84 வருடங்களில் கூட அடையவில்லை. இனிமேல் அதைவிட

மரக்கட்டையாகிப் போனவைதான் மிஞ்சும். அதனால் வாழ்வின் பெரும் புயல்களைக் காட்டிவிடுகிற சகஜத்தன்மை மிக்க பெரும் படைப்புக்களை என்னிடம் எதிர்பார்ப்பதில் அர்த்தமில்லை.

தான் எவ்வளவு குரூபி எனினும் கண்ணாடி பார்க்காமல் எப்படி இருக்க முடியும்? எல்லோரும் அவரவர்களைத் தெரிந்துதானே இருக்கிறோம்.

அன்புடன் –

கல்யாணி சி.

தேவிபாரதி

மதுரை,
18.7.93

அன்புமிக்க திரு. தேவிபாரதி,

வணக்கம்.

மாறி மாறி, ஒழுங்கின் நிமித்தம் அடுக்கப்பட்டதாலும் நீண்ட நாள் உபயோகித்தலில் இல்லாததாலும், சற்றுக் கசங்கி, தூங்கி எழுந்திருந்து வருகிற பிள்ளை மாதிரி இருக்கிற இந்தத் தாட்களின் சுருண்ட முனைகளைப் பொறுத்துக் கொள்ள வேண்டும். முதலில் ஒரு இன்லேண்ட் லெட்டரில்தான் உங்கள் முகவரியை எழுதினேன். அப்புறம் உங்களுக்கு நிறைய எழுத வேண்டியதிருக்குமோ என்று தோன்றியது. மேலும் நீங்கள் எனக்குத் தந்த புத்தகத்தின் விலைக்கான டிராப்ட்டையும் இத்துடன் இணைத்து அனுப்புகிற வசதியும் இதில் கிடைக்கிறது.

கோவையிலிருந்து திரும்புகையில் எனக்குக் கிடைத்த முக்கியமான புத்தகமாக சித்தார்த்தன் புத்தகத்தையும், உங்கள் புத்தகத்தையும் சொல்ல வேண்டும். சித்தார்த்தனின் புத்தகத்தைக் கோவையில் வைத்தே வாசிக்கத் துவங்கியிருந்ததால் அதன் மீதியை இங்கு வாசித்து முடித்தேன். நேற்று பிற்பகலில் இருந்து உங்கள் புத்தகத்துடன்.

என் அகவுலகைச் செப்பிட்டு விசாலப்படுத்திய பெயர்களில் ஒன்றாக என் பெயரையும் இணைத்துக் கொள்ள முடியாதபடி

என் எழுத்தின் கனம் இருக்கிறதே என்று தோன்றுகிறது. இனிமேல் ஒன்றும் செய்ய முடியாது. எனினும் நல்ல பட்டியலின் நீட்சிக்கு மத்தியில் என் பெயர் விட்டுப்போகிறதை எதிர்கொள்கிற எத்தனையோ இடங்களில் இதுவும் ஒன்று. உண்மை, எதிர்கொள்ள வேண்டிய வகையிலேயே, மிகவும் உறுதியுடன் தன்னை வைத்துக் கொள்கிறது.

இந்தத் தொகுப்பில் எனக்குப் பிடித்த கதைகளாக, ராஜா இல்லாத புத்தகம். மீதி, அழிவு மூன்றும் படுகிறது. மீதியைத்தான் எனக்கு ரொம்பப் பிடிக்கிறது. வாழ்வு கலையாகிற இடம் இது போன்ற கதைகளாலும், இதில் வருகிற மனிதர்களாலும் தான். ராஜா இல்லாத புத்தகம் ஆரம்ப எளிமையுடையது எனில்; அழிவு உங்களின் அபரிமிதமான வளர்ச்சியை, மொழி சார்ந்த நுட்பத்தை, பிசிறற்றுச் செதுக்குவதில் நீங்கள் அடைந்துவிட்ட தேர்ச்சியைக் காட்டுகிறது. எந்த சர்வதேச மொழிகளிலும் அழிவுக்கதை மொழி பெயர்க்கப்பட்டுக் கவனம் ஈர்த்துவிடும். எனினும் அதில் எடுத்துக் கொள்ளப்பட்ட அடிப்படை விஷயம், ஏதோ மலைநாட்டுச் செடியை எங்கள் வீட்டுத் தோட்டத்தில் நட்டது மாதிரி இருக்கிறது. பித்தளை அண்டாக்களில், வரவேற்பு அறைத் தாவரமாக காக்டஸ் குடும்பத் தொட்டிகள் அலங்கரிப்பதில் இந்த தினத்தின் உள் அலங்காரக் கலைஞர்கள் கவனம் செலுத்துகிறார்கள். அவர்கள் எடுத்துக்காட்டுகிற புகைப்படங்கள் நன்றாகத்தான் இருக்கின்றன. ஆனாலும் கற்றாழையை ரயில்வே ஸ்டேஷனுடனும், காடு கரைகளின் தாவர மதிலாகவும் பார்த்துப் போய்விட்ட மனம் எனக்கு. சப்பாத்திக் கள்ளியையும், நாகதாளிப் பூக்களையும், புற்றுக்களையும், பாம்புகளையும், வரவேற்பறை மத்தியில் பொருத்திக்கொள்ள முடியாத மனத்தடைகளை நான் தாண்ட முடியவில்லை. அவசியமும் இல்லை.

80லிருந்து இன்றுவரை இவ்வளவுதான் எழுதியிருக்கிறீர்களா அல்லது தொகுப்பில் வந்தது இவ்வளவு மட்டுமா? நீங்கள் வாழ்வின் அருமையான பகுதியில் இப்போது நிற்கிறீர்கள். படைப்பின் முழுமைகள் கூடி நிற்கிற இடத்தைக் கூட உங்களால் அடைய முடிந்துவிட்டது. ஆனால் தொழில்நுட்பம், உத்தியின் மீதான ஒரு அதிகபட்ச கவனம் இருப்பதுபோல் எனக்குத் தோன்றுகிறது. எதையும் வற்ற வற்றக் காய்ச்சிக் கஷாயம் போலத்தான் தரவேண்டியதில்லை. பாறையைப் பெயர்த்துக் கூழாங்கல் வழவழப்பு வரும்படி செய்து விடுகிற நிலைக்கு நீங்கள் போக ஏதுவாகலாம். நீங்கள் இப்போது

இருக்கிற மனநிலைக்குச் சற்று முந்திய நிலையில் இருக்கும்போதுதான் கலையின் இயல்பான அழகுகள் கவிநதுள்ள படைப்புக்கள், இப்போது நீங்கள் அடைந்திருக்கிற நுணுக்கங்கள் இன்றி, அழகாக வெளிப்பட முடியும். சின்ன வயதில் ரோட்டோரம் குவிக்கப்பட்டிருக்கிற ஜல்லிக் கற்களைப் பொறுக்கிக் கொண்டுபோய் தாத்தாவின் சுத்தியலை வாங்கி, தொழுவத்து நடைக்கல்லில் வைத்துத் தட்டிக் கோலிக்காய் செய்வேன். ஜல்லியின் பன்முகக் கூர்மைகள் மழுங்கி ஒரு கோலியின் உருண்டை வடிவத்தை அது ஓரளவுக்கு அடைந்துவிடும். ஆனால் விளையாடுவதற்கு லாயக்கற்று அளவில் ஒரு சிறு கல் பந்து போல இருக்கும். ஜல்லியின் அழகும் போய், கோலியின் விளையாட்டு உபயோகமும் போய், நாம் ஏன் கல் பந்துகளைச் செதுக்கிக் கொண்டிருக்க வேண்டும்? ஆனால் ஒன்று மிஞ்சுகிறது. ஒரு வகையான தீயின் வாசனை, கல் கருகிப் பொசுங்குகிற வாசனை. இந்த வாசனையைச் சுத்தியல்தான் தந்திருக்கிறது. தாத்தாவின் சுத்தியல். என் பையனுக்கு தாத்தாவின் சுத்தியலும் இல்லை. கோலிக் காய்களும் இல்லை. வெறும் டி.வி.யில் டென்னிஸ் அல்லது கிரிக்கெட். இந்த மட்டைகளை இவனுக்குக் கனவில் கூடத் தொட வாய்ப்பில்லை. கனவின் கனவுகளில் இவர்கள். பாட்டிக் கதைகளின் அண்டரண்டப்பட்சி (அண்டபேரண்டப் பட்சியோ) தொலைந்து, வெறும் சூப்பர்மேன் மாயைகள்.

சட்டென்று உங்களை விட்டு விலகிச் சொந்தக் கதைக்குப் போய்விட்ட மாதிரி இருக்கிறது. இத்துடன் நிறுத்திக் கொள்கிறேன். நிறைய எழுதுங்கள். உங்களுக்குச் சரியென்று தோன்றுகிறவைகளில் தொடர்ந்து இயங்குங்கள். மனப்பூர்வமான நல்வாழ்த்துக்கள்.

உங்களுடைய இயற்பெயர் தெரிந்து கொள்ளவில்லை. உங்கள் குடும்பத்தினர் பற்றியும் தெரியவில்லை. தெரிந்தும் தெரியாமலுமாக எவ்வளவோ உலகத்தில்.

எல்லோர்க்கும் அன்புடன் –

கல்யாணி சி.

லிங்கம்

நிலக்கோட்டை
20.3.85

பிரியமுள்ள லிங்கம்,

வணக்கம்.

விடைபெற்றுக் கொள்வதற்காகத்தான் மிகத் துல்லியமாக அன்றிரவு எல்லோருடனும் கைகுலுக்கிக் கொண்டேன் போல.

மார்ச் இரண்டாம் தேதி இரவை, மறுநாள் அதிகாலையை எல்லாம் மறப்பதற்கியலாததாக்கி விட்டது ட்ரான்ஸ்பர் ஆர்டர். அம்பாசமுத்திரம் கிளைக்கு மாற்றப்பட்டிருக்கிறேன். நான் மதுரையை மிக நேசித்துக் கொண்டிருக்கிறேன் என்பது மதுரை எனக்கு மறுக்கப்பட்டதன் மூலம் நிரூபணமாயிற்று. காலம் காலமாக இழந்த காதல்தானே கொண்டாடப்படுகிறது. ஒரு வேளை இன்னும் இரண்டு வருடங்களுக்குப் பின்னர் எனக்கு மதுரை தரப்படலாம். கல்யாணமான பிறகு பழைய முகம் எதிர்ப்பட்டுக் கனலூதுவதுபோல ஒருவிதமான முள்ளில் நிற்றலாக அது இருக்கும்.

இந்த மனநிலை மாறிப்போயிருக்கும். இதைவிட நல்ல சுருதியாகக் கூடினாலும், இந்த ஆதாரம் தாண்டப்பட்டு விடும். சிநேகிதம், பாலுணர்வு, வெற்றி மேடைகளை நோக்கிய வாழ்வின் பந்தயம் அனைத்துமே இந்த 35, 40 வயதுக்குள் ஆரோக்கியமும் முதிர்ச்சியும் நிறைந்ததாக இருக்கும். அனுபவமின்மையும் இயலாமையும் இதற்கு முன்பும் இதற்குப் பின்புமிருக்க இந்த நாட்கள் எவ்வளவு பலமும் தீரமும் நிறைந்ததாக நம்மை முன்னெடுத்துச் செல்கின்றன!

முத்துக்கிருஷ்ணன் ஸாரையும், ஷமீம் அப்பாவையும், செல்வராஜையும், உங்களையும் மறுபடியும் ஒன்றுபோலக் காலம் எனக்குத் தரும் என்பது ஒரு தூரத்து நம்பிக்கையே தவிர – அந்தத் தூரம் கடப்பதற்கரியது என்பதே பிரத்தியட்சம். உங்களுடனான என் இந்தக் குறைந்த பழக்கத்தில், ஒரு மனிதன் என்றதோர் அளவில், சொல்ல முடியாத நெருக்கத்தை உணர்ந்திருக்கிறேன். இந்த உணர்வின் வெளிச்சம் எனக்குள் என்றும் பாதுகாக்கப்பட்டிருக்கும் என்பது ஒன்றுதான் இப்போதைய தெளிவு. சாந்திக்கும் மௌலிக்கும் சங்கரிக்கும் ராஜுவுக்கும் வரலட்சுமிக்கும் வள்ளிக்கும் அன்புடனும் பிரேமையுடனும் சிறிது லௌகீகத்தையும் கொடுக்க முயல்வோம். நாம் நம் உதட்டோர இனிப்புக்காக எந்தத் தேன்கூடுகளையும் கலைக்கப் போவதில்லை. பறக்கிற பட்டுப்பூச்சி எந்தப் பூவில் உட்காரும் என்பதைத் தீர்மானித்தவர் இதுவரை யாரும் இல்லாததுபோல நாம் எங்கு அமரப் போகிறோம், எங்கு நிலை கொள்ளப் போகிறோம் என்பதே இதுவரை புரிய இயலாத ஒன்றாக இருக்கிறது. பறத்தல் ரம்மியமானதுதான். ஆனால் எத்தனை வண்ணத்துப் பூச்சியின் சிறகுகள் நாம் பார்க்கச் சுவரோர எறும்புகளால் இழுத்துச் செல்லப்படலாயின? தர்மாமீட்டரிலிருந்து உடைந்து சிதறின பாதரசம் போல, எவ்வளவு ஒட்டாத வசீகரத்துடன் பணம் நம் வாழ்வின் தளத்தில் சின்னஞ்சிறு குமிழ்களாக உருண்டு போய்க் கொண்டிருக்கிறது. சதா நெரிசல் மிகுந்து வரும் இந்த வாழ்வின் போக்குவரத்தில், அடிப்படைச் சாலை விதிகளையேனும் நாம் அறிந்திருத்தல் அவசியமல்லவா? 'உண்டால் அம்ம, இவ்வுலகம்' என்ற பழம்பாடல் வரிகளை உச்சரிக்கு முன்பு காசை அடையாளப்படுத்துவது போல பெருவிரலைச் சற்று ஆள்காட்டி விரலின் முதல் கணுவில் வைத்துச் சுரண்டிக் கொள்ள அல்லவா வேண்டியதிருக்கிறது, இப்போதெல்லாம்.

உங்களுக்குத் தெலுங்கு தெரியாது. எனக்கும் தெரியாது. தெரியாவிட்டால் என்ன? மிகச் சந்தோஷமாகத் தெலுங்கு வருடப்பிறப்புக்கு வாழ்த்திக் கொள்வோம்.

இந்த மாத இறுதிவரை இந்த அலுவலகத்தில் நானும், ஏப்ரல் மாத இறுதிவரை இந்த ஊரில் நாங்களும் இருப்போம்.

எல்லோர்க்கும் அன்புடன் –

கல்யாணி சி.

அம்பாசமுத்திரம்,
24.4.85

அன்புள்ள லிங்கம்,

வணக்கம்.

நானும் மோகமுள் படித்துக் கொண்டிருக்கிறேன். நாலாவது தடவையாக இருக்கலாம். குடும்பம் இல்லாத சமயம் எல்லாம் ஒரு சீக்காளி போல மனம் மெலிந்து போகிற என்னுடைய அகவுலகம் சரிந்து போகாமல் முட்டுக் கொடுத்துக் கொண்டிருப்பது இப்போதைக்கு மோக முள்தான். ஜமுனாதான். பாபுதான். ராஜம் தான்.

நிலக்கோட்டை போல மனம் ஒன்றிய கிளை, வீடு, மனிதர்கள் இனி அமைய மாட்டார்கள் என்று மறுபடி மறுபடி தோன்றுகிறது. சாப்பாட்டுக்கும் புத்தகம் வாங்கவும் வழியில்லாத நிலைமையில் விடுதியில் சேர்ந்த முதல் நாட்களைப் போல இருக்கிறது. இங்கு என்னுடைய சகலர் – என்னுடைய கொழுந்தியார் வீட்டில்தான் தற்காலிகமாகத் தங்கியிருக்கிறேன். அவர்களுடைய அன்பும், எனக்களித்திருக்கிற சுதந்திரமும் வேறு எங்கும் கிடைக்காது என்றாலும் எனக்குத்தான் கஷ்டமாக இருக்கிறது. அவர்களுக்கு என்று ஒரு தினசரி இருக்கும். ஒரு விதமான கூடுதல் குறைவான வாழ்க்கை இருக்கும். எல்லாம் என்னுடைய இருப்பால் சற்று மாறுதலுக்குள்ளாகும். இதை நுட்பமான இடங்களில் உணர உணரக் குற்றவுணர்வு ஜாஸ்தி ஆகிறது. பா. ஜெயப்பிரகாசம் நோட்டில் படித்து ஞாபகமிருக்கிற ஒரு கூர்மையான வரி, 'நெல்வயலில் ரோஜா கூட ஒரு களைதான்' – நான் நெல்வயல் ரோஜாவாக இருக்கக் கூடாது இல்லையா?

வீடு ஒன்று சுமாராகப் பார்த்திருக்கிறேன். வள்ளிக்குப் பிடிக்காது. இதைவிடக் காற்றும் வெளிச்சமும் ஜன்னல்களும் அவளுக்கு விருப்பமாக இருக்கும். ஆனால் இப்போதைக்கு இது தான்.

ஒரு நேரத்தில் ஒன்றை மாத்திரம் கவனியுங்கள். இலக்கியத்தில் திளைக்கும்போது எதற்கு இலக்கியவாதிகள் ஞாபகம். எல்லோரும் மனிதர்கள்தானே. போகட்டும் என்று நாம்தான் அனுசரித்துக்கொள்ள வேண்டும். சில சமயம் பஸ்ஸில் நாம் செல்கையில், பக்கத்தில் உட்கார்ந்திருப்பவர் ஏதோ அவருடைய உலகத்தைப் பறிக்க நாம் சென்றது போல் எவ்வளவு தூரம் நடந்து கொள்கிறார். கசப்பாக ஒரு பார்வை பார்ப்பார். காலைக் கூடுமானவரை அகட்டிக்கொள்வார். இவன் தள்ளிக் கொண்டு உட்கார்கிறானா என்பதுபோல பஸ்ஸிற்கு

வெளியே பார்ப்பதுபோல் உள்ளே பார்ப்பார். இதற்கு நாம் என்ன செய்ய முடியும்? நிறைய இலக்கியவாதிகள் முண்டியடித்து இடம் பெறும் ஆர்வத்திலும், பக்கத்தில் உட்கார்கிறவன் நெருக்கியாவது தன்னை முந்திக்கொண்டு போய்விடுவானோ என்று பயப்படுகிறார்கள். பிரமோஷன் கேம்ப்பெய்ன் நடத்துகிறார்கள். முதுகு சொறிகிறார்கள். கூச்சமே இல்லாமல் உரக்க உரக்க மேடைகளில் காபரேப் பேச்சுப் பேசுகிறார்கள். இருக்கட்டுமே. நஷ்டம் ஒன்றுமில்லை உலகத்துக்கு.

அன்புடன்,

கல்யாணி சி.

அம்பாசமுத்திரம்,
10.5.85

அன்புமிக்க லிங்கம்,

வணக்கம்.

இன்னும் மோகமுள் தைத்துத்தான் கிடப்பீர்கள் என்று நினைக்கிறேன். ஆரம்பத்தில் ஸ்ரீ வேணுகோபாலின் நீ நான் நிலா, அப்புறம் ஜானகி ராமனின் உயிர்த்தேன், ஜெயகாந்தனின் ஒரு வீடு ஒரு மனிதன் ஒரு உலகம் இந்த மூன்றும் என் மன உலகத்தை மிகவும் செழுமைப்படுத்தியிருக்கின்றன. இதற்கெல்லாம் ரொம்பப் பிந்திதான் மோகமுள்ளைப் படித்தேன். என்றாலும் குறைந்தது நான்கு முறைகளாவது படித்திருப்பேன். அதில் அப்படி என்ன இருக்கிறது என்று இலக்கியமோ விமர்சனமோ அல்லது இரண்டுங் கலந்த குரல் ஒன்றோ கேட்டால் என்னிடம் விடை நிச்சயமாகக் கிடையாதுதான். ஆனாலும் மனதை மிருதுப்படுத்துகிற மாதிரியும், இதப்படுத்துகிற மாதிரியும், சாதாரணத் தளங்களிலிருந்து உயரத் தூக்கி நிறுத்துகிற மாதிரியும் எல்லாம் எனக்குக் கிடைத்திருக்கின்றது . என் வாழ்வு பற்றிய அக நோக்குகளைக் கூட மிகுதியாக விஸ்தரித்ததில் என் மனைவிக்கு அடுத்தபடியாக தி. ஜானகி ராமனின் நாவல்களுக்கு நிச்சயமான இடம் உண்டு. வெளியில் சொன்னால் பைத்தியக்காரன் என்று சிரிப்பார்கள். உதிர்க்கவும், சொல்லவும், பயமுறுத்தவும் எக்கச்சக்கமான உச்சரிக்கக் கஷ்டமான பெயர்கள் இருக்க, நான் இப்படி சாதாரணமாக மரக்கிளையில் வைக்கோல் பிரி கட்டி ஊஞ்சல் ஆடினால் ஏளனமாகக்கூட இருக்கும். ஏளனத்திற்காகத் தன் நெஞ்சைப் பொய்க்க முடியுமா?

இன்றைக்கு மறுபடியும் உயிர்த்தேன் நாவல் தற்செயலாகக் கிடைத்திருக்கிறது. அதுவும் ஜானகிராமன் வாசிக்கிற சக ஊழியர் ஒருவரிடமிருந்து. இரண்டு மூன்று தினங்களில் பூவராகனாக, செங்கம்மாவாக, பூமருவியாக, அனுசூயாவாக, பழனியாக, கணபதிப் பிள்ளையாக நான் வயலிலும் வரப்பிலும் காற்றிலும் வெளியிலும் அலைந்து கொண்டிருக்கலாம். வீடு ஒன்றும் இங்கு அமைந்துவிடவில்லை. இரண்டு மாதங்களாகியும் வேடிக்கைதான். குழந்தைகளுக்குப் படிப்புச் செலவுக்கு 200 ரூபாய் வரை ஆகும்போலத் தோன்றுவதால் வீட்டு வாடகை 250–க்குள் அமையுமா என்று பார்க்கிறேன். அமையவில்லை.

நடராஜிற்கு ஏதோ காய்ச்சல். எட்டு நாட்களாக இறங்காமல் அடிக்கிறது. என்னுடைய ஆஸ்த்மாவின் புதிய பரிமாணங்களை அம்பாசமுத்திரத்தில் அனுபவிக்க முடிகிறது. அனைத்தையும் சுலபமாக எதிர்கொள்ளவும், சகித்துக்கொள்ளவும், தயாராக இருப்பது என்று ஒரு திடமான முகத்துடன் நடராஜ் இருப்பதும், கண்ணீர்க் கறையுடன் அவனை அணைத்தபடி இவள் தூங்குவதும், நான் இளைப்பும் இருமலுமாக நிலா வெளிச்சத்தையும் வேப்பம் பூ வாசனையையும் நிர்ப்பந்தமாக ரசிப்பதும் ஹ.... சுவாரசியம்தான்.

வண்ணநிலவன் இரண்டுமுறை இந்தப் பக்கம் வந்தும் – நான் ஊரில் இல்லாது போனேன். ஒருவழியாக அவருடைய தங்கையின் திருமணம் உறுதியாகிவிட்டது. ஜூன் 9–ம் தேதி திருநெல்வேலிச் சாலைக் குமரேசர் கோவிலில் வைத்துக் கல்யாணம். ஞாயிற்றுக் கிழமை என்பதால் கண்டிப்பாகச் சந்தித்து விடலாம். முடிந்தால் நீங்களும் வாருங்களேன்.

பிள்ளைகளைப் புதுப் பள்ளிக்கூடத்தில் சேர்த்து விட்டீர்களா? வீட்டில் எல்லோரும் நலம்தானே! அன்பைச் சொல்லுங்கள்.

அன்புடன்,

கல்யாணி சி.

அம்பாசமுத்திரம்,
4.2.86

அன்புமிக்க லிங்கம்,

வணக்கம்.

போன தடவை எங்கே சாமி லெட்டர் எழுதினீர்கள்? இன்குலாப் எழுதின தராசு இதழ்ப் பக்கங்களைச் சரட்டென்று

கிழித்து இத்துனூண்டு பல்பொடி மடக்குகிற தாளில் இரண்டுவரி எழுதி அனுப்பிவிட்டு, போன கடிதம் கிடைத்திருக்கும் என்று இன்றைய இன்லேண்ட் லெட்டரில் கேட்கிறீர்கள். அது கடிதம் தான். ஆனால் இன்குலாப் எனக்கு எழுதிய கடிதம். ஒவ்வொரு வாசகனுக்கும் எழுதின கடிதம்.

நம்பிராஜன் என்னிடம் கூடப் பேட்டி போல ஏழெட்டுக் கேள்விகள் கேட்டுப் பதில் வாங்கினார். ஒரு போட்டோ கண்டிப்பாய் வேண்டுமென்று சொல்ல, அவசரம் அவசரமாக ஒரு புகைப்படமும் எடுத்து அனுப்பி மாதங்கள் மூன்றாயிற்று. முன்வரிசை, பின்வரிசை எதிலுமே வெளியாகக் காணோம். அட, வெளிவரவே வேண்டாம். உன்னுடைய பதில்கள் கிடைத்தது, போட்டோ கிடைத்தது என்றாவது எழுத வேண்டாமா? இந்த மாதிரிச் சமயங்களில் வியாபாரிகள் கூடப் பரவாயில்லை என்று தோன்றும். நீங்கள் அனுப்பிய லாரி ரசீது கிடைத்தது. சரக்கை டெலிவரிக்கு எடுத்துக் கொண்டோம். அதற்கான துகைக்கான டி.டி. அனுப்பியிருக்கிறோம். பெற்றுக்கொண்ட வகைக்கு ரசீது அனுப்பவும், என்று உடனடியாகக் கூட்டெழுத்தில், கணக்கப்பிள்ளை மூலம் ஒரு கடிதம் போட்டு விடுவார்கள். இத்தனைக்கும் நம்பிராஜன் பிள்ளை வலி தெரிந்தவர்தான். என்னவோ பதில் இல்லை.

தராசு விநியோகம் ஆகிய அளவுக்கு இன்குலாப் எழுதும் பக்கங்கள் பரவலாகச் சென்றடைகிறதா என்று தெரியவில்லை. புத்தகங்களாக வந்தால் நல்லது. அப்துல் ரகுமான் பக்கங்களும் தான்.

கி.ரா. அருமையான மனுஷர். அருமையான மனுஷர்கள் அருமையான எழுத்தாளர்களாகவும் இருப்பது, அழகாகவும் குணமாகவும் மருமகள் வருகிற மாதிரி, கொடுத்து வைக்கிற விஷயம். மணிவிழா வருஷத்தில் தேனீ மாதிரி, அவர் ஊர் ஊராக அத்தையம்மாவுடன் போய் வந்துகொண்டிருக்கிறார். போன இடத்தில் எல்லம் கல்யாணக் கோலம்தான். விஜயா வேலாயுதம் காட்டின கலர்ப் புகைப்படங்களில் கல்யாண ஆல்பம் மாதிரிதான் இருந்தார்கள், மாமாவும் அத்தையும். மாமா தலையில் பூ இதழ்கள் கூடத் தங்கியிருக்கிறது.

அன்புடன்,

கல்யாணி சி.

அம்பாசமுத்திரம்,
11.2.86

அன்புமிக்க லிங்கம்,

வணக்கம்.

ரேஷன் வாங்குகிறது மாதிரி மாசத்துக்குப் பத்து என்று வாங்கிப் போடுகிற – இது வீட்டம்மா உபயோகத்துக்காக என்று பெயர் – இன்லேண்ட் எல்லாம் அநேகமாக நான் எழுதியே தீர்ந்து போகும். இப்படி வாங்கின சமயத்தில் வருகிற கடிதங்களுக்கு உடனுக்குடன் பதிலும் போய்விடும். இந்த மாதம் ரேஷன் வாங்கி இரண்டு மூன்று நாட்கள்தான் ஆயிற்று.

விதை பரவுதல் என்று சின்ன வயது சயன்ஸ் பாடத்தில், நீரால், காற்றால், பறவைகளால், மனிதர்களால் விதைகள் பரவுவது பற்றி வரும். நம்முடைய பிள்ளைகள் மனிதர்களாலும் பறவைகளாலும் அன்றி இந்தக் காற்றினால் பரவுகிற எருக்கலஞ்செடி, இலவம்பஞ்சு, வாரியப்புல் வகைத் தாவரங்கள் ஆகிப்போனார்கள். முகவரியற்றுப் போவது ஒரு துன்பம் எனில் அப்படி முகவரியற்றுப் போனதை உணர முடியாதவர்கள் ஆனார்கள் என்பது இன்னும் ஒரு பெரிய துன்பம். வலியை உணர்வது அதிக வலி.

நீங்களே எழுதுங்கள் லிங்கம்.

ஜெர்மினல் என்று எமிலி ஜோலா எழுதியிருக்கிற சுரங்கத் தொழிலாளர்கள் சம்பந்தப்பட்ட நாவல் போல – அப்பா புத்தகம் வீட்டிலிருக்கிறது – நான் படித்ததில்லை, அற்புதமான இன்னொரு நாவல் கிடைக்கும். எழுதியதை அப்படியே வண்ணநிலவனிடம் கொடுங்கள். அவருடைய உலகமும் உங்களுடைய உலகமும் சரியாகப் பொருந்துகிற புள்ளியில் அந்த நாவல் முதல்வரி துவக்கும்.

சாவிக்கும் களஞ்சியத்துக்கும் கிட்டத்தட்ட ஒரே சமயத்தில் அனுப்பியதில் பிந்திய கதை வந்துவிட்டது. சாவியிடம் இருந்து பதிலே இல்லை. 'களஞ்சியம்' ஒரு மரியாதை தந்திருக்கிறது – ஒரு வரியைக்கூட மாற்றவில்லை. சாவியும் அப்படிச் செய்தல் நன்றாக எழுதப்பட்ட அந்தச் சிறுகதை, பரவலான வாசகர்களைச் சற்றுத் தொடும். தலைப்புக்கூட எனக்குப் பிடித்திருக்கிறது – 'என்றைக்கும் உள்ள வெயில்.'

சமீபத்தில் அவசரம் அவசரமாகப் பாலகுமாரனின் இரும்புக் குதிரைகளையும், நிதானமாக ரசித்து ரசித்து ஜெயகாந்தனின்

'நினைத்துப் பார்க்கிறே'னையும் வாசித்தேன். ஜெயகாந்தனை மீண்டும் வாசிக்க மேஜை ஓரத்திலேயே வைத்திருக்கிறேன்.

ராமச்சந்திரன்தான் ஒன்றும் எழுதாமலேயே இருக்கிறார். மாதத்திற்கு ஒரு கடிதம், சற்று முன் பின்னாக எழுதுகிறார். என்றாலும் அதில் எழுதுகிற அடையாளம் எதுவுமில்லை.

அலுவலக உலகம் எப்படி இருக்கிறது? மங்களாவின் வரைபடத்தை மேல்நோக்கி எவ்வளவு தள்ளியிருக்கிறீர்கள்?

துணைவியார்க்கும் செல்வங்களுக்கும் நண்பர்களுக்கும் எங்களது அன்புடன்,

கல்யாணி சி.

அம்பாசமுத்திரம்,
29.10.86

அன்புமிக்க லிங்கம்,

வணக்கம்.

இதில் வேடிக்கையைப் பாருங்கள். 'வீடு' தொகுப்பு வந்து அதை நீங்கள் வாங்கிப் படித்து எழுதியும் போட்டு விட்டீர்கள். எனக்கு இன்னும் புத்தகம் வரவில்லை. நான் கண்ணால்கூடப் பார்க்கவில்லை.

இந்தப் பால்ராஜ் கென்னடியும் உலகத்தின் எல்லா மனிதர்களையும் போல நல்ல மனிதராகத்தான் இருக்க வேண்டும். அதில் எனக்கு ஒரு சந்தேகமுமில்லை.

ஆனால் – இந்தக் கதை கேட்கிறவரை, அதற்காக ஒன்று இரண்டு மூன்று நான்காகக் கடிதம் எழுதுகிறவரை ரொம்பத் துடியாகக் கடிதம் எழுதுகிறவர்களுக்கு – அது புத்தகமானதும் எழுதினவனுக்கு அனுப்ப வேண்டும் என்று தோன்றுவதில்லை.

நீங்கள் 'மற்றவர்கள் பார்க்காத சின்ன விஷயங்களைப் பார்க்கிறேன்' என்கிறீர்கள். துன்பம்தான். உலகத்தில் எவ்வளவோ உன்னதமான பெரிய விஷயங்களிருக்க நான் சொப்பு வைத்து விளையாடிக் கொண்டிருக்கிறேன் என்பதுதானே நிஜம். கடைசல்காரன் பிழைப்பும் நடக்க வேண்டியதுதானே. கம்ப்யூட்டர் வந்தாலும் பம்பரக்குத்து நின்று போகவா போகிறது. அது அது அதனதன் பக்கங்களில். திருநெல்வேலி தாமிரபரணி பாய்கிற ஊர்தான். எனக்குத் தெரியப்

பத்துப் பதினைந்து வருடத்திற்கு முன்பு வரை, ரதவீதிக்கு ஓரத்தில் ஓடுகிற சாக்கடைத் தண்ணீர் – அப்போது சாக்கடைத் தண்ணீரும் சுத்தம் – கோரி, கடை வாசலுக்குத் தெளித்துப் பெருக்குவார்கள். சதா கெட்ட வார்த்தை சொல்லி ஏசுகிற வாய்ப்புண்ணுடைய, அடிக்கடி மொட்டை அடித்துக்கொள்கிற அந்தக் கிழவியைக் குற்றம் சொல்கிற சானிட்டரி இன்ஸ்பெக்டர்களும் இருந்திருப்பார்கள். அவள் மடங்கி மடங்கி அப்படியே வஞ்சகமில்லாமல் பெருக்கிக்கொண்டுதான் இருந்தாள். கடைவாசல்களில் துப்புரவுக்கும் குறைச்சலில்லை. அது அப்படித்தான் எப்போதுமே.

உங்களுக்குப் போன கடிதம் மட்டுமே பதில் எழுதாது போயிருக்கும். அதற்கு முன்பு எழுதியிருக்கிறேன். 106பி என்று எழுதாமல் பி.எஸ்.சி. அக்ரி, மங்களா யூரியா, நடராஜபுரம் எக்ஸ்டென்ஷன் என்று மனதிலிருந்த முகவரியை எழுதி அனுப்பினேன். கிடைக்கவில்லை போல.

வீட்டில் எப்படி இருக்கிறார்கள்.

குழந்தைகள் படிப்பு நன்றாக இருக்கிறதா? நா. விச்வநாதன் கூட இடையில் ஒரு கடிதம் எழுதியிருந்தார். பிரகாஷ் காந்தி கிராமத்திலிருந்து எழுதினார். எல்லோரையும் கேட்டதாகச் சொல்லுங்கள்.

ஒன்றிரண்டாக மறுபடியும் எழுதிப் பார்க்கிறேன். பழைய வாழ்வும் மனமும் இல்லை. இந்த ஊரில் எப்படித் தொலைந்தது என்றும் புரியவில்லை. ஆனால் கிடைக்காது மீண்டும் என்பது நிச்சயம்.

நீங்களாவது அடிக்கடி எழுதுங்கள்.

கல்யாணி சி.

அம்பாசமுத்திரம்,
3.4.88

அன்புமிக்க லிங்கம்,

வணக்கம்.

மனதை ஆட்கொள்ளும்படி இருக்கவேண்டும். சோகம், அசோகம் என்பது பொருட்டில்லை. நீங்கள் ஏன் சோகத்திற்காக வாதாடப் பார்க்கிறீர்கள்? நீங்களும் நானும் கொண்டாடுகிற

தி.ஜா.வின் எழுத்தில் படித்துக்கொண்டு போகிற போதே கண்ணீர் வழிகிற, வழிந்த அனுபவம் எனக்குண்டு. ஆனால் அது நிச்சயம் சோகத்தினால் அல்ல. நெகிழ்ச்சியினால்.

என்னுடைய குங்குமம் சிறுகதை நீங்கள் குறிப்பிட்டிருக்கிற என்னுடைய சிறுகதைகளைவிட உயர்ந்ததில்லை தான். எனினும் அது சில மெல்லிய அலைகளை சில மனதில் அடிக்கடி வைத்திருப்பதை நான் உணர்கிறேன். இது சந்தோஷம் பற்றிய அலையாகவும், பெண்கள் தங்களை வெளிப்படுத்திக் கொள்கிற மன நிலைகளைப் புரிந்து ரசித்த நிலையாகவும் என்னிடம் வந்து சேர்ந்து கொண்டிருக்கின்றன. 'கடைசியாகத் தெரிந்தவர்', 'தற்காத்தல்' போன்ற கதைகள் எல்லாம் யாராலும் வாங்கிக் கொள்ளப்படாமல் காற்றோடு போயின. '44ல் இறந்த கு.ப.ரா.வின் காணாமலே காதலையும், கனகாம்பரத்தையும் இன்றைக்குத் தொலைத்துவிட்டு நிற்கிறோம். கு. அழகிரிசாமியின் எளிமை இன்றைய எந்த எழுத்திலும் தேடக்கிடைக்காது. பத்து வருஷம் போனால் தி.ஜா. வைக்கூட பாவிகள் மறந்து போவார்கள். வாழ்க்கை இதையும்விடக் கேவலமாகவும், போலியாகவும், ஒருவர் கெண்டைக்கால் சதையை இன்னொருவர் மறைந்திருந்து குதறுவது போலவும் தானிருக்கப் போகின்றன. பெண்களும் தங்கள் காதலையும் கருணையையும் விட்டுத் தூரப் போய்க்கொண்டே இருப்பார்கள். விலகியும் விலகாமலுமாகப் பழுக்கக் காய்ச்சின இதயத்துடன் தவித்துத் தவித்து சட்டென்று ஒரு கணத்தின் நிறைவில் கூடுகிற அல்லது கூடாமலே போகிற அணைப்பின் அருமைகளை இனிமேல் யாரும் அறியாமலே போவார்கள். குளிர்சாதனப் பெட்டிகளும், கலர் டி.வி.களும் மஞ்சள் உலோகமும் சம்பாதிப்பதிலேயே நீர்த்துப் போவான் ஆண். அவனுக்குள் புயல் திரள்கிற நேரத்தில் பாதுகாப்பு ஆணுறைகள் கைவசமின்றி, இன்னொரு குழந்தை பெற்றுக்கொள்கிற பயத்தில் மிக விலகி வெளியே போய் பெட்டிக்கடையில் பான்பராக் போட்டுக் கொள்வான். பீடி சுற்றும் பெண்கள் சினிமாக் கொட்டகைகளில் வாழ்வார்கள். காமுற்றுச் சுலபமாக யாருக்கும் கிடத்துச் சலிப்பூட்டுவார்கள். அரசியல்வாதிகள் தேர்தலுக்கு முன்பு நடிப்புக் கல்லூரியில் படித்து வருவார்கள். உச்சி முதல் உள்ளங்கால் வரை புரையோடிக் கொண்டிருக்கிற சூழலில் நல்ல மரபுகள் பரிகசிக்கப்படும். பண்ணைப்புரத்து இளையராஜாக்கள் ஜீயர் சொல் கேட்டு 7–வது விமானம் கட்டுவார்கள். அமரின் மகன் பிரபு வளர்ந்து இதைவிடப் பெரிய புரட்சியை, ஆரம்பித்த இடம் மறந்து செய்வான். சப்புக்கொட்டிக் கொண்டிருப்பார்கள்

ஜனங்கள், சாராயத்துக்கு ஊறுகாய் தொட்ட விரலுடன், இந்த லெட்சணத்தில் எழுதுகிறதே பைத்தியக்காரத்தனம். இதில் மோசமான பைத்தியக்காரத்தனம் வேறா?

அன்புடன்,

கல்யாணி சி.

அம்பாசமுத்திரம்,
17.6.88

அன்புமிக்க லிங்கம்,

வணக்கம்.

க்ளூகோஸை வாயில் அள்ளிப் போட்டது போல, பஞ்சுமிட்டாய் சாப்பிட்டது மாதிரி, இனிப்பை உணர்வதற்குள் சந்தோஷங்கள் கரைந்துபோய் விடுகின்றன. அதற்குப் பதிலாக சந்தோஷத்தின் சாயம் தங்கின ரோஸ் கலர் நாக்கை நீட்டிப் பார்த்துக் கொள்ள வேண்டியதுதான். வண்ணமயில் இதழைப் போல, இந்த இரு வேறு உலகப் பகுதியும் நல்ல ஞாபகங்களுடன் நிலைத்து நிற்கட்டும். ஆனால் நிற்கும்படியாகவும் திருப்பித் திருப்பி இன்னும் புதிதாய் ஒன்று துவங்கும் படியாகவும் இன்னும் நம்பிக்கை கொள்ளும்படியாக ஏதாவது ஒரு சிறு பறவைக் குரல் அவ்வப்போது கேட்டுக் கொண்டிருப்பதுதான் மாயம் நிறைந்த தொடர்ந்த ஓர் சுவாரஸ்யம்.

எல்லோர்க்கும் அன்புடன் –

கல்யாணி சி.

அம்பாசமுத்திரம்,
29.6.88

அன்புமிக்க லிங்கம்,

வணக்கம்.

மதுரைக்குப் போயிருந்தேன். சர்ச்சில் ஒரு கல்யாணம். எல்லாத் திருமணப் பெண்களும், அந்தச் சமயத்தில் அழகின் பிரகாசத்துடன் நிற்கிறார்கள். குறுக்குத்துறை கல்பாலத்தில் நார்ப் பெட்டியும் மிட்டாய் ரோஸ் புடவையுமாகப் போகிறவளும் சரி, இந்த வெள்ளைப் பனியுடை தரித்த பெண்ணும் சரி, அந்த நேரத்தில் கூடுகிற அழகால் தேவதைகளாகி விடுகிறார்கள்.

இன்னொரு சிநேகிதன் சொக்கனுடைய இரண்டாவது பெண்ணுக்கு – 10 வயதிருக்கும் – போலியோ நியூரோஸிஸ். அந்தச் சூழ்நிலையை அந்தக் குழந்தையுட்பட எல்லோரும் எதிர் கொண்டிருக்கிற விதம் அபாரமானது. அந்தக் குழந்தையின் சிரிப்பு இதுவரை நான் பார்த்த சிரிப்புக்கள் அனைத்திலும் அழகானது. அந்தக் குழந்தை என்னிடம் சொன்ன கதைகள் இதுவரை நான் கேட்ட – படித்த கதைகளை விட அற்புதமானவை.

வெறும் தொட்டாற் சிணுங்கிகளாக நிற்கிற எத்தனையோ நானறிந்த முகங்களுக்கு மத்தியில் அந்த முகங்கள் மிகுந்த நம்பிக்கையளித்தன மேலும் வாழ்வதற்கு.

எல்லோர்க்கும் அன்புடன் –

கல்யாணி சி.

பவா செல்லத்துரை

மதுரை,
21.11.93

அன்புமிக்க துரை,

வணக்கம்.

நீங்கள் எனக்கு எழுதாவிட்டால் என்ன, யாருக்காவது எழுதிக்கொண்டுதான் இருந்திருப்பீர்கள். என்னை அன்று மதுரையில் பார்த்திருக்காவிட்டால் என்ன, வேறு யாராவது உங்களால் அந்த நேரத்தில் பார்க்கப்பட்டிருக்கும் சம்பவம் நிச்சயம் உண்டு. எங்கேயாவது பாய்ந்துகொண்டு, எங்கேயாவது சலசலத்துக்கொண்டு, எங்கேயாவது ஆவியாகிக்கொண்டு, எங்கேயாவது திரண்டலைந்து நகர்ந்து கொண்டு, எங்கேயாவது பெய்துகொண்டு, எங்கேயாவது நனைந்து கொண்டுதானே இருக்கிறார்கள் உங்களைப் போன்றவர்கள். வாழ்வின் அடையாளம் நீர்மை. நாம் ஈரமானவர்கள்.

நேற்று பாங்கை விட்டுப் புறப்படுகையில், ஷெட் வாட்ச்மேன் வாகன வரிசையின் ஓரத்தில் குனிந்து உட்கார்ந்திருந்தார். என்ன என்று பார்த்தால் 5 நாய்க்குட்டிகள். இந்த வாழ்வால் இன்னும் சற்றுக்கூட அலைக்கழிக்கப்படாத புத்தம் புது ஜீவனுக்குரிய எல்லா அழகுடன் அவை அந்த மனிதர் ஊற்றுகிற, எடை கட்டின டீக்கடைப் பாலை நக்கிக் கொண்டிருந்தன. மடி தொய்ந்து, காம்பு தளதளத்து நிற்கிற தாய் அந்த எழுபது வயதுக் காவல்காரர். அவருடைய வேலையில்லாத மகனை ஏசுகிறவராக, தன்னுடைய மிலிட்டரி ரம் ஞாபகங்களுடன் மனைவியை உதாசீனப்படுத்துகிறவராக அவர்

இருக்கலாம். ஆனால் அவர் இன்னொரு பக்கத்தில் இப்படிக் கசிந்துகொண்டு பெருகுகிறார்.

ஐந்து நாய்க்குட்டிகள் அழகு. அதையும் விட அவர் அழகு. அவர் எனக்கு வெறும் வாட்ச்மேன் மட்டுமல்ல. எந்த மனிதனை 'வெறும்' என்று சொல்லிவிட முடியும். நாம் அடைத்த கதவு பார்க்கிறவர்கள் மட்டுமே அல்லவா. எப்போதுமிருக்கிறது திறந்த ஒரு கதவு. திறக்க இன்னொரு கதவு.

ரொம்ப நாளைக்கு அப்புறம் பார்க்கும் போது கையைப் பிடித்து இழுத்துக்கொள்வோம். அநேகமாகத் தோளில் ஒரு கை. கை குலுக்கிப் பற்றி இன்னொரு கையின் பொதிவில் நம் வலதுகை. எவ்வளவு நேரம் முடியுமோ அவ்வளவு நேரம். அப்படியே இருக்கத் தோன்றும். பேச ஆரம்பித்த பிறகும் கைக்குள் கை இருக்கும். பேச்சு ஒன்ற ஒன்ற, எப்போது கை விலகியது என்று தெரியாது. பூ மலரும் நேரம்.

நாம் உணர்வுபூர்வமானவர்கள். மழை பார்க்கிறவர்கள். கரைந்து போகிறவர்கள். ஆனால் தொலைந்து போகிறவர்கள் அல்ல. சூரியன் தெரியும் என்றாலும்கூடச் சன்னல் கம்பி வெளிச்சத்தில் பறக்கிற பொன் தூசுகளில் சதா கலைந்து நகர்கிற வைரப்பொடிகளை மனதால் கவ்வுகிறவர்கள். 'புதிய பாதைகள் பற்றிய அக்கறையுண்டு, என் காலடிகள் பதிந்திருப்பதில் கவனம் எதற்கு?' என்று தன் போக்கில் செல்லுகிறவர்கள். காக்கை எச்சத்தில் இரண்டு மூன்றாக அப்பிய வேப்பங்கொட்டைகளைப் புதையல் போல ஞாபகத்தில் வைத்திருப்பவர்கள். பாசி பிடித்த பழைய ஓடுகளின் அடுக்குக்கு இடையே மொட்டைமாடித் தளத்தில் வளர்ந்த ஒரு புல்லையும், மிளகாய்ச் செடியையும் இப்போதும் என்னால் மறக்க முடியவில்லை. இவற்றுடன் எல்லாம் சேர்ந்தவர்கள்தான் நாம் என்று புரிந்தவர்கள் ஒரு பக்கத்தில் இருப்பார்கள். அதுவரை எந்தச் சோகமும், துயரமும் தாண்டிப் போய்விடக் கூடிய அளவு சிறியவையே.

எல்லோர்க்கும் அன்புடன் –

கல்யாணி சி.

நஞ்சப்பன்

☜☞

மதுரை – 16,
27.7.94

அன்புமிக்க திரு. நஞ்சப்பன்,

வணக்கம்.

நீண்ட கடிதமாக எழுதலாம் என்று நினைத்தேன். ரொம்பச் சுருக்கமாக, தெர்மாமீட்டர் உடைந்து தரையில் உருண்டு பளபளக்கிற பாதரசத் துளி மாதிரி, அந்த இரண்டு நாட்கள் உருண்டு கொண்டு இருக்கின்றன.

எனக்கும் வள்ளிக்கும், சங்கரிக்கும், ராஜுவுக்கும் பெருத்த மாறுதலையும், ஆறுதலையும் முழுமையாகத் தந்த தினங்கள் அவை. இந்தக் கடிதத்தைக் கூட புவனா அம்மாவுக்குத் தான் எழுத நினைத்தேன். என்றைக்கும் ஒரே மாதிரியாக, கண் சிமிட்டிச் சிரித்து விசாலமாக அரவணைத்துக் கொள்கிற புவனா அம்மாக்களால் தான் வாழ்க்கை ஜீவனுடன் இருக்கிறது.

இப்படி நாங்கள் வருவதற்கும், உபசரிக்கப்படுவதற்கும் நானும் என் எழுத்தும் எப்படிக் காரணமானோம் என்பது ஆச்சரியமாக இருக்கிறது. உங்கள் வீட்டு மணியையும் ராமுவையும் வருடிக் கொடுக்க முடிந்தது.

நானும் ராஜுவும் சனிக்கிழமை காலை சற்று நடந்து செல்கையில், அவ்வளவு பெரிய ஆழமான கிணற்றையும், சம்பங்கிப் பூப் பாத்தியையும் பார்க்க முடிந்தது.

வெளியே கேட்காமல் முணுமுணுக்கிற ஜான்ஸியின் பாடலைக் கேட்க முடிந்தது. (வாழ்க்கை இப்படித்தான் இருக்கிறது) பேரூரின் வலையடிக்கப்பட்ட சிற்பங்கள், அந்தக் கோவிலின் ஸ்ரீ சக்தி, குருந்த மலைக் கோவிலில் பார்த்த வால் சுழிக்கிற நாகம், அதன் தலையில் செதுக்கப்பட்ட சிவலிங்கம், நம்முடன் மேட்டுப்பாளையம் வந்த அந்த அழகான தாயும், குழந்தையும், கல்லாற்றுப் படுகை, அந்தப் பாக்கு மரங்கள், எருமையைப் பற்றிக் கொண்டு வந்த அந்தக் கிழவி, குளித்துத் தலை துவட்டிக்கொண்டே, வந்திருக்கிற நமக்கு அனுமதி வழங்கிய அந்த இளைஞனின் உடனிருந்த தண்ணீர்த் தொட்டி, மறுபடியும் பாக்கு மரங்கள், மருதமலையில் பேரீச்சம்பழம் பாக்கெட்டுடன் உட்கார்ந்திருந்த புவனா அம்மாவும் நீங்களும் – (எங்கள் ஊர் ஆற்றங்கரைக் கல் மண்டபம் இதைவிட உயிருள்ளதாக இருக்கும்.) இவ்வளவையும் பார்க்கவும் பகிர்ந்து கொள்ளவும் முடிந்தது.

சுபமங்களா கருத்தரங்கக் கூட்டத்தில் பதறிக்கொண்டு எழுந்துபோய், பிரம்மராஜனைத் தவிப்புடன் ஆற்றுப்படுத்திக் கொண்டிருந்த அவருடைய மனைவி.

கையைப் பற்றிக்கொள்கிற ஒவ்வொரு முறையும் பற்றியிருக்கிற சில விநாடிகளில், அவரிடமிருந்து நான் பெற்றுக் கொள்ளும்படியாக எவ்வளவோ அளித்துவிடுகிற சுத்த வெள்ளையான ஞானி.

ஒரு கற்சிலை போலக் கும்பிடுகிற சாந்தாராம் –

தன் இளங்கைகளால் வணக்கம் சொன்ன காளிமுத்துவின் பெண். எங்களின் வருகையால் வார இறுதி விடுதலையை உணர முடியாது சக்கரத்துடன் கட்டிப் போடப்பட்டுவிட்ட அரவிந்தன் –

இதையெல்லாம் என்னுடன் உங்களின் பழைய வாழ்க்கையை எல்லாம் பகிர்ந்து கொண்ட உங்களின் பரிவு –

எல்லாவற்றையும் நான் வைத்திருக்கிறேன். எப்போதும் என்னுடன் அவை இருக்கும்.

எல்லோர்க்கும் அன்புடன் –

கல்யாணி சி.

மதுரை,
31.7.94

அன்புமிக்க திரு. நஞ்சப்பன்,

வணக்கம்.

சம்பிரதாயங்களை விட்டு அநேகமாக விலகியே இருக்கிறேன். 'நல்லபடியாக வந்து சேர்ந்தோம்' என்ற கார்டைவிட, ஒரு நீண்ட நல்ல கடிதம் எழுதிப் பகிர்ந்து கொள்வதுதான் எனக்கு இப்போதும் உவப்பானது. ஆனால் அப்படி எழுதுகிற நாட்கள், எழுதுவதற்கான மனநிலைகள் அதற்கப்புறம் சரியாக வாய்ப்பதில்லை. நீண்ட மௌனங்களையும், அளவுக்கதிகமான இடைவெளிகளையும் தவிர்க்க முடியவில்லை. ஆனால் எந்த வினாடியிலும் இதை எல்லாம் நேர் செய்துவிட முடியும். கரைத்துவிட முடியும் என்ற நம்பிக்கை இருக்கிறது. ஒன்றரை வருடக் கோபத்தை ஒன்றரை நாளில் தாண்டி அப்புறம் போய்விட முடிகிற மனிதர்களே எங்களுக்குக் கிடைக்கிறார்கள். என் கடைசி இருபது வருடங்களை உறவினர்களைவிட, மூன்று நான்கு நண்பர்கள் மட்டுமே வழிநடத்திக் கொண்டிருக்கிறார்கள். இந்த மூன்று நான்கு பேரின் மையமாக வள்ளி. இப்போது நீங்களும்.

நான் கலைஞனோ, மிகச் சிறந்த கலைஞனோ என்பதையெல்லாம் விட அடிப்படையில் ஒரு நல்ல மனிதனாக வாழ்வதற்குரிய அனுசரணையான சூழ்நிலையைப் புறத்திலும் அகத்திலும் உண்டாக்கிக் கொடுத்தது என்னுடைய துணைவி என்பதே எனக்குப் போதுமானதாக இருக்கிறது. என் குடும்பத்திலிருந்து, தாத்தா, பாட்டி, அம்மா, அப்பாவிடமிருந்து நான் ஏற்கனவே பெற்றிருந்த அடிப்படையான வெளிச்சம் தூண்டப்படவும், சுடர் நலுங்காமல் இருக்கவும் அவளுடைய பங்களிப்பு கணிசமானது. ஆனாலும் நான் அதற்கான மன நிலைகளுடன் ஏற்கனவே இருந்தேன். நிறைய இடங்களில், நான் திறந்து வைத்த வாசல்களில், இன்னும் அவள் நுழையத் தலைப்படவே இல்லை. குடும்பம் என்ற அமைப்பில், இவ்வளவு சுதந்திரமான மனைவியாக அவள் இருப்பதற்காக, நான் அடைத்துக் கொண்ட ஜன்னல்களையும் கணக்கில் எடுத்துக் கொள்ள வேண்டும். கறாரான நிர்வாகிகள், பிடிவாதத்துடன் தீர்ப்புச் சொல்கிற நீதிபதிகள், அன்புள்ள மனைவிகளாக இருப்பதும், அவர்களுடைய கணவர்கள், சம்பளம் தவிர வேறு அறியாத, அலுவலகம் தவிர வேறு உலகம் அற்ற படைப்புலகங்களில் கனவு நிலைகளில் வாழ்பவராகவும் இருக்க நேர்கையில் ஏற்படுகிற சிக்கல்கள் வெளியே தெரிவதில்லை. நான் பெற்றதும் அதிகம், இழந்ததும் அதிகம்.

நீங்கள் எழுதியிருப்பதுபோல, அப்படியெல்லாம் வாழ்வை, செயல்களை இன்னொருத்தரிடம் ஒப்படைத்துவிட முடியாது. வெயில், நிழல், பாதுகாப்பு, பாதுகாப்பின்மை எல்லாம் தான் எனக்கு வேண்டும். ஒரேயடியாக நிழலிலும், ஒரேயடியாகப் பாதுகாப்பிலும் இருந்தால் அது வாழ்வாக இருக்கிறதில்லை.

நான் குடைந்து குடைந்து அதிநுட்பம் தேடிப் பிரயாசைப் படுவதில்லை. எது நுட்பம் என்று தெரிந்தால் அல்லவா அதைச் செய்ய. நீங்கள் எழுதியிருப்பதுபோலப் படைப்பை முன்வைத்து நான் 'ரொம்பவும் அலட்டிக் கொள்ளவோ' 'மனதைக் கசக்கிப் பிழிந்து கொள்ளவோ' உயிரோடு துடித்துக் கொண்டிருக்கும் ஜீவனுள்ள சொற்கோவைகளைப் பிறப்பித்துக் கொண்டிருக்கவோ இல்லை. என் பேச்சைவிட, மிக இயல்பாக வெளிவருபவை என் எழுத்துக்கள். எழுத்துக்கள் எந்த அலைக்கழிக்கிற துன்பங்களையும் எனக்குத் தந்ததில்லை.

அந்த ரேடியோ – காமிராவை நான் மீண்டும் உபயோகிக்கவே யில்லை. அவற்றை உங்களிடமிருந்து பெற்றுக் கொள்வதற்கான எந்தத் தகுதிகளும் எனக்கில்லை. நான் இதை ஒரு கோட்பாடு என்றோ கொள்கை என்றோகூடச் செய்யவில்லை. நான் பெறுகிறவனாக மட்டுமே இருக்க முடியாது.

29-ம் தேதி எனக்குச் சம்பளம் போட்டார்கள். அடுத்த கடிதத்தில் ரயில் கட்டணத்துக்குரிய ரூ. 320க்குரிய டிராப்டை நான் அனுப்பி வைப்பதற்கும் அனுமதிக்க வேண்டும்.

சங்கரி – ராஜு கடிதம் எழுதுவார்கள். எழுத வேண்டும் என்று விரும்பினேன். அவர்கள் இதுவரை எழுதவில்லை. இனிமேல் எழுதுவதற்கு வாய்ப்பு இல்லை. மனம் அனுபவங்களின் நாற்றங்கால். பசுமையுடன் இருக்கும்போதே செய்ய வேண்டிய காரியங்களை, வைக்கோல் பழுப்புக்கு வந்த நேரத்தில் செய்வதில் அர்த்தமில்லை.

இதற்கு முன்பு எழுதிய கடிதத்தினையும் உங்களுக்கு அனுப்புகிறேன்.

எல்லோர்க்கும் அன்புடன் –

கல்யாணி சி.

மதுரை,
3.3.95

அன்புமிக்க நஞ்சப்பன்,

வணக்கம்.

அதற்குள் ஒரு வாரம் ஆகப் போகிறது. எவ்வளவு வேகமான இறகடிப்பு காலத்திற்கு.

என் கடிதம் என்பதும் தொகுப்பு என்பதும் ஒரு அடிப்படை முகாந்திரமே தவிர, ராமச்சந்திரனையும், கோபாலையும், ரவி சுப்ரமணியனையும் வைகறையின் மடியில் ஒன்றாக்கிக் கொள்ள முடிந்ததுதான் மகிழ்ச்சிகரமானது. பகல் முழுவதும் அவ்வளவு கலகலப்பாக இருந்த ராமச்சந்திரன் ரயில் நிலையத்தில் வேறு மனிதராகிவிட்டது துயரமானது. ஏற்கனவே ஞானியின் துணைவியாரைப் பார்த்த, பேசுகிறதைக் கேட்டபோது ஏற்பட்ட வலி இன்னும் அதிகமாகிவிட்டது. என்னால் சாந்தாராம் இடத்தை ஓரிரண்டு தினங்களாவது பூர்த்தி செய்ய முடிந்தால் எவ்வளவு நன்றாக இருக்கும். மறுநாள் காலை ஞானியின் இடது கண்ணில் ஒற்றையாகத் துளிர்த்த கண்ணீரின் விலை எவ்வளவு கூடுதலானது. ரொம்பவும் உயர்ந்த இடங்களை அடைந்துவிட்டவர்களால்தான் இப்படி எழுதியது போதும், ஒன்றுமில்லை என்று சொல்ல முடியும். நான் என்னவென்றால், இந்த ஊரை விட்டுக் கிளம்பும் முன்பு இன்னொரு தொகுப்புக்கான கதைகளை எழுதி விட ஆசைப்படுகிறேன்.

அந்தக் கதையை எழுதி முடித்துவிட்டேன். 'நடுகை' என்று பெயரிட்டு சுபமங்களாவுக்கு அனுப்ப இருக்கிறேன். நம் வீட்டில் எழுதிய கவிதைகள் தவிர, மேலும் சில கவிதைகள் நேற்று எழுதினேன். ஆஸ்துமா மாத்திரைகள் உண்டாக்குகிற தூக்கக் குறைவுக்கு மத்தியில் புத்தகங்களும், எழுத்தும்தான் விடுதலை. ஒருவகையில் பார்க்கப் போனால், இன்னொரு கவிதைத் தொகுப்பின் பாதி தூரத்திற்கு வந்துவிட்டேன். கவிஞன் மக்தூம் சொன்னதுபோல – 'கொஞ்சம் இந்நாட்டைக் குலுக்குங்கள் வேரோடு' – சற்றுக் குலுக்கிப் பார்க்கலாமா தமிழ் இலக்கிய உலகை என்று தோன்றுகிறது. ராமச்சந்திரன், சமயவேல், கலாப்ரியா, விக்ரமாதித்யன் போன்ற நண்பர்கள் என்னுடன் தொடர்ந்து இயங்க முன்வருவர் எனின், ஒரு பேரலையினை எழுப்பி நான் நுரைத்துக்கொண்டு உள் வாங்குவேன். எந்த

விவாதமும் இன்றி, எந்த வலியுறுத்தலும் இன்றி, நடக்க நடக்க விழும் அழுத்தமான சுவடுகள்.

எல்லோர்க்கும் எங்களது அன்புடன் –

கல்யாணி சி.

மதுரை,
18.4.95

அன்புமிக்க நஞ்சப்பன்,

வணக்கம்.

சம்பந்தா சம்பந்தம் இல்லாத கனவுகளின் ஞாபகத்துடன் சீக்கிரம் எழுந்துவிட்டேன். எங்கள் அம்மாத் தாத்தாவின் பூர்வீக ஊர் என்று நாங்கள் அறிகிற ஆழ்வார்குறிச்சி, எங்கள் சின்ன தாத்தாவின் ஊரான சிவசைலம், அவர்களின் நிலம், நான் விடுமுறையில் போய் வந்திருக்கிற அந்தக் கிராமத்து வீடு எல்லாம் ஞாபகம் வந்துவிட்டது. என்னுடைய இரண்டாவது தங்கை சாந்தா வந்து அந்த வீட்டில் வைத்து ஏதோ சொல்கிறாள். மெழுகிய தரையும், ஜன்னல் வழி வந்த வெளிச்சத்தினாலும் அன்பான மனிதர்களின் மூச்சினாலும் நிரம்பிய அந்த வீட்டின் பல்வேறு பகுதிகளும் இன்னும் கனவுகளுக்கு வெளியிலும், இந்தக் கருப்பு முனைப் பேனாவுடன் நகர்ந்து கொண்டே இருக்கின்றன. ஒரு சிதிலமான குடும்பத்து வீட்டின் அலைக்கழிக்கிற ஞாபகங்கள், அடிபட்ட பறவையைக் கவ்விக் கொண்டே வயலில் ஓடிக்கொண்டிருக்கிற கிழட்டு நாயைப் போல, காப்பாற்றுதலுக்கு அப்பாற்பட்டுத் தரையில் இழுபடும் நினைவுகள்.

நீங்கள் வந்திருக்க வேண்டாம். அல்லது நீங்கள் மட்டுமாவது வந்திருக்க வேண்டும். பத்து மணி நேர பஸ் பிரயாணத்திற்கு நடுவில் பன்னிரெண்டு பதினான்கு மணி நேர இருப்பு. அதற்கு ஜான்ஸியையும் அழைத்திருக்க வேண்டாம். மேலும் 'வைகறை' முழுவதும் முழுக் குடும்பத்தினரும் ஒவ்வொரு கிளையாக, ஒரே மரத்தின் அடர்த்திக்குள் மாறி மாறி, குரல் எழுப்பிப் பாடுகிற அதிகாலைப் பறவைகள் போல உற்சாகமாக இருக்கும் சூழலில், நீங்கள் அங்குதான் இருந்திருக்க வேண்டும். புவனா அம்மாவில் இருந்து கடைக்குட்டி வள்ளி வரை உங்களிருவரையும் தேடியிருப்பார்கள். தப்பித்தவறி வயலின் நரம்புகளில் ஊர்ந்து கொள்ள நேர்ந்துவிட்ட எறும்பைப் போல நான் அல்லது

என்னுடைய தொடர்பு அமைந்துவிட்டதுபோலத் தோன்றுகிறது. (தற்செயலாகத் தோன்றிய இந்த விஷயத்தை வைத்து கடிதத்தை எழுதி முடித்த கையோடு, ஒரு கவிதை எழுதியிருக்கிறேன். நன்றாக வந்திருக்கிறது.) இலக்கியமோ, கலையோ, தத்துவமோ மனிதர்களை ஒன்றிணைக்கத்தான் வேண்டும். எந்த நுட்பத்தை முன்னிருத்தியும் இறுகக் கட்டிய மாலையிலிருந்து அது, பூவை உருவக்கூடாது. இந்த வார இறுதியில் உங்களையும் ஜான்ஸியையும் இங்கு வரச்செய்தது என் எழுத்து எனில், அது பூக்களையே உருவியிருக்கிறது.

ஒருவர் பின் ஒருவராக எல்லோரையும் அல்லது மூன்று பேரையும் அனுப்பி வைத்திருப்பீர்கள் என்று நினைக்கிறேன். நீரும், காற்றும், வெற்றிடங்களை நாம் உணர்வதற்கு முன்பே, வெற்றிடங்களை நிரப்பி விடுகின்றன. நல்ல வாழ்வும் அதைத்தான் செய்யும். மூன்று பேரின் பிரிவை மிச்சமிருக்கிற நீங்கள் அனைவரும் சமன் செய்திருப்பீர்கள் இதற்குள்.

உங்களுடைய பையன்களுடனோ, உங்களுடைய மருமகளுடனோ என்னால் இயல்பாகப் பழக முடியுமா, தெரியவில்லை. அறிவிலும், திறத்திலும் மிகக் கூர்மையாக இருந்து கொண்டும், இயங்கிக் கொண்டும் இருக்கிற அவர்களின் உலகத்தில் தமிழ் இலக்கியத்தின் நைந்துபோன நுனிகளைப பிடித்துத் தொங்கிக் கொண்டிருக்கிற என்னைப் போன்ற மூன்றாந்தர மனிதர்களுக்கு இடம் இருக்க வாய்ப்பில்லை. மிகத் தீவிரமான இளம் பருவத்திலிருந்து முளைத்துப் பீறிட்டு, மிக ஆக்கபூர்வமான திசைகளில் விரைந்து கொண்டிருக்கிற அவர்களிடம், V.S. செல்லம் சோப்பை, தேங்காய்ச் சிரட்டையில் கரைத்து, சூந்துத் தட்டையால் ஊதி நான் விடுகிற சோப்புக் குமிழிகளுக்கு என்ன இடம் இருக்க முடியும்?

புகைப்படங்கள் அருமையாக இருக்கின்றன. ராமச்சந்திரனுடன் நானிருக்கிற புகைப்புடத்தை எடுத்த சீக்காவுக்கு நன்றி. சங்கரி ஊரில் இல்லாததாலோ என்னவோ, புகைப்படத்தில் இருக்கிற சீக்காவின் துணைவியைப் பார்க்கும்போது, எனக்குச் சங்கரி ஞாபகம் வருகிறது.

அம்மாவுக்கும் மற்றுமுள்ள அனைவருக்கும் எங்களது வணக்கமும் அன்பும்.

கல்யாணி சி.

ஜான்சி ராணி

॰॰

மதுரை,
18.4.95

அன்புமிக்க ஜான்ஸி,

வணக்கம்.

நஞ்சப்பனுக்கு எழுதிய கடிதத்தில் விழுந்த ஒரு வரியின் நீட்சி இந்தக் கவிதை. வாழ்க்கை கூட இப்படித்தான் இருக்கிறது. முடிந்த ஒரு விஷயத்தின் முடிவற்ற நீட்சியாக இந்தக் கவிதையினை வைகறையின் அரசவைக் கவிஞரான புவனா அம்மாவுக்கும் சீக்காவின் செல்லப் பெண்ணுக்கும் சமர்ப்பிக்கிறேன்.

எனக்குச் சங்கீதம் தெரியாது
பூசினாற்போல நல்ல வெளிச்சம்
நிரம்பிய அந்த வீட்டின்
மேஜையில் வயலின் இருந்தது
படுக்கை வசத்தில்.
எத்தனை பேருக்கு வயலினையும் வில்லையும்
தொடுகிற தூரத்தில் பார்க்க வாய்த்தது!
வயலின் நிறமோ அற்புதம்
இசை புழங்கிய வழவழப்பு
எல்லா இடத்திலும்
தப்பித்தவறி வந்து

ஊர்ந்து கொண்டிருக்கிறது.
வயலின் நரம்புகளில்
மேல்நோக்கி ஒரு சிற்றெறும்பு.
வாய்குவித்து ஊதத் தயக்கம்.
விரலால் அப்புறப்படுத்தவும்.
என் செயல்கள் உண்டாக்கக்கூடிய
இசைக்கேடுகளை விட
எறும்பு ஊர்வது ஓர் ராகத்தின்
மேல்தானே!

அன்புடன்,

கல்யாணி சி.

ராமசுப்ரமணியம்

அம்பாசமுத்திரம்,
29.7.85.

அன்புமிக்க திரு. ராமசுப்ரமணியம்,

வணக்கம்.

நிலக்கோட்டையிலிருந்து திருப்பி அனுப்பப்பட்ட உங்களுடைய அன்பான கடிதத்திற்கு மகிழ்ச்சியும் நன்றியும்.

கடந்த ஏப்ரல் முதல்வாரம் மாறுதலில் இங்கு வந்தேன். அதற்கு முந்திய நாலரை வருடங்களிலும் நீங்கள் என் கண்ணில் தட்டுப்படாது போனீர்கள் பாருங்கள். என் கதைகளையல்ல, யாருடைய கதைகளையாவது பற்றிப் பேசவும் பகிர்ந்து கொள்ளவும் முகமற்ற அந்தக் காலத்தின் முடிவில் நான் எழுதிய திருப்தியான சிறுகதைகளில் ஒன்றுதான் நீங்கள் குறிப்பிட்டிருக்கிற ஆறுதலும்.

என்னதான் மாறுதல்கள் வந்துற்ற போதும், மரபுகள் மீதும் இறந்த காலங்கள் மீதும், அற்பம் எனக் காலம் ஒதுக்கிவிட்டுச் செல்கிற குன்னிமுத்துப் போன்ற சிறு அனுபவ உலகங்கள் மீதும் தீராத காதலும் தாகமும் இருந்துகொண்டேயிருக்கிறது. அதுவும் சின்ன வயதின் பேழையிலிருந்து அள்ள அள்ள வற்றாத, தீர்ந்து போகாத ஞாபகங்கள் மிஞ்சிக் கொண்டேயிருக்கின்றன. மதமும், தத்துவமும், விஞ்ஞானமும், பொருளாதாரமும் வெவ்வேறு காரணிகளாக நின்று இந்த வாழ்வைத் தீர்மானிப்பதாக எவ்வளவுதான் தர்க்கித்தாலும், மனம் செல்லும் வழியையும் செலுத்தும் வழியையும் யாராலும் தீர்மானிக்க முடியவில்லை. குகை மனிதனிடத்திலிருந்து

கனிஷ்காவில் ஜலசமாதியான அட்லாண்டிக் மனிதர்கள் வரை திசை தோறும் செலுத்திக் கொண்டிருக்கிற மனத்தின் கதியை இன்னும் வரையறுக்க முடியவில்லை. அப்படியொரு வல்லமையுள்ள விஞ் ஞானம் வந்துறுகிற நாளில், வாழ்க்கையும் இருப்பும் அற்பமாகிப் போகும். ரொம்பக் கற்றுத் தகர்ந்துபோம். மனம் இப்படியே தன்னிச்சைக்கு விடப்பட்டிருக்க என்றும் பிரார்த்திப்போம்.

வக்கீல் தொழில் செய்கிறீர்களா? பரவாயில்லையா? சட்டமும் மனிதனும் நெருக்கியடித்துக் கொண்டிருக்கிறர்களா உங்கள் முன். நிரபராதிகள் தண்டிக்கப்படக்கூடாது என்ற தர்மம் சொல்லி அபராதிகள் விடுதலையாகிக் கொண்டிருக்கிறார்களா. இலக்கியத்தையும் சட்டத்தையும் மனதின் நுகக்காலில் இடவலமாகப் பூட்ட முடிகிறதா. முடிந்தால் விந்தைதான்!

எல்லோர்க்கும் அன்புடன் –

கல்யாணி சி.

புவனேசுவரி

ஆஇ

மதுரை,
24.10.94

அன்புமிக்க புவனாம்மாவுக்கு,

வணக்கம்.

இப்போது எப்படி இருக்கிறீர்கள்.

புறப்படு புறப்படு என்று விரட்டாத குறையாக உங்களை அழைத்துக்கொண்டு போய் விட்டார்கள். சற்று ஓய்வு எடுத்தபின் புறப்பட நேரம் அனுமதிக்கவில்லை. ஒரு கடிகார வட்டத்துக்குள், தினக்காலண்டர் செவ்வகத்துக்குள் வாழ்ந்துகொண்டு, இந்த வாழ்வின் ஆதாரமான உறவுக்கும் அன்புக்கும் உயர்வுக்கும் நம்மை ஒப்புக் கொடுக்க வேண்டிய நிலை எல்லோர்க்கும், உங்களைத் தடுக்க முடியவில்லை அதனால். மேலும் இரண்டு நாட்களாயிற்று உடம்பு சரியாக என்று அறிகிறோம். உடம்பின் தளர்வை மீறிய மனதின் வலு உங்களுக்கு உண்டு. என்றாலும் தளர்வறியாத உடலும், அன்பகலாத மனமுமாக எல்லோரும் நடமாடும்போது இன்னும் நன்றாகத்தானே இருக்கும்!

ஜான்ஸி எப்படி இருக்கிறார்?

எல்லோர் முகத்திலும் பிரயாண அலுப்பு இருந்தது. எல்லோரையுமே ஓரளவுக்கு, வருவதற்கு முந்திய ஆறுமணி நேரம் கட்டிப்போட்டு விட்டிருந்தது. இதற்கு மத்தியில், தன்னைச் சீக்கிரம் விடுபட வைத்துக்கொண்டவர் நஞ்சப்பன் மட்டும்தான்.

வியர்வை தான், பேச்சைப்போலவே, அவருக்கு அதிகம் பொங்கிக் கொண்டிருந்தது. ஒரே ஒரு தடவை தான் புகைக்க முடிந்தது. அதை அவர் காற்றாடச் செய்திருக்கலாம்.

தொடர்ந்த மழை நாட்கள். அடர்ந்த புயல் சின்னம். வெயில், மழை, எப்போதாவது புயல் எல்லாம் வேண்டியதிருக்கிறது. இயற்கை சமன் செய்துகொண்டு விடுவதுபோல, மனிதர்களுக்கும் முடிந்தால் நன்றாக இருக்கும். மனிதர்கள் இளம் பச்சையில் துளிர்த்துவிடுவார்கள். மனிதர்கள்மேல் தட்டான்களும் வண்ணத்துப் பூச்சிகளும் மொய்க்கும். மனிதர்களின் செடிகொடிகளிடையே குழந்தைகள் விளையாடும். மனிதர்கள் பூப்பார்கள். மனிதர்கள் சூடிக்கொள்வார்கள். அப்புறம் பனி. அப்புறம் வெயில்.

முடிகிற பொழுதெல்லாம் வீட்டிற்கு வாருங்கள். தொலைபேசி வந்தபிறகு, முடிகிறபோது எல்லாம் நாங்களும் பேசுகிறோம்.

என்னிடமிருந்து பெறாதவை அனைத்தையும் என் சிநேகிதர்களிடமிருந்து பெறுகிறார்கள் வள்ளியும், சங்கரியும், ராஜுவும். ஒவ்வொரு முறை நீங்கள் வரும்போது, மேலும் அவர்கள் பிரகாசிக்கிறார்கள். மனிதர்களிடம் இருந்து மனிதர்களுக்கு ஏற்றுவிக்கப்படுகிற இந்த ஒளி துலங்குகிறவரை எனக்கு முகம் பார்க்க அலுக்காது.

ஒளி பெருகுக. ஒளி பெருக்குக.

எல்லோர்க்கும் அன்புடன் –

கல்யாணி சி.

வண்ணநிலவன்

மதுரை,
12.11.91

அன்புமிக்க ராமச்சந்திரன்,

வணக்கம்.

என்னுடைய 'மழை வெயில்' சிறுகதை உங்களுக்குக் கிடைத்திருக்கும் என்றும் அதுபற்றி நீங்கள் எழுதக்கூடும் என்றும் உங்கள் கடிதத்தை எதிர்பார்த்துக் கொண்டு வீட்டுக்கு வந்தேன். இன்று உங்கள் கடிதம் வரவில்லை என்பது இரண்டு விதத்தில் கவலை தருகிறது. ஒன்று, என் கதை உங்களுக்குக் கிடைக்கவில்லையோ என்பது. சுந்தரராமசாமிக்குக் 'குளிப்பதற்கு முந்திய ஆறு' கிடைக்காமல் இரண்டாந் தடவை அனுப்பினது மாதிரி இதற்கும் ஆகிவிடக் கூடாது. இன்னொரு தடவை உட்கார்ந்து எழுத ஆவியில்லை. அப்புறம் அதே மாதிரி வரவும் வராது.

உங்களை முன்னுரை எழுதச் சொல்லி என் பழைய கடிதத்தில் கேட்டிருந்தேனா என்ன. அப்படித் தொனிக்கிற வரிகள் தற்செயலாக அமைந்திருக்குமே தவிர அதுபோன்ற யோசனை எனக்குக் கிடையவே கிடையாது. உங்களிடம் மட்டுமல்ல. யாரிடமும் முன்னுரை கேட்க வேண்டுமென்று தோன்றவில்லை. நானே எழுதிக் கொள்வதிலும் ஆர்வமில்லை. ஒரு தடவை முன்னுரை வாங்கிப் பட்ட வடுவே காய்த்துப்போய் இருக்கிறது. முன்னுரைகளைவிட சமர்ப்பணங்கள்தான் முக்கியமாகப் படுகிறது. செத்துப்போன என் சிநேகிதர் டாக்டர் ஆறுமுகத்திற்கும் அழகிய நம்பிக்கும் இன்னும்

ஒரு புத்தகம் கூட சமர்ப்பிக்கப்படவில்லை. போன புத்தகம் 'சின்னு' ஒருத்தர் பெயரும் இல்லாமல் வெளிவந்து விட்டது. அது அவர்களுக்கு உரியதுதான். எனவே வரப்போகும் புத்தகத்தை அவர்கள் பெயருக்கு உரியதாக்க வேண்டும்.

சொல்ல முடிந்தது கதையையும் இதில் சேர்த்தால் என்ன? எனக்கென்னவோ இதிலும் சேர்க்க வேண்டும் என்று படுகிறது. அதுவும் இருந்தால்தான் இந்தத் தொகுப்பு நிரந்தது போலிருக்கும். இது தவிரவும் இந்த 'மழை வெயில்' கதையும் ஏற்கனவே தாய் பத்திரிகைக்கு எழுதிய சிறுகதையும் இருக்கிறது. குளிப்பதற்கு முந்திய ஆறு கதையும் அநேகமாக வெளிவந்து விடும். ஒருவேளை மேலும் ஒன்றிரண்டு நாள் எழுதினாலும் ஆச்சரியமில்லை.

சமய வேலுவிடமிருந்து நேற்றுக் கடிதம் வந்தது. இடையில் இரண்டு தடவை போனிலும் பேசினார். அவருக்கு மாத்திரம் பிறத்தியார் மனதை நேரடியாகத் தொட்டுவிடுகிற சுபாவம், மனம், முகம், குரல் எல்லாம். பெண் பிள்ளைகள் எல்லாம் சமயவேலுவிடம் ரொம்ப அன்பாக இருப்பார்கள் என்று எனக்கு எப்போதும் தோன்றும். வயதான பெரியவர்கள், குழந்தைகள் என்று எல்லோரும் அவரிடம் அன்பாகவே இருக்கக் கூடும். உங்களைக் கொஞ்ச நாள் வந்து திண்டுக்கல்லில் இருக்கச் சொல்லியிருக்கிறதாக, இருக்க வேண்டும் என்று ஆசைப்படுவதாக எழுதி இருந்தார். எல்லாவற்றையும் கட்டி வைத்துவிட்டு ஒரு பத்து நாள் இந்தப் பக்கம் வாருங்களேன். மாறுதலாகவும் இருக்கும். நீங்கள் இல்லாவிட்டால் கூட மின்சார ரயில்கள் ஓடிக்கொண்டிருக்கும். மெரினாவில் அலைக்குக் குறைச்சல் இராது. மனிதர்கள் ஓடிக்கொண்டுதான் இருப்பார்கள். சந்திராவும் பிள்ளைகளும் தேடுவார்கள். பரவாயில்லை. வாருங்கள், தாமிரபரணிக் கதைகள் கண்ட தர்மரே வருக வருக.

உங்களுக்கு ஆர்வம் இருந்தால் டி.வி. மெக்கானிக் பயிற்சியில் சேருங்கள். பின்னால் உங்களையும் டி.வி. மெக்கானிசத்தையும் பற்றி யாராவது எழுதலாம். அப்படி எழுதுவதற்குச் சிறு சிறு பிரதேசங்களை அளிப்பதற்கேனும் இதுபோலச் செய்யலாம். ஆனால் அமைதி என்றும் திருநெல்வேலி மாக்காளைக்குப் பக்கத்திலோ டி.வி. மெக்கானிசத்துக்குள் புதைந்தோ, ஊசிக்கோபுரம் பஸ் ஸ்டாப்பிற்கு அருகில் உள்ள வீட்டில் நிற்கும் 'லெச்சை கெட்ட மர இலைகளில்' இளம் பச்சையாகத் துளிர்த்தோ கிடக்கவில்லை. இளம் கீரைத்தண்டு போல அது மண்ணிலிருந்து வேர் மூலமாகத் தண்டுக்குள் நீராகக் குளிர்ந்திருக்கிறது. நமக்கெல்லாம் கீரைப்பாத்தி போடக்கூடத் தெரியாது. அது தெரிந்தால் போதும்.

இது கொலு சீஸன். பிராமணத்தி மாதிரியே பேசிக்கொண்டு இருக்கிற உங்களின் சின்ன மகள் ஞாபகம் இப்போது வருகிறது. அவள் பெயர் என்ன லோகுவா, சசியா?

எல்லோர்க்கும் அன்புடன் –

கல்யாணி சி.

மதுரை,
12.1.93

அன்புமிக்க ராமச்சந்திரன்,

வணக்கம்.

கனிவு வெளியாகிவிட்டது. நேற்றுப் போய் கூடுதல் பிரதிகள் வாங்கி வரலாம் என சௌராஷ்டிரா சந்தில் இருக்கிற அன்னத்திற்குப் போனேன். என் புத்தகப் பிரதிகள் இல்லை. மேலும் அந்தக் கடையைப் பார்த்துக் கொள்கிற அருமையான பையன் லோகுவும் இல்லை. சென்னையில் கண்காட்சியில் முற்றும் எரிந்துபோன ஸ்டால்களில் அன்னமும் ஒன்று போல. மீரா அங்கேதான் புறப்பட்டுப் போயிருக்கிறாராம். இந்தக் கஷ்டத்திற்கு மத்தியில் அவர்கள் இருக்கும்போது என் புத்தகம் பற்றிப் பேசினதே அருவருப்பாக இருந்தது. இன்று பொங்கலுக்கு ஊருக்குப் போகும்போது அப்பாவுக்கு, இன்னும் சில நண்பர்களுக்குக் கொடுக்கலாம் என்று தோன்றியதால் கேட்காமலும் இருக்க முடியவில்லை. கடைசியில் ஜெயமோஹன் தொகுப்பு ‘திசைகளின் நடுவே’ மட்டும் வாங்கிவிட்டுத் திரும்பினேன். ஆக, பொங்கல் எல்லாம் தாண்டி ஜனவரி கடைசி வார வாக்கில் உங்களுக்கு அனுப்பி வைக்கிறேன். ஆத்மார்த்தமான சிநேகிதர்களுக்கு கொடுக்கத்தான் புத்தகம் எல்லாம். இலக்கியவாதிகளுக்குப் புண்ணாக்கைத்தான் கொடுக்க வேண்டும். இதிலேயே எள்ளுப்புண்ணாக்கா, கடலைப் புண்ணாக்கா, மிக்சர் புண்ணாக்கா, ஓ.கே. மாட்டுத் தீவனமா, வைக்கோலா, புல்லா, கரிசல் காட்டுக் கூளமா, அமெரிக்க கோதுமைத் தவிடா அல்லது சோயா மொச்சைக் கரைசலா என்று வேறு பார்த்துக் கொடுக்க வேண்டும். ஒன்றுக்கு பதிலாக ஒன்றைக் கொடுத்துவிட்டால், எருக்கல் எடுத்துவிடும். தொழுவைக் கழுவி முடியாது.

அந்த ரெண்டு பேரும் இப்போது உயிரோடு இல்லை. டாக்டர் ஆறுமுகம், அழகிய நம்பி இருவருமே முறையே 89ஆம் வருஷம் செப்டம்பர் 5ம் தேதி, அக்டோபர் 8–ம் தேதியில் இறந்து

போனார்கள். ஆறுமுகம் ஒரு சாலை விபத்துக்குள்ளானார். நம்பி அறுவை சிகிச்சைக்குட்பட்டு நினைவு திரும்பாமல் இறந்தார். நான் தூத்துக்குடியில் இருந்தேன். என் மிக நெருங்கிய மனிதர்கள். என்மேல் உயிரையே வைத்திருந்தவர் டாக்டர். உங்களுக்குக்கூடத் தெரிந்திருக்கலாம். பாளையங்கோட்டை பையன்தான். அன்னை வேளாங்கண்ணி ஆஸ்பத்திரிக்கு எதிரே ஜெயா மெடிக்கல்ஸ் இருக்கிறதே, அங்கேயே இருப்பார் என்று சொல்லுவார்கள். அபாரமான ஆங்கிலம். நான் நிலக்கோட்டைக்குப் போய், வீடு கிடைப்பதற்கு முன் ஒரு ரூமில் தங்கியபோது அறிமுகம். அதிலிருந்து ரொம்ப நெருக்கம். 'பெயர் தெரியாமல் ஒரு பறவை' என்ற கதையில் வருகிற ரொட்டிக்காரர் ஆறுமுகத்தைத் தேடி வந்தவர்தான். நம்பி 71–ம் வருஷத்திலிருந்து என்னுடன் வேலை பார்த்தவர். பொன்மலை – திருச்சி வளர்ப்பு. திருநெல்வேலிதான் பூர்வீகம். என் அலுவலக முகத்தின் முக்கியமான கூர்மைகள் அவர் செதுக்கியது. சொல்லிக்கொண்டே போகலாம். முழுதாகச் சொல்வதற்கு ஆயுள் போதாது. ஆனால் சொல்வதற்கு எவ்வளவோ இருக்க வெறுமனே நூலாம்படை அடிப்பதிலேயே காலம் கழிந்துவிடுகிறது.

'வில்லடிச்சான் கோவிலிலே, விளக்குப் பொருத்த நேரமில்லே; நீங்களே, நானோ, இன்னோரன்ன பிறரோ நாம் இப்படி இருப்பது குறித்துத் துக்கம் கொள்ளத் தேவையில்லை. நாம் இப்படி இருக்குமாறே, மற்றவர் எல்லாம் அப்படி இருக்கிறார்கள். இந்த 47 வயதின் புறவுலக, அகவுலக க்ஷீணங்களுக்கு மத்தியிலும், பார்க்கிற ஒவ்வொரு ஆணும் பெண்ணும் நுட்பமான ஒரு இடத்தை எனக்குக் கொடுத்து விடுகிறார்கள். கிட்டத்தட்ட எல்லோருமே என்னை ஒக்கலில் வைத்துக்கொள்ளாத குறைதான். யாருக்கும் ஒரு துரும்பைக்கூட என்னால் திருப்பித்தர முடியவில்லை. இதற்கெல்லாம் பாத்திரமாகிற யோக்கியதையும் எனக்கில்லை என்று தெரிகிறது. ஆனாலும் மழையைப் பொத்திவிட நான் யார்?

நீங்களும் அப்படியே இருங்கள். எதற்கும் குற்ற உணர்வு வேண்டாம். எல்லோரும் எல்லாவற்றையும் உணர்ந்தே இருக்கிறார்கள். கையைத் தூக்கினால் கக்கத்து மயிர் தெரியத்தான் செய்யும். இதற்கு கூச்சம் அவசியமில்லை. இது இயற்கை.

கூடுமானவரை எல்லோர்க்கும் ஒத்தாசையாக இருங்கள். எனக்கும் சேர்த்துதான் நீங்கள் இருக்கிறீர்கள். உங்களுக்கும் சேர்த்துதான் இங்கே ராஜூவோ, சங்கரியோ, வள்ளியோ இருக்கிறார்கள். கங்கோத்ரியில் பனி உறைவது, குட்ட பாய் சைக்கிள் கடையில் பங்க்சர் ஒட்டுகிற தைக்காத் தெரு மஹ்தூம் பாய்க்கும் சேர்த்துதான். வாசிக்க

மீண்ட விநாயகர் கோவில் தெரு மஞ்சாச்சி வீட்டுத் தோட்டத்துப் புளியமரம், மூக்க முதலியார் பேரனுக்கும் சேர்த்துதான் காய்த்தது. இன்னொன்றைச் சமன் செய்ய நாம் இருப்போம்.

எல்லோர்க்கும் அன்புடன் -

கல்யாணி சி.

மதுரை,
16.6.93

அன்புள்ள ராமச்சந்திரன்,

வணக்கம்.

ஆபீஸ் ஜோலியாக மூன்று நாட்கள் அம்பாசமுத்திரம் போய்விட்டு இன்று வந்தேன். முதல் மரியாதை படத்தில் சாகக்கிடக்கிற சிவாஜிகணேசனுக்கு ராதா படகிலிருந்து இறங்கி ஆற்றங்கரையில் கால்வைத்ததும் சிலிர்த்துத் தூக்கிப்போடுமே அதுபோல; அம்பா சமுத்திரத்தில் எனக்கு ஏற்பட்டது. என் ஆழ்வார்குறிச்சி மூதாதையர்களும், ஆசான்களும் மகிழ்ந்து குலாவி இருந்த அந்த மேற்குத் தொடர்ச்சி மலையிலிருந்து பெருகுகிற ஜென்ம ஜென்மத்தின் சங்கிலிகளின் குலுங்கல் கேட்கிறதுபோல இருந்தது. தவித்துக்கொண்டு குகைகளில் திரிந்துகொண்டிருந்த காற்று என்னைக் கண்டதும் பிளிறிக் கொண்டு வந்து அப்பியதுபோல் இருந்தது. நீலமலை என்னை இடையறாது அழைத்தது. அருவியில் மூழ்கிச் சாகக் கொடுத்து வைக்கவேண்டும்.

அப்பா அம்மாவுக்குத் துணையாக நெல்லை வந்து திரும்ப இருப்பதற்கு மகிழ்ச்சி. நீங்கள் ஒரு நல்ல வழித்துணையாக இருக்க முடியும்.

எல்லோர்க்கும் அன்புடன் -

கல்யாணி சி.

மதுரை,
21.11.93

ராமச்சந்திரன்,

வணக்கம்.

மதுரை என்ன, எல்லாம்தான் மாறிக்கொண்டே இருக்கிறது. போன செகண்ட் இருந்தது. இந்த செகண்ட் இல்லை. நீங்களும்

நானும் மாறாமல் இருப்பதுதான் இடைஞ்சல். மழைத் தண்ணீருக்குப் போக்கிடமில்லை. வடிகால்களுக்குப் போக்கிடமில்லை. குப்பைகளுக்குப் போக்கிடமில்லை. எல்லாம் வெட்ட வெளியில், நட்டநடுவில், பிசுக்கின பற்பசை, அலுமினிய மாத்திரைத்தாள், உபயோகித்த ஆணுறைகள், பான்பராக் பாக்கெட் கிழிசல்கள், இவர்களோடு இவர்களாக மனுஷன் மனுஷி எல்லோரும் யூஸ் அண்ட் த்ரோவில் நசுங்கி.... பிதுங்கி.... எறியப்பட்டு.

ஒவ்வொருவரும் எதையாவது விற்றுக்கொண்டிருப்பதுபோல இருக்கிறது என்ற வரி பயங்கரமான உண்மையுடையது. அப்படித்தான் இருக்கிறது திண்டுக்கல் ரோட்.

செல்லூர் முழுவதும் தண்ணீர். எல்லாத்தறியும் எட்டடி தண்ணீரில். இனிமேல் எழுந்திருப்பது கஷ்டம். கர்ணன் என்ன ஆனாரோ பார்க்க வேண்டும். அவர் கடைத்தெருவடியில் தீபாவளி நேரம். மிஷினும் துணியுமாக எப்படிக் கஷ்டப்பட்டாரோ தெரியவில்லை.

சொக்கலிங்கத்தின் பாட்டா கடையில் தீபாவளிக்கு முன் தினராத்திரி முழுவதும் உட்கார்ந்திருந்தேன். மதுரையில் மட்டுமல்ல. இதற்கு முன் இவ்வளவு ஜனநெரிசலை நான் பார்த்ததில்லை. வேடிக்கையான ஆனால் ஜீவனுள்ள இரவு.

நேற்று ஒரு கார்டில், மிகவும் குழம்பியிருந்த மனநிலையில் ஒரு கார்டு எழுதினேன். முகவரி எழுதாமல் பெட்டியில் போட்டுவிட்டேன் போல. அதில் எழுதியவை உண்மையே எனினும், கிடைத்திருந்தால் நீங்கள் பதறிப் போயிருப்பீர்கள்.

எல்லோர்க்கும் அன்புடன் –

கல்யாணி சி.

மதுரை,
5.4.94

அன்புமிக்க ராமச்சந்திரன்,

வணக்கம்.

என்னுடைய கடிதம் உங்களுக்கு உற்சாகம் தருவதும், உங்களுடன் இருப்பது எனக்கு நிம்மதியாக இருப்பதும் இன்றைக்கு நேற்றா நடக்கிறது. கிட்டத்தட்ட பத்து இருபத்தஞ்சு வருஷத்துக் கதைதானே அது.

விட்டல் ராவ் தாயார் இறந்தது வருத்தத்திற்குரியது. நான் அந்தப் பெரிய மனுஷியை ஒரு தடவை பார்த்திருக்கலாம். பார்க்கக் கொடுத்து வைக்கவில்லை; சாகக் கிடப்பவர்களும், சாவும், பாடைக்குத் தோள் கொடுப்பதும், சிதையருகே நிற்பதும் எனக்கு மிக நெருக்கமான விஷயங்கள். நான் ஒரு பிணந்தூக்கியாக, அல்லது வெட்டியானாக ஏதோ ஒரு பகுதியில் இருக்கிறேன். எடுத்ததற்கு எல்லாம் உணர்ச்சிவசப்பட்டு மளமளவென்று அழுகிற நான் மரணத்தின் வெளிச்சத்தில் நிழலிலிருந்து அலையும்போது, அழுகையே வராமல் நிற்பது வழக்கமாகி விட்டது. என் சிநேகிதர்கள் ஆறுமுகம், அழகிய நம்பி எல்லாம் ஒரு சொட்டுக் கண்ணீரை வரவழைக்கவில்லை. இடிஇடியென்று இடித்துக்கொண்டு கல்யாணி அழுவான் என்று நினைத்தவர்களை நான் ஏமாற்றியிருப்பதாகவே நினைக்கிறேன். மரணம் இயற்கை. மரணம் விடுதலை. நீலாச் சின்னம்மை சாவை விடவா பெரிய சாவு உண்டு. எல்லாம் கண்டம் வரை நின்றுவிட்டது.

அந்தக் கதையை எழுதி குமுதத்துக்குத்தான் அனுப்பியிருக்கிறேன். பால்யூ கேட்டு எழுதியிருந்தார். கிடைத்த விபரத்திற்கு பதில் இல்லை. ஒருவேளை பிடிக்கவில்லையோ என்னவோ. சுஜாதா ஆசைப்பட்டிருப்பார் போல. அவருக்கு இப்போது தர்மசங்கடமாக இருக்கும். அப்படியே வருவதானால் வருஷப்பிறப்பு இதழில் வரும்.

நீங்கள் நிறையக் கதை எழுதுங்கள். சரியாக வந்தது, வராதது எல்லாம் அப்புறம் பார்த்துக் கொள்ளலாம். தோண்டத் தோண்டத் தானே உள்ளே இருந்து பெருகும். “காய்ப்பு முடிந்து போச்சு” என்றால் நெல்லிக்காய் சைஸ் சிறுசாகத்தான் இருக்கும். அதற்கு யாரைக் குற்றம் சொல்ல முடியும். ‘காயும் கனியும் கேட்டி அள’ என்பதை அசரீரி மாதிரி எடுத்துக் கொள்ள வேண்டியதுதான். ஒரே அளவில், ஒரு ருசியில் ஜெம்ஸ் மிட்டாய் மாதிரிப் பண்ணினால் இயந்திரம் என்றல்லவா அர்த்தம். சிறுகதைக் கதிரை யார் பார்த்துக் கொள்கிறார்கள். வித்யாஷங்கர் எங்கே இருக்கிறார் இப்போது? அந்த மாதிரிப் புண்ணியவான் இருந்தால், நம் மனசறிந்த இடம் என்று ஏதாவது எழுதியனுப்பலாம்.

சுபமங்களா – இங்கே ஒண்ணாம்தேதியே கிடைத்துவிட்டது. அண்ணாச்சி பையனை பஸ் ஏற்ற, திருவள்ளுவர் பஸ் ஸ்டாண்ட் போனபோது அங்கே இருந்தது. வாங்கினேன். கவிதைகளை அழகாக வெளியிட்டிருக்கிறீர்கள். எப்படி வாசகர்கள் வரவேற்கிறார்கள்

என்று தெரியவில்லை. 48 வயதில் புதுச்சேலை கட்டிக்கொண்டு, ‘நல்லா இருக்கா’ என்று வாய்விட்டுக் கேட்கக் கூச்சம்.

சென்ற இதழ் சுந்தரராமசாமி கவிதைகள் பற்றியோ செம்மங்குடியின் அந்த இயல்பான பேட்டி பற்றியோ கடிதங்கள் வரவில்லையா என்ன.

உங்களுடைய புகைப்படக்காரர்கள் அருமையான ஆட்கள். ரவிசங்கரன் ஆகட்டும், இந்த இதழ் ப்ரதீப் ஆகட்டும், நேர்காணல் ஏறக்குறைய இருந்தால்கூட, புகைப்படங்களால் ஈடுகட்டி விடுகிறார்கள்.

எல்லோர்க்கும் அன்புடன் –

கல்யாணி சி.

மதுரை 16,
7.7.94.

அன்புமிக்க ராமச்சந்திரன்,

வணக்கம்.

ஒவ்வொரு பெயராகச் சொல்லிப் பார்க்கிறேன். நன்றாக இருக்கிறது. முப்புர ஆதி அம்மன், மூப்புறாத அம்மன், முப்பிடாதி அம்மன். நம்முடைய வீட்டிலேயும் வெளியிலேயும் கொஞ்சம் அசங்கினால்கூட தண்டிக்கிற தேவிகளையே பார்த்த நமக்கு தண்டிக்காத தேவி, ‘தெண்டிக்கா’ தேவி ஒருத்தி இருப்பது பெரிய ஆறுதல்தான். தேவி என்றால் தண்டிக்காதவளாக, பாலிப்பவளாகத்தானே இருக்க வேண்டும். தென் + தீ + காய் தேவியாகவும் பிரித்துப் பார்க்கத் தோன்றுகிறது. பேராச்சிகள், வடக்குவாச் செல்விகள், திரிபுரசுந்தரிகள், புட்டார்த்தி அம்மன்கள், இசக்கி அம்மன்கள். கன்யாகுமரிகள், எவ்வளவு பேர் நம்மைச்சுற்றி.

இப்படி வண்டி வண்டியா, குறுக்குத்துறை ஆற்றங்கரையில் ஊற்றுத் தோண்டினது மாதிரி, ஆயிரம் விஷயம் ‘கொப்புளிச்சுக்கிட்டு’ வரும்போது, அதை எழுதுவேனா என்று சாதிக்கிறீர்களே, உங்களை என்ன செய்யலாம். பேனாவைத் திறந்தாலே, பிறந்த சனம் வளர்ந்த சனம் எல்லாம் உங்களுக்குக் கண்ணில் தெரிகிறது. அதை அப்படியே அங்கங்கே நட்டு வைக்க வேண்டியதுதானே. முளைத்தால் முருங்கை, வளர்ந்தால் வாகை என்று அது அது நேர்த்திப்படி தன்னால் நடந்துகொள்ளட்டும்.

கார்க்கி எப்பேர்ப்பட்ட ஆள். கார்க்கி, கந்தர்வன், ராம. கண்ணப்பன் போன்ற மனிதர்களால் நடத்தப்படுவது அல்லவா பத்திரிகை. கண்ணதாசன் என்கிற புண்ணியவானுக்கு எவ்வளவு தூரத்துக்கு பாஷைமேல் ஒரு காதல் இருந்தால் இப்படிக் கைக்காசு போட்டு கடிதம், கண்ணதாசன் என்று நடத்துவார். அப்புறம் கன்யாகுமரிப் பக்கத்துக்காரர் ஒருத்தர் உண்டே. ஒரு மலையாளப் படம் கூட எடுத்த ஞாபகம். கடல்கரைப் பக்கத்து ஊர். உங்கள்மேல் அலாதியான ப்ரீதியுள்ளவர். அவர்போல ஆட்கள் பேரை எல்லாம் மறந்துவிட்டு செத்தை, குப்பை, பால்கவர், மாத்திரைத்தாள் எல்லாவற்றையும் குமிச்சுப் போட்டுக்கொண்டு மேலே அட்ணக்கால் போட்டுக்கொண்டு இருக்கிறோம். அப்படி ஆட்கள் இருக்க இருக்க அல்லவா, உலகத்தில் வெளிச்சம் கூடும். தீ அணையாமல் இருக்கும். கார்க்கி போய்விட்டார் என்பதே ஒரு வருஷம் கழித்துத் தெரிகிறது. என்ன கண்ராவி. இதிலே விடிய விடிய அர்த்த ராத்திரிக்கு டி.வி. போட்டு அர்ஜன்டைனா, மரடோனா என்று கால்பந்தாட்டம் பார்த்துக்கொண்டு விழித்துக் கொண்டு இருக்கிறது உலகம். வெட்கங் கெட்டுப்போய், ஆத்திக்கல மாட்டாமல், ஏதோ பிள்ளைகுட்டிகள் ஆயிப்போச்சே என்ற நிலையில் தப்பிக்க முடியாமல் தவித்துக்கொண்டு இருக்கிறோம். நம்மகிட்ட கழுத்தை நீட்டிவிட்டு அவர்கள் படுகிற பாடு அது ஒரு பெரிய ராமாயணம். பாம்புன்னு விலக முடியாமல் பழுதைன்னு மிதிக்க முடியாமல், கயிற்றைப் பார்த்துப் பயந்து கொண்டே அலைவதைப் பார்க்கப் பாவமாகத்தான் இருக்கிறது.

இடையில் மீராவை ஒரு தடவை பார்த்தேன். மெட்ராஸில் உங்களைப் பார்த்ததாகவும், கருப்புக் கோட்டை எழுதிக் கொடுத்து விடுவதாக நீங்கள் சொன்னதாகவும் தெரிவித்தார். ஏற்கனவே நீங்கள் குமாஸ்தாப்பிள்ளையாக இருந்தவர். வாய்தா கேட்பதற்கும், வாய்தா சொல்வதற்கும் உங்களுக்குச் சொல்லியா கொடுக்க வேண்டும். இப்படி நடையாக நடந்து, உதடு தேஞ்சு, உள்ளங்காலும் தேஞ்சு, மீரா வெளியிடப்போகிற நாவல் நல்லபடியாக அமைந்தால் அவருக்கு எல்லாம் மறந்துபோகும். சீக்கிரம் எழுதி முடியுங்கள்.

நானும் இந்த வார ஞாயிற்றுக்கிழமை தென்காசி வரை ஒரு கல்யாணத்துக்குப் போகவேண்டும். அடுத்த வாரம்தான் சுபமங்களா – நாடக விழா. அப்படியே இரண்டு நாள், சனி, ஞாயிறாவது குடும்பத்தோடு கோயம்புத்தூர் வரலாமா என்று தோன்றுகிறது. வருகிறேன் வருகிறேன் என்று சொல்லி நஞ்சப்பன், ஞானி எல்லோரையும் ஒரு வருஷத்துக்கும் மேலாக ஏமாற்றியாகிவிட்டது.

அப்படியே வந்துவிட்டு உங்களையும் இளையபாரதியையும் பார்க்க முடியாதா என்றிருக்கிறது.

ஆனால் இப்போதே தெரிகிறது, இது மாதிரி எத்தனை தடவை ஆசைப்பட்டாயிற்று என்று.

சந்திரா, பிள்ளைகள், அம்மா எல்லோர்க்கும் எங்கள் அன்பைச் சொல்லுங்கள். பிழைத்துக் கிடந்தால் கோயம்புத்தூரில் பார்ப்போம்.

எல்லோர்க்கும் அன்புடன் –

கல்யாணி சி.

மதுரை,
20.9.92

அன்புமிக்க ராமச்சந்திரன்,

வணக்கம்.

வெள்ளிக்கிழமை உங்கள் தபால் கிடைத்தது. தாமிரபரணிக் கதைகளையும் இன்னும் நாலைந்து கதைகளையும் சேர்த்துப் புத்தகமாகப் பார்க்கச் சந்தோஷமாக இருந்தது. திடீரென்று பாம்பும் பிடாரனும் புத்தகம் ஞாபகம் வந்தது. அது எவ்வளவு நல்ல புத்தகம். அதிலிருந்த கதைகள் வேறு எந்தத் தொகுப்பிலாவது பின்னர் சேர்க்கப்பட்டிருக்கும் எனினும், அந்தக் கதைகள் சிவசு வெளியிட்ட தொகுப்பில் இருந்த அழகுடன் இருக்குமா? ராஜு பிறந்த சமயம் அன்னை வேளாங்கண்ணி ஆஸ்பத்திரிக்கு அல்போன்ஸ தனராஜ் தினசரி சைக்கிளில் பால் கொண்டு வந்து தருவார். இன்றைக்கு அவர் பைக்கிலோ, காரிலோ வந்து, அதே அன்புடன் ராஜுவுக்கு ஒரு மிக உயர்ந்த பரிசு கொடுத்தாலும் அந்த 200 மில்லி பால் ஆகிவிடுமா?

மிகவும் சரியாகச் சந்திராவுக்கு இந்தத் தொகுப்பை அர்ப்பணித்திருக்கிறீர்கள். நானும்கூட ‘மனுஷா மனுஷா’வில் இதையே வள்ளிக்குச் செய்திருந்தேன்.

நீங்கள் முடிந்தால் லயோனலுக்கு ஒரு புத்தகம் அனுப்புங்கள். புத்தகத்தைப் படித்தவுடன் அவருக்கே கொடுத்து விட வேண்டும் என்றுதான் தோன்றியது. எனக்கு வைத்துக்கொள்ள வேண்டும் என்றும் ஆசையாக இருக்கிறது.

சந்திரா, குழந்தைகள், அம்மா மற்றும் பெரியவர்கள் எல்லோர்க்கும் அன்புடன் –

கல்யாணி சி.

~~~

625 016.
3.1.93

அன்புமிக்க ராமச்சந்திரன்,

வணக்கம்.

கனிவு வெளிவந்துவிட்டது. நான் வீட்டில் இல்லாத சமயம் நேற்று இரவு மீரா நேரில் கொண்டுவந்து 5 பிரதிகள் கொடுத்துவிட்டுப் போயிருக்கிறார். எனக்கு ரொம்பச் சந்தோஷமாக இருக்கிறது. முதல் தொகுப்பு வந்தபோதுகூட இந்தச் சந்தோஷம் இல்லை. என் நிதானம் குறைந்துவிட்டது என்பதன் இன்னொரு அடையாளம் பொருளற்ற இந்தச் சந்தோஷம்.

முன்னுரையை ரொம்ப அவசரமாகத்தான் எழுதினேன். இப்போது படித்துப் பார்க்கையில் பழுதில்லை என்றுதான் படுகிறது. முன்னுரைகளில் இலக்கியம் குறித்த உலகப் பொதுமறையையோ, சர்வதேசிய புனருத்தாரண இலக்கியக் கோட்பாடுகளையோ சொல்லவேண்டும் என்பதில்லையே. நான் உணர்வதைத்தானே நான் எழுதவும் வேண்டும். மனதில் தோன்றியதை எழுதிவிட்டேன். சேறுமில்லை, சந்தனமுமில்லை. அவரவர் கை மணல் இது.

உங்களுக்கு எப்போது அனுப்ப முடிகிறது என்று தெரியவில்லை. மீரா இன்னும் எவ்வளவு பிரதிகள் தருவார் என்றும் தெரியவில்லை. எப்படியிருந்தாலும் பொங்கலையொட்டி ஊருக்கு எல்லாம் போய் வந்தபிறகு அப்போது இருக்கிற மனநிலையைப் பொறுத்து ஒவ்வொருத்தருக்காக அனுப்ப வேண்டும். குறைந்தது உங்களுக்கு மட்டுமாவது.

நீங்கள் அடிக்கடி எனக்கு எழுதினீர்கள் என்றால் சந்தோஷமாக இருக்கும்.

எல்லோர்க்கும் அன்புடன் –

கல்யாணி சி.

~~~

மதுரை,
29.1.93

அன்புமிக்க ராமச்சந்திரன்,

வணக்கம்.

யாரையாவது பார்த்தும், பேசியும் கொண்டிருப்பதற்காக எங்காவது போய்க்கொண்டிருக்க வேண்டும் போலிருக்கிறது. நான் எதைத் தேடுகிறேன் என்று தெரியவில்லை. யார் மூலமாகவேனும் நான் கண்டறிந்துவிட மாட்டேனா என்றும். 'இதைத்தானே' என்று குறைந்தபட்சம் நான் தேடுவதன் அடையாளத்தையேனும் எனக்குக் காட்டிவிட மாட்டார்களா என்றுமிருக்கிறது. ஜெயபாஸ்கரனை அடிக்கடிப் பார்க்க நினைக்கிறேன். அவருடைய அம்மாவைப் பிடிக்கிறது. அவருடைய துணைவி, குழந்தைகள் எல்லாம் அதிகம் பேசுகிறவர்கள் இல்லை எனினும் அவர்களின் ஜீவன் நிரம்பிய பார்வையில் அவ்வப்போது தட்டுப்பட வேண்டும் போலிருக்கிறது. ஜெயமோஹன் இங்கு வந்திருக்கிறதாகக் கேள்விப்பட்டு அந்தப் பையனைப் போய்ப் பார்த்தேன். இரண்டாம் தடவை போனபோது அவருடைய தலைப்பிள்ளை உண்டாகியிருக்கிற மனைவியையும் பார்க்க முடிந்தது. எனக்கென்னவோ அம்பையைப் பார்த்தது போல் இருந்தது. முகம், கண், பல் அமைப்பு எல்லாம் அம்பையைப் பிள்ளைத்தாச்சியாகக் கற்பனை பண்ணியதாகத் தெரிந்தால் அம்பையே சிரிப்பாள். நடராஜனை உண்டாகி இருக்கும்போது சூலுற்ற வள்ளியின் வயிற்றை ஒரு இரவு முழுவதும் வருடிக் கொடுத்துக் கொண்டிருந்ததும், சாந்தாவிடம் அவள் கொண்ட சிநேகிதமும் அருமையானவை. எழுத்தாளர்கள் என்று அறியப்படுகிறவர்களிடம் எல்லாம் அவர்கள் எழுதியதால் அல்ல, அவர்கள் சுபாவங்களின் அடிப்படையிலேயே என் உறவுகள் தீர்மானிக்கப்படுவது தெரிகிறது. எந்தக் கட்டத்திலும் படைப்புக்கள் உண்டாக்கின பரவசத்தில் யாரையும் நான் ஆவிச் சேர்த்துக் கட்டிக் கொண்டதாகத் தெரியவில்லை. – படைப்புக்கள் பரவசம் உண்டாக்காமல் இல்லை. ஆனால் அத்துடன் அவை முடிந்து போய் விடுகின்றன. நல்ல வேளார்கள் – மோசமான குதிரை என்பது, மோசமான வேளார்கள் – நல்ல குதிரை என்பதைவிட நெருக்கமாகி எனக்கு நிற்பதுதான் இணக்கமாக இருக்கிறது. இந்த இணக்கம்தான் கேலி செய்யவும் படுகிறது. அதனால் என்ன, நேர்த்தியான சுடுமண் குதிரைகளை விட இயல்பான மனிதர்கள் எனக்கு முக்கியம்.

என்னுடைய 'அடி' கதையில் சிலாகிக்க ஒன்றுமில்லை. தன் போக்கில் பிரயாசையின்றிப் போய்க்கொண்டே இருக்கிற, வேறெந்த

ஞாபகமும் இன்றி குழந்தைகளுடன் ஒன்றிச் சொல்லிக் கொடுக்கிற இரண்டாங் கிளாஸ் வாத்திச்சியின் கள்ளங்கபடமற்ற நெரிந்த 'குரல் போல, ஒன்று அதில் கேட்கிறது. பற்றி எரிகிறது போன்ற வெயிலின் கிரணமற்ற வெளிச்சம், தோசைக் கல் போன்ற பித்தளை வட்டமாகத் தொங்கிக் காற்றில் மெதுவாகத் திரும்பிக் கொண்டிருக்கிற, பெல்லின் மையப்பளபளப்பில் பட்டுத் திரும்புவது போல. சதா அந்தரத்தில் தொங்கிக் கொண்டிருக்கிற உண்மையின் மரச்சுத்தியலடிபட்ட பாகம், வீச்சுகளற்ற என் எழுத்தின் மங்கல் வெளிச்சத்தில் சற்றே காற்றில் திரும்பிப் பளபளப்பது எல்லோர்க்கும் பிடித்திருக்கிறது.

ஆ. மாதவன் கதையின் முன்பகுதி வந்திருப்பதுபோலப் பின்பகுதி வரவில்லை. கி.ரா.வின் இந்தியா டுடே கதையும் அப்படித்தான். பக்தியின் உச்சகட்ட நெரிசலில் யார் கொடுத்த அர்ச்சனைத் தட்டில் இருந்த தேங்காய், பழமோ, எந்தெந்த ஜென்ம நட்சத்திரங்களின் க்ஷேமத்திற்காக உடைக்கப்பட்ட தேங்காய் முறிகளோ மாறி மாறி நம் கைகளில் பிரசாதமாக வந்துவிடுகின்றன. என்னதான் கண்களில் ஒற்றி, மனைவிமார்களின் கையில் கொடுத்தாலும், வெவ்வேறு தேங்காயின் வெவ்வேறு முறிகள் பிரசாதக் கூடைகளில் இருப்பவை என்ற உறுத்தல் உடனடியாக ஏற்பட்டுவிடுகிறது. மேலும், நாம் சாமி கும்பிடுவது எல்லாம் அப்படிக்கப்படிதானே.

உங்களுடைய 'திருடன்' நன்றாகத்தானே வந்திருக்கிறது. நானாவது பனங்காட்டு நாடான் பிள்ளைகளுக்கு நுங்கு வண்டி தவிர வேறு கதியில்லாதது போல், நடு வீட்டுப் பட்டாசலுக்குள்ளேயே சுற்றிச்சுற்றி வந்துகொண்டிருக்கிறேன். உங்களின் கதை உலகமும், கதை மாந்தர்களும் அப்படியா? 'சங்கம் முழங்கும் திருமதுரை நகர்வளரும்' என்ற பாட்டையே தொடர்ந்து நாலு வருஷமும் பாடி, நாலு வருஷமும் பாட்டுப் போட்டியில் பரிசு பெற்ற ஷாஃப்டர் ஹைஸ்கூல் வேதமூர்த்தி மாதிரி ஒரே மாதிரிக் கதைகள் எழுதி ஒரே மாதிரிப் பாராட்டை வாங்கிக்கொண்டிருக்கிற நபர்கள் என்னைப்போல எத்தனை பேர் இல்லை. நீங்கள் அப்படியா?

உங்கள் தளம் வேறு மாதிரி.

இதுபோல் இன்னும் எல்லாம் எழுதிக்கொட்டியிருக்கிற கனிவின் முன்னுரையை உங்களுக்கு அனுப்பிவைக்க முடியவில்லையே. உங்களுக்கும் கணபதி அண்ணனுக்கும் அனுப்பிவிட வேண்டும் என்று பார்க்கிறேன்.

இந்த ஞாயிற்றுக்கிழமை வரை அன்னத்தில் விசாரித்தாயிற்று. பைண்டு பண்ணினால்தான் உண்டு என்று சொல்லிவிட்டார்கள். கொதி பால் வாங்குவதற்குப் பாத்திரத்துடன் மாட்டுத் தொழுவத்தில்

போய் நிற்பது மாதிரி நிற்கிறேன். பசுக் கன்று போல கறவைக்கு வருகிற கோனார்களும் எப்போதும் எனக்குப் பிடித்தவர்கள். ஒரு முக்கியமான அத்தியாயத்தை ஆட்கொள்ளத் தக்கவர்கள்.

சந்திரா, மற்றும் பிள்ளைகளுக்கு எங்கள் அன்புடன்,

கல்யாணி சி.

<center>~~~</center>

மதுரை 16,
12.2.93

அன்புமிக்க ராமச்சந்திரன்,

வணக்கம்.

உங்களையும் என்னையும் ஒட்டுக்கேட்டு என்ன ஆகப்போகிறது? துடைச்சுப் போட்ட காகிதத்தைப் பொறுக்கி மூடை மூடையாக விற்றாலாவது நாலு காசு. நம்முடைய உப்புப்பெறாத பேச்சைப் பொறுக்கி ஒருத்தருக்கும் ஒன்றும் ஆகப் போவதில்லை. உலகம் அப்படி வெட்டிவேலை பார்க்கிற காலம் எல்லாம் மலையேறிவிட்டது. நம் சத்தம் நம் காதில் திரும்பி வந்து விழுகிறதே தவிர, வேறு யாராவது உருத்தாக வந்து பக்கத்தில் வந்து உட்கார்ந்து என்ன ஏது என்று என் தோளில் கை வைத்துப் பேசுகிறதே இல்லை. நம்முடைய பேச்சில் என்ன பாற்கடலா பொங்குகிறது, ஒட்டுக்கேட்டு அப்படியே அமுதம் கடைந்து அள்ளிக்கொண்டு போக? அல்லது கள் பொங்கி நம் பேச்சில் நுரைத்துப் புளிக்கிறதா, கலயம் கலயமாக இறக்கிக்கொண்டு போக? ஒன்றும் இல்லை. எல்லோர்க்கும் அவரவர் காரியம் கோட்டை கோட்டையாக, வண்டி வண்டியாக இருக்கிறது. அதுவும் மெட்ராஸில் உங்களையும் என்னையுமா ஏறிட்டுப் பார்க்கப் போகிறார்கள்? காற்றாலைகளுடன் வாளுருவிப் போராடும் அசடுகள் நாமன்றி வேறில்லை. பேசாமல் எந்தக் கவலையும் இல்லாமல் பிள்ளைகளுக்கு மேப் டிராயிங் நோட்டில் வரைந்து கொண்டு, பாப்பையா அண்ணாச்சி மாதிரி ஆட்கள் வந்துபோகும் நேரங்களை எதிர்பார்த்து, கமால் அம்ரோஹியின் மறைவில் பகீஸாவின் ரயில் சத்தத்தைக் கேட்டுக் கொண்டு போய்க்கொண்டே இருப்போம். கடைசிப்பிடி அவலில் கல்லில்லாமல் எப்படி இருக்கும்? சொல்லப்போனால் அவல் சாப்பிடுவது எல்லாம் அந்தக் கல்லைச் சாப்பிடுவதற்காகத்தான்.

எல்லோர்க்கும் அன்புடன்,

கல்யாணி சி.

<center>~~~</center>

625016.
5.2.94

அன்புமிக்க ராமச்சந்திரன்,

வணக்கம்.

கஞ்சிக்கு அலைந்துபோய் சும்மா இருந்த நாயனக்காரனுக்கு ஒரே நாளில் நாலு முகூர்த்தத்துக்கு வாசிப்புக்கு அழைப்பு வருகிற கதையை நீங்கள் எழுதலாம். நான் இன்றைக்கு எழுதியிருப்பதும் நாயனக்காரர் கதைதான். டவுன் பஸ்ஸில் போகும்போது எங்கள் கல்யாணத்துக்கு வாசித்த நாயனக்காரரை நான் பார்க்கிறேன். அவரைப் பார்த்தது எனக்கு ரொம்பச் சந்தோஷமாக இருக்கிறது. வண்டியை விட்டு இறங்கினதும் லேடீஸ் சீட்டில் இருந்து இறங்குகிற வள்ளியிடம் சொல்ல வேண்டும் போல் இருக்கிறது. நான் சொல்வதற்குள், வள்ளி என்னிடம், பதினஞ்சு வருஷத்துக்கு முன்னால் பார்த்த அகிலாண்டத்து அத்தானை பஸ்ஸில் பார்த்ததாக என்னிடம் சொல்கிறாள் சந்தோஷமாக.

இப்படிப் போகிறது கதை. இந்த விஷயத்தை நீங்கள் எழுதினால் ஜொலிக்கப் பண்ணிவிடுவீர்கள். நான் வழக்கம்போல, நல்ல விஷயத்தைக் கூறுகெடுத்துக் குட்டிச் சுவராக்கியிருக்கிறேன்.

ஒவ்வொருத்தருக்கு வாய்த்ததுதானே அமையும்.

எல்லோர்க்கும் அன்புடன்,

கல்யாணி சி.

மதுரை 16,
13.4.94

அன்புமிக்க ராமச்சந்திரன்,

வணக்கம்.

புத்தாண்டு வாழ்த்துக்கள்.

அந்த தேவராஜன் – கௌரி கதையை எப்போதோ எழுதியிருக்க வேண்டும். ‘அந்தரத் தராசுகள்’ என்று பெயர் வைத்து ஒரு குறுநாவல் மாதிரி இருபது வருஷத்துக்கு முன்னால் எழுத ஆரம்பித்த அந்த விஷயத்தை இனிமேல் எழுத வாய்ப்பில்லை. கம்பா நதியில் சங்கரம்பிள்ளை மரகதம் அம்மாளை அறை வீட்டுக்குள் வரச்சொல்லிவிட்டுப் புறப்பட்டுப் போகும் போது தினமலர்

துண்டுத் தாளில் சங்கிலியைப் பொதிஞ்சு கொண்டு போகிற இடம் மாதிரி ஒரு இடத்தையாவது என்னால் எழுத முடிய வேண்டும். எனக்கு விதிச்சது சிறுகதைதான்.

பருப்பும் திங்காமல், காணத் துவையலும் அரைக்காமல், ஏதோ முக்காத் துட்டுப் பொரிகடலையும் ஒரு தேங்காய்ப் பல்லுமாக என் அம்மியை நான் அரைத்துக்கொண்டு போனாலே போதும். அதற்கு உங்களைப் போன்ற நல்ல ஆத்மாக்கள், சிநேகிதம் காரணமாக வேனும் ரெண்டுவரி எழுதிப்போட்டால் சந்தோஷம். அவ்வளவு தான்.

அம்மாவுக்கு நாளை 70–வது பிறந்தநாள். அம்மா, அப்பா நல்லபடியாக இருக்க வேண்டும்.

கல்யாணி சி.

மதுரை–1
22.4.94

அன்புமிக்க ராமச்சந்திரன்,

வணக்கம்.

கதையை உடனடியாகத் தேடிப்பிடித்து அனுப்பி வைத்திருக்கிறீர்கள். நன்றி. பொதுவாக இது பெரிய உபத்திரவமாக இருக்கிறது. நம்பிராஜன் உட்பட ஒவ்வொருத்தரும் எவ்வளவோ கெட்டிக்காரத்தனமாக ஃபைல் எல்லாம் போட்டு வைக்கிறார்கள். அந்த மாதிரிக் கூறு எல்லாம் இல்லாமலே வளர்ந்தாகி விட்டது. இனிமேல் கவலைப்பட்டுப பிரயோஜனமில்லை.

நான் 92–94 கிட்டத்தட்ட ரெண்டு வருஷம் கதையே எழுதவில்லையே. ரேடியோவுக்கு எழுதின 2 கதையும், குமுதத்தில் வந்த கதையும் ஆக மூன்று தான். அது தவிர நீங்கள் அனுப்பிய இந்தக் கதை. அதற்கு முன்னால் புதிய பார்வையில் வெளிவந்த ‘அடி’. இந்தத் தொகுப்பு ‘கனிவி’ல் சேராமல் விடுபட்டுப் போன, வீடு தொகுப்பில் வந்த காற்றின் அனுமதி, அந்தப் பையனும் ஜோதியும் – நானும் – ஆகமொத்தம் ஏழு கதை இருக்கிறது. இன்னும் ஒரு பத்தாவது எழுதினால்தான் தொகுப்புக்குச் சரியாக வரும். நான் என்றைக்கு எழுதி, என்றைக்குப் போட?

வாஸந்தி கைப்பட எழுதி சிறுகதை அனுப்பச் சொல்லி யிருக்கிறார்கள். எப்படி எழுதப் போகிறேன் என்று தெரியவில்லை.

விருந்தாள் முன்னால் ‘ரைம்ஸ்’ சொல்லச் சொன்னால், எப்போதும் தலையைக் கவிழ்ந்து கொள்கிற ரகம்தானே நாம். நம் பேச்சு எல்லாம் சொப்புச் சட்டி பானை வைத்துக்கொண்டு, தானாகப் பேசுகிற ‘ஒத்தையில’ பேச்சுத்தானே.

மீராவுக்கு கம்பா நதியை அனுப்பி வைத்துவிட்டேன். இரண்டு நாட்களுக்கு முன்னால் ஆபிசிற்கு வந்திருந்த மீராவின் பையன் சுதிர் பெரிய குண்டாகத் தூக்கிப் போட்டார். உங்களுடைய கவிதைத் தொகுப்பு அச்சாகி முடிந்துவிட்டது என்றும் என்னுடைய கவிதைத் தொகுப்பு கிட்டத்தட்ட 80 பக்கம் ரெடியாகிவிட்டது என்றும், உங்களுடைய தொகுப்புக்கு நான் முன்னுரை ஏதாவது எழுதித்தர முடியுமா என்றும் சொன்னார் – கேட்டார்.

எனக்கு அது சரியாகப்படவில்லை. நம்பிராஜனுக்கு எழுதிய கை காயவில்லை. மறுபடியும் உங்களுக்கு எழுதினால் நன்றாக இராது. ந. ஜயபாஸ்கரனை எழுதச்சொன்னால் என்ன என்று தோன்றியது. உங்களிடம் கேட்டுக்கொண்டு சொல்லலாம் என நினைக்கிறேன். உங்களுடைய அபிப்பிராயத்தை எழுதவும்.

உங்களுடைய இந்தியா டுடே ஆண்டுமலர் கட்டுரை சரியாக வாய்க்கவில்லை. நீங்கள் கட்டுரைகள் எழுதுவது ஒருவித நிர்ப்பந்தத்தினாலும், மறுத்துச் சொல்லத் தெரியாததினாலும்தான் என்று தோன்றுகிறது. கொஞ்சம் பின்னால் வந்து இப்போது எழுதுகிற பையன்கள் பற்றியும் சொல்லியிருக்கலாம். உங்கள் வாயால் சொல்லப்பட வேண்டும் என்று, அதற்கான தகுதியுடன் காத்திருக்கிற ஒரு சிலபேர் நம்மிடையே உண்டுதானே.

அதேபோல விட்டல்ராவ் கட்டுரையும் முழுமையானது என்று சொல்லிவிட முடியாது.

சுந்தரராமசாமியின் சுபமங்களா மற்றும் சமீபத்திய கவிதைகள் எனக்குப் பிடித்திருக்க, அவருக்கு எழுதினேன். அவர்தான் உடனடியாகப் பதில் எழுதி விடுவாரே. பதிலில் என் உடல்நிலை பற்றி அக்கறை கொண்டிருந்தார். உடல்நிலையை விட என் சமீபத்திய மனநிலையை அவருக்கு எழுதியிருந்தேன். அதைப்பற்றித்தான் அவர் சொல்லியிருக்க வேண்டும்.

அவர் கனிவதற்குக் கேட்பானேன். கனிகிற காலத்தில் கனிந்து நிற்கிறவர்களைப் பார்க்க எவ்வளவோ சந்தோஷமாகத் தானிருக்கிறது.

நீங்கள் நாவல் எழுதிக்கொண்டிருப்பது குறித்து மகிழ்ச்சி. தட்டுண்டு தடுமாறியாவது அதை நீங்கள் முடித்துவிடுங்கள். எத்தனை நாளுக்கு மடியில் நெருப்பைக் கட்டிக்கொண்டு இருப்பது. கரையேத்திவிட வேண்டியதுதான். அடுத்தாற்போல ஏதாவது ஆரம்பிக்கலாம்.

எல்லோர்க்கும் அன்புடன் –

கல்யாணி சி.

ராமகிருஷ்ணன்

தூத்துக்குடி,
12.7.90

அன்புமிக்க ராமகிருஷ்ணன்,

வணக்கம்.

நந்தன் மார்கழித் திருநாளுக்கு ஆசைப்படலாமா? தொண்டு செய்யும் அடிமைகளுக்குக் கலை இலக்கிய மகாநாடுகள் வாய்க்குமா? உடல் முதலிலும் உடலால் பையப்பைய மனமும் தளையுண்டு போகிற வேலை. தமிழ்ச்செல்வன் கூட்டாளிகள் வேண்டுமானால் தம் பிடித்து உதறிவிட முடியும். எனக்கு ஏலவில்லை. அதைத்தான் ஒப்புக்கொள்ள வேண்டும்.

செம்மலர் அட்டைப் படங்களைப் பார்க்கையில் ஒரு புகைப்படத்தின் பின் விளிம்பில் உங்கள் முகம்.

தோப்பில் மீரான் வாசிக்கப்பட வேண்டிய எழுத்துதான். கிணற்றுத் தண்ணீர் பாய்ச்சி வளர்கிற கீரைப்பாத்தி மாதிரி ரொம்பவும் அசலும் ஜீவனுமிக்க எழுத்து. தன் ஞாபகம் இல்லாதவன்தான் கலைஞன். மீரானுக்குத் துளிகூட இல்லை. தன்னை மறந்து அப்படியே லயித்துக் காரியம் ஆற்றியிருக்கிறார். இந்த மனம் இந்தக் காலத்தில் அபூர்வமானது. எல்லாப் படைப்பாளிகளிடமும் இருக்க வேண்டியது. அநேகமாகக் காணாமல் போய்விட்ட ஒன்று. அருகிக்கொண்டே வருகிற ஒரு அபூர்வப்பறவை மாதிரி அது.

இருக்கட்டும் அதெல்லாம்.

நான் வாசிக்கிற புத்தகம் அப்பாவுக்கு தோப்பில் மீரான் கொடுத்து ஏகப்பட்ட கண்டிஷன்களுடன் அப்பா எனக்குத் தந்து மறுபடியும் அதே ஜாக்கிரதையுடன் வாங்கி கொள்ளப்பட்ட புத்தகம். தோப்பிலிடமே போய்ச் சேர்ந்திருக்க வேண்டும். இதற்குள் அப்பா இங்கேதான் இருக்கிறார்கள்.

எல்லோர்க்கும் அன்புடன் –

கல்யாணி சி.

திரு.தி.க. சிவசங்கரன்

௨௦௨

மதுரை,
2.3.95

அன்புமிக்க அப்பாவுக்கு,

வணக்கம்.

ராமகிருஷ்ணன் இசக்கி அண்ணாச்சி எடுத்த உங்கள் புகைப்படம் ஒன்றை அனுப்பியிருந்தார். நன்றாக இருந்தது.

ஸ்ரீதருக்குத் தோன்றியது இத்தனை வருடத்திலேயும் எனக்குத் தோன்றாமல் போயிற்று. பத்து வருஷம் இருபது வருஷமாகக் கேமரா வைத்திருக்கிற நண்பர்கள் எனக்கும் உண்டு. கோபாலின் பெட்டிக் கேமரா ஆரம்பித்து, என் சகலர் சண்முகம் அண்ணாச்சியின் நல்ல யாஷிகா உட்பட நானே நிறையப் படம் எடுத்திருக்கிறேன். எடு என்றால் ரோல் ரோலாக எடுத்துத் தர விருத்தாச்சலம் வேறு பக்கத்திலேயே வண்ணாரப் பேட்டையில் இருந்தான். ஆனால் உங்களையும் அம்மாவையும் படம் எடுக்கவேண்டும் என்று எனக்கு இதுவரை தோன்றாமல் போனதுதான் நிஜம். அன்பின் உபதேசியார்களில் ஒருத்தனாக மட்டுமே நான் இருந்திருக்கிறேன் என்ற உண்மையின் சவுக்கடி மேலே விழுந்துகொண்டு இருக்க ஸ்ரீதர் எவ்வளவு உயரத்துக்குப் போய்விட்டான். இது மாதிரி எவ்வளவு தப்பை நான் செய்து கொண்டிருக்கிறேனோ? யார் யார் வந்து செய்தபின் எனக்கு உறைக்கப் போகிறதோ? இந்தக் குற்ற உணர்வுகளையெல்லாம் அப்புறம் வைத்துவிட்டு, இந்தப் புகைப்படத்தின் நேர்த்திக்கு மகிழ்ச்சியடைகிறேன்.

அம்மாவையும், அம்மா அப்பா நீங்கள் இருவராகவும் எடுத்திருக்கிறீர்களா அன்றைக்கு.

கோயம்புத்தூர் போய்த் திரும்பிவிட்டேன். கடிதத் தொகுப்பின் பணி அன்றைக்குத்தான் ஆரம்பமாயிற்று. வண்ணநிலவன், கலாப்ரியா, ரவிசுப்ரமணியன், நான் மற்றும் திரு. நஞ்சப்பன் எல்லோரும் பூர்வாங்கமாக இதுகுறித்துப் பேசினோம். விக்ரமாதித்யன் வரவில்லை. அவரிடமிருந்து எனக்கோ, வைகறைக்கோ எந்தத் தகவலும் இல்லை. அவரை சென்னை தினமணி அலுவலகத்தில் யாரோ பார்த்ததாக (ராஜமார்த்தாண்டன்) ராமச்சந்திரன் சொன்னார்.

எழுத்து ஒன்றின் மூலமாகவே புதிய புதிய மனிதர்களை அடைய முடிந்த சாத்தியங்களுக்கான நிறைவுடன் நான் இருக்கிறேன். சுபமங்களா பேட்டிக்குப் பிறகு முக்கியமாகக் கவிதை தொடர்பான என் பதில்களால், நான் மிகப் பலரின் தனிப்பட்ட விரோதத்தையும், எதிர்விமர்சனத்தையும், தோண்டத் தோண்ட வந்து கொண்டிருக்கிற தாக்குதல்களையும் சந்திக்க சேர்ந்துவிட்ட இந்த நாட்களில் கோவையில் கழித்த இந்த ஒரு நாள் மிக முக்கியமானதாகிறது எனக்கு. திரு. விஜயா வேலாயுதம் எங்களைச் சந்திக்க நஞ்சப்பன் வீட்டிற்கே வந்திருந்தார். மார்ச் 18–ல் நெல்லையில் சந்திக்கலாம் என்று தெரிவித்தார். என்னுடைய ‘தோட்டத்திற்கு வெளியிலும் சில பூக்கள்’ 3ம் பதிப்பு வெளியிட விருப்பம் தெரிவித்தார். ஞானியையும் சந்திக்க முடிந்தது. சாந்தாராம் என்கிற அவருடைய உதவியாளர் இல்லாத நிலையின் சிக்கல்களுடன் அவரைச் சந்தித்தது துயரம் தருவதாக இருந்தது. எந்தத் தீவிரமான தத்துவப் பரிச்சயங்களும் இன்றியும் கூட, நான் ஞானியை ஒரு முதிர்வும் கனிவும் நிறைந்த மனிதராக உணர்கிறேன். தமிழ் இலக்கிய கருத்துலகச் சூழலில் அவர் இருப்பு தொடர்ந்த முக்கியத்துவம் உடையதாகப்படுகிறது.

இந்தியா – டுடே, புதிய பார்வை கதைகளுக்குப் பிறகு, சதங்கை, சுபமங்களா இதழ்களுக்காக மேலும் இரு சிறுகதைகளை அனுப்பியிருக்கிறேன். இதேபோலத் தொடர்ந்து எழுதி, காலச்சுவடு, இலக்கு இதழ்களுக்கும் அனுப்பிவிட முடிந்தால் நன்றாக இருக்கும்.

ராஜுவுக்கும் பாலாஜிக்கும் இன்னும் லட்சக்கணக்கான தமிழகப் பதினாறுகளுக்கும் திங்கட்கிழமை தேர்வுகள் துவங்குகின்றன. முழு அர்ப்பணிப்பு உணர்வுடன் படித்துக் கொண்டிருக்கிற ராஜுவைப் பார்க்க எனக்குச் சந்தோஷமாக இருக்கிறது.

அம்மாவுக்கு எங்களது வணக்கத்தைச் சொல்லுங்கள். போன தடவை வந்திருக்கும் போது, பஸ் ஸ்டாண்ட் வரை வந்து அம்மா வழியனுப்பிய கருணையினால் நாங்கள் வாழ்ந்து கொண்டிருக்கிறோம். யாராவது வழியனுப்பவும் துணையிருக்கவுமாக இருந்தால் இந்த வாழ்க்கை எவ்வளவு அடர்த்தியாகி விடுகிறது.

எல்லோர்க்கும் அன்புடன் –

கல்யாணி சி.

மதுரை,
26.3.95

அன்புமிக்க அப்பாவுக்கு,

வணக்கம்.

அதற்குள் ஒரு வாரம் ஆகிவிட்டது. போனவாரம் இந்நேரம் சிந்து பதிப்பக அறக்கட்டளை விழா நிகழ்ந்து கொண்டிருந்தது. ஒரு மகிழ்ச்சிகரமான நல்ல தினம். ராஜுவுடனாவது கலந்துகொள்ள முடிந்தது. சங்கரி வரமுடியாது போயிற்று. என்ன அஸைன்மென்ட் என்று இரண்டு தினங்கள் ஒதுக்கி வைத்திருக்கலாம் அவள். அதனால் என்ன. இனியொரு விருது பெறுவீர்கள். நம் எல்லாக் குடும்பமும் அதில் பங்கு கொள்ளும்.

நீங்கள் எழுதியதுபோல அது ஒரு இலக்கியக் குடும்ப அல்லது குடும்ப இலக்கிய விழாதான். உங்கள் மீது, என்மீது எல்லாம் அன்பு கொண்டவர்கள், உங்கள் மீதுள்ள மரியாதையில் என் மேல் அன்பு செலுத்துகிறவர்கள் என்று நிறையப் பேரைச் சந்திக்க முடிந்தது. நூற்றுப்பத்து நூற்று இருபது பேர்கள் இருக்கும். இன்னும் அதிகம் பேர் வந்திருக்கலாம் – ராம்விலாஸ் பஸ்வான் புண்ணியம் கட்டிக் கொண்டார் என்று நினைக்கிறேன். எனக்கு என் தந்தை பங்கேற்கிற விழாவெனில் நிறைந்து வழிய வேண்டும். நாற்காலிகள் நிரம்பி, அரங்கின் ஓரங்களில் ஆட்கள் நிற்க வேண்டும். உங்களுக்கு மட்டுமல்ல. நாளைக்கு தோப்பில் மீரானுக்கு சாகித்ய அகாதமி விருது கிடைத்தாலும், சோ. தர்மனுக்கு விருது கிடைத்தாலும் அப்படி இருக்க வேண்டும். உலகில் நல்லறங்களும், நல்லிசையும், நல்லியல்புகளும், நல்ல மனிதர்களும் போற்றப்படுகிறபோது

ஒரு திருவிழாப் போல நிகழவேண்டும். ஆரவாரமல்ல. நிறைவு, பெருமிதம். எல்லோர் முகங்களிலும் சுடர். ஒருவர் கையை ஒருவர் பற்றி, ஒருவர் தோளை ஒருவர் அணைத்து, எல்லோர் கையிலும் சந்தனம், எல்லோர் சிகையிலும் ரோஜா இதழ்.

பொன்னாண்டான் – ஆஷா பூர்ணாதேவி புத்தக வெளியீட்டை விட உங்களது விருது சார்ந்த பகுதி நிறைவாக இருந்தது. செந்தில்நாதன், மகேந்திரன், பொன்னீலன் உரைகள் அருமையானவை. தொ.மு.சி. எப்போதுமே புதுமைப்பித்தன் நினைவுகளுடன் பின்னிப் பிணைந்தவர். இந்த நிகழ்ச்சியை விட்டுச் சற்று விலகிப் போயிற்று எனினும் புதுமைப்பித்தன் உணர்வு என்பது காற்றில் கரைய அவர் உரை காரணமாயிற்று. தோப்பில் மீரானை முதலில் சொல்லியிருக்க வேண்டும். உங்களைச் சொல்லி, அம்மாவைச் சொல்லி அவர் ஆரம்பித்ததும், அவருக்கும் உங்களுக்கும் உள்ள நெருங்கிய தோழமையைப் பகிர்ந்து கொண்டதும், சாகித்ய அகாதமியில் சமீபத்திய சரியான தேர்வுகளில் உங்களின், உங்கள் இருவரின் குரல் எழுப்புதலின் பங்கு பற்றியும் அவர் சொன்னது நன்றாக இருந்தது. என்னைப் பற்றிச் சொன்ன வரிகளைத் தவிர்த்திருக்கலாம். அவருடைய ஈரம்நிறைந்த மனதில் எனக்கும் ஒரு நல்ல இடம் இருக்கிறது என்பதன் அடையாளமாகவே அதை எடுத்துக் கொள்கிறேன். மற்றபடி நீங்கள் இல்லாவிட்டால் நான் இல்லை என்பது அடிப்படையான உண்மைதானே. உங்களுடைய விசாலத்தின் ஒரு சிறிய பங்கைத்தானே நானும் அடைய முயன்று கொண்டு இருக்கிறேன். எல்லோரும் வேண்டும் என்கிற தோழமை, நல்லதாகப் படித்தால் நான்கு வரிகள் எழுதிப் போடுகிற சீர்மை எல்லாம் உங்களிடமிருந்து கற்றுக்கொண்டிருப்பது அன்றி வேறு என்ன! உங்களுடைய உடல் நலமும் நன்றாக இருந்து, ஜனனி வரையிலும், ஜனனி தாண்டியும் உங்கள் இருவருடைய அப்பழுக்கற்ற அன்பு மேலும் மேலும் பரவி, நதியாகவும் நன்செய் எனவும் நாம் துலங்குவோம்.

சுஜாதாவின் விருப்பப்படி மேலும் அரை மணி நேரத்திற்கு மேல், கலாப்ரியா, மனுஷ்யபுத்திரனுடன் நானும் இருந்தேன். எந்தப் பாவனையுமற்ற, அடிப்படை நேர்மை தெரிகிற, சிநேகிதமான, ஆழ்ந்த, மனமகிழ்வூட்டுகிற நல்ல மனிதர். கவிதைகள் பற்றியதாக இருந்தது பேச்சு. நல்ல ஒருவரின் அறிமுகம், நல்ல ஒரு சூழலில் நிகழ்ந்தது.

ஸ்ரீதர் கொடுத்த பேனாவில் எழுதியிருக்கிறேன். அவனைப் போலவே பிரியம் கொள்ள வைக்கிறது இது கொண்டு எழுதுகிற வரிகளும்.

எல்லோர்க்கும் அன்புடன் –

கல்யாணி சி.

இளையபாரதி

☙❧

மதுரை-16
26.6.94

அன்புமிக்க பாலு,

வணக்கம்.

உங்களுடைய, திரு. கோமல் சுவாமிநாதனுடைய கடிதங்கள் கிடைத்தன. ஏற்கனவே பேட்டி சரியாக வந்திருக்கிறது என ராமச்சந்திரனும் எழுதியிருந்தார்.

அப்படி எதுவும் அமைந்திருப்பின் அது உங்கள் புண்ணியத்தால் இருக்கும். சில பேர் பூக்கட்டுகிற விதம் அப்படி. கட்டுகிற நேர்த்தியிலேயே மாலையைக் கழுத்தில் போட்டுக் கொள்ளலாம் போல இருக்கும்.

என் பங்கு அதில் மிகக் குறைச்சல்.

முந்தினநாளே ஹைஸ்கூல் செடியில் பறித்துப் பைக்கட்டுக்குள் போட்டுக்கொண்டு வீட்டுக்கு வந்து, ராத்திரி சருவச் சட்டித் தண்ணீரில் மிதக்க விட்டு, காலையில் செம்பரத்தம் பூவாக மலர்ந்ததும், மார்கழி மாதத்தில் பூக்குத்துகிற தங்கச்சிக்குக் கொடுப்பது மாதிரி, ஏதோ ஓர் அன்பின் மாயத்தை நீங்கள் நிகழ்த்தியிருக்கிறீர்கள்.

எப்படியாயினும் –

செம்பரத்தம் பூ அழகுதான்.

சுபமங்களா – கோவை நாடக விழா அறிவிப்பு பற்றி ஜூலை இதழில் வரும் அல்லவா. சனி ஞாயிறாவது வருவதற்குப் பார்க்கிறேன். இன்னும் லீவுதான் இடிக்கிறது. சொல்லாமல் கொள்ளாமல் 9–ஆம் தேதி போட்ட லீவு, ப்ரிவிலெஜ் லீவாக எடுக்கிற சௌகரியத்திற்காக 5 நாட்களுக்குமேல் நீடிக்கப்பட்டு விட்டது. ஆபீஸில் என்னை ஏற இறங்கப் பார்க்கிறார்கள்.

மறுபடியும் ஜூலை அழைக்கிறது.

காணாமல் போகத்தான் எனக்குப் பிடிக்கிறது. ஒரே இடத்தில் இருந்து அலுத்துவிட்டுப் போயிற்று. இப்படித் தொலைந்து போவதிலும், தேடி நிற்பதிலுமாகக் கொஞ்ச காலம் இருந்தால் என்ன.

எல்லோர்க்கும் அன்புடன்,

கல்யாணி சி.

1–42, வ.உ.சி. நகர்
பிச்சைப்பிள்ள சாவடி
மதுரை–625016.
2.7.94

அன்புமிக்க பாலு,

வணக்கம்.

நேற்று ‘சுபமங்களா’ கிடைத்தது.

உங்களுக்கு ரொம்ப நன்றி. நான் சொன்னது சொன்ன மாதிரியே வந்திருக்கிறது. இதை எப்படி இவ்வளவு கோர்வையாக ஒழுங்கு பண்ணினீர்கள் என்பது தெரியவில்லை. ஆஸ்பத்திரியில் படுத்திருக்கிற சிநேகிதர்களை நாம் பார்க்கப் போகும்போது, அவர்கள் ஒரு சந்தோஷத்துடன், எழுந்திருக்க முடியாமல் எழுந்திருந்து உட்கார்வார்கள் அல்லவா, அப்படி, தளர்ந்து தட்டையாகப் படுத்துக் கிடந்த என் பேட்டியை ஒரு மாதிரி எழுந்திருந்து உட்கார வைத்துவிட்டீர்கள். இது சிநேகிதனின் காரியம். அடிப்படையான ஒரு அன்பு என் மீதோ, என் எழுத்தின் மீதோ இதற்கு முன்பே இருந்திருக்க வேண்டும்.

கொஞ்சம் வெளிப்படையாக இருக்கிறது. உண்மைதான் வெளிப்படை. சில பெயர், சில அபிப்பிராயம் எனக்கு எதிராகத்

திரும்பும். அதைப்பற்றிப் பரவாயில்லை. இதையெல்லாம் போட்டிருக்க வேண்டாமே நீங்கள் என்று எனக்குத் தோணலை. நிறையப் பேர் சொல்ல மாட்டார்கள். நான் சொல்லிவிட்டேன். சுந்தரராமசாமி, பழமலய், மனுஷ்ய புத்திரன், முத்துச்சாமி, அப்துல் ரஹ்மான், காமராசன், மேத்தா எல்லோரும் வருத்தப்பட்டுக் கொள்வார்கள். ஒவ்வொரு படைப்பாளியும் வருத்தப்பட்டுக் கொள்ள எவ்வளவோ இருக்கிறது. இதைத்தாண்டி, இதயே கருங்கட்டிக்கிட்டு அலையாமல், மேலே போகிறதுதான் எல்லோரும் செய்ய வேண்டிய காரியம். நிறைய பேர் செய்ய மாட்டார்கள். ஒரு சில பேர் ஏற்கனவே பேனாவுக்கு மை அடைத்திருப்பார்கள். அது கூடப் பரவாயில்லை. உருட்டுக்கட்டை, கத்தி கப்படா, திராவக வீச்சு எல்லாம் நிறைய இருக்கு. 'முன்பின்' தொகுப்புக்கும், வரப்போகிற 'இந்தியா டுடே' சிறுகதைக்கும் வருகிற விமர்சனத்திலேயே இது ஆரம்பித்துவிடும். சுப–மங்களா கூட்டத்திலே கொஞ்சம் சூடு பிடிக்கும். சிரிப்பாகத்தான் இருக்கிறது எல்லாம்.

நினைக்கிறேன் நினைக்கிறேன் என்ற ஒரு நூறு தடவை சொல்லியிருக்கிறேன். அதை அங்கங்கே நீங்கள் தவிர்த்திருக்கலாம். எனக்கு எல்லாம் நினைப்புத்தான் போல. 'நினைத்துக் கொண்டிருக்கிறவனின் ஈர ஜமுக்காளமும், காளான் முளைத்த பகல்களும்' என்று ஒரு கதை எழுதலாம். 'நினைப்புத்தான் பிழைப்பைக் கெடுக்கிறது' என்பது சரியாகப் போயிற்று. பிழைப்புக் கெட்டுப் போச்சு சாமி.

ரவிசங்கரனுக்கு எங்கள் குடும்பத்தினரின் பிரத்யேக அன்பைச் சொல்லுங்கள். சிலும்பலும் நரையுமாகக் கோட்டிக்காரன் போல நான் அலைந்து கொண்டிருக்கிற இன்றைய நிலையில், என்னுடைய முகம் நாலு வாரங்களுக்கு முன் சோர்வேயில்லாமல் இருந்திருக்கிறது என்பதில் அவர்களுக்கு மகிழ்ச்சி. 'தாடியை எடுத்திருங்கப்பா' என்று பிள்ளைகள் சொல்வதற்கு ஒரு அழகான தூண்டில் தாடியற்ற என்னுடைய ரவிசங்கரங்கள்.

உங்களைச் சந்திக்கவும், உங்களைக் கோபிக்கவும், உங்கள் தோளை நெருக்கிக்கொள்ளவும், உங்களால் கல்யாண்குமாரை, அவர் குழந்தைகளை, ராமமூர்த்தியை எல்லாம் அறியவும் இந்த சுபமங்களா பேட்டி ஒரு காரணமாக இருந்தது.

அதுதான் என் பெரிய நிறைவு. ஆள் கிடைப்பது எவ்வளவு 'அருந்தலாப்' போயிற்று உலகத்தில்.

ராமச்சந்திரனுக்கும், ஆசிரியர் கோமலுக்கும் இதுதொடர்பாக என் தனிப்பட்ட நன்றியைச் சொல்லுங்கள்.

எல்லோர்க்கும் அன்புடன்,

கல்யாணி சி.

நீங்கள் இன்னும் குல்மோஹரில்தானா. புதிய முகவரி எனில் எழுதுங்கள்.

ரவியின் அழகான விசிட்டிங் கார்டைத் தொலைத்து விட்டேன்.

அவர் விலாசமும் தாருங்கள்.

மதுரை–16
15.10.94

அன்புமிக்க பாலு,

வணக்கம்.

கலாப்ரியா – பேட்டியும் வந்துவிட்டது.

என் பேட்டியைப் போலவே, கோபாலும் நிறைய வெளிப்படையாகப் பேசியிருக்கிறான். ஒரு கவிஞனின் உருவாக்கம் அவனுடைய அனுபவங்களின் கொந்தளிப்பு எப்படி அவனுடய கவிதை மொழிக்கு மூலாக்னியாக மூள்கிறது என்பது அசலாக வெளிப்பட்டிருக்கிறது. லலிதா சகஸ்ரநாமம் சொன்னது போல, என்னுடய பெயரை இத்தனை தடவை வெளியிட்டிருக்க வேண்டாம். அவன் கல்யாணியண்ணன் கல்யாணியண்ணன் என்று சொல்லியிருப்பான். நீங்கள் வண்ணதாசன் என்று போட்டு விட்டீர்கள். எனக்கே திகட்டுகிறது. மற்றவர்களுக்குக் கேட்கவே வேண்டாம். நீங்கள் முக்கியமாக அதைத் தவிர்த்திருக்கலாம். அல்லது கல்யாணியண்ணன் என்றே போட்டிருக்கலாம். வண்ணதாசன் எல்லாம் நேற்று முளைத்த புல்தானே. ஒரு அன்பின் வெளிப்பாடு போலவும், கடமை போலவும் எல்லாம் இதையும் என்னுடையதையும் செய்துவிட்டீர்கள். என் உப்புச்சப்பற்ற உரையாடலையே ருசிகரமாகப் பரிமாறிவிட உங்களுக்கு முடிந்ததே.

தேவதேவனை நீங்கள் அறிந்திருப்பீர்கள். சமீபத்தில் அவரைச் சந்தித்தேன். ஒருவிதமான பணநெருக்கடி சார்ந்த மனநெருக்கடியில்

இருக்கிறார். யாருக்கோ 'கேரண்டி' கையெழுத்துப் போட்டு இரண்டாயிரத்துக்கு அசலும் வட்டியுமாகப் பத்தாயிரம் இவர் தலையில் விழுந்துவிட்ட நிலை. இவரை இந்தப் பள்ளத்தில் இருந்து மீட்க வேண்டும். 'தளர்வறியா மனம் தர' வேண்டும். சுபமங்களாவுக்கு அவர் அனுப்பிவருகிற கவிதைகளை மொத்தமாக இரட்டைப் பக்கங்களில் வெளியிடுவது, சிறுகதை அனுப்பினால் பிரசுரிப்பது என்பதுபோல. இதைப்பற்றி திரு. கோமலுக்கு எழுதுவது அவசியம் என்றால்கூட எழுதுகிறேன். உங்களுடைய பொறுப்பாக, அவருடைய கவிதைகளின் தேர்வுக்கு முயலுங்கள். உங்களுக்குத் தொடர்ந்து அனுப்பி வருவதாக என்னிடம் தெரிவித்தார். ராமச்சந்திரனிடம் கூட இது விஷயம் நீங்கள் கலந்து கொள்ளலாம்.

நம்பிராஜன் எப்படி இருக்கிறார். அவரிடமிருந்து ஒரு கடிதமும் இல்லை. ராமச்சந்திரன் கார்டு சில தினங்களுக்கு முன்பு வந்தது. கல்யாண்குமார் தொடர்ந்து பதில் எழுதுகிறார். அவருடைய நீண்ட கடிதங்கள் இயல்பாக வாழ்வையும் நினைவுகளையும் பரிமாறிக் கொள்கின்றன.

உங்களுடைய திரைப்பட – தொலைக்காட்சி முயற்சிகள் எந்த அளவில் முன்னேறியிருக்கின்றன. தொடர்ந்து செயலாற்றுங்கள். எந்தக் கதவு எப்போது திறக்கும் என்று தெரியாத ரகசியத்தின் சுவாரசியத்தில்தான் இந்த வாழ்வின் பந்தயம் நிகழ்ந்துகொண்டே இருக்கிறது.

ஜே.டி. ஜெர்ரியின் 'கடிதம்' தொடர் எல்லோர்க்கும் பிடித்திருந்தது. நல்ல முயற்சி. சந்தோஷமாக இருந்தது.

இங்கே மழைக்காலம்.

தட்டான்கள், மஞ்சள் – ஆரஞ்சு வண்ணத்துப் பூசிகள் பறக்கிற காலம் துவங்கிவிட்டது. சனிக்கிழமைகள் திருமோகூர் போனது எல்லாம் அந்தத் தளும்பின தெப்பக்குளம் பார்க்கவும், குளிர்ந்த அதிகாலையில் பைக்கில் செல்லவும்தான் என்று படுகிறது. சக்கரத்தாழ்வாரும் மோஹனவல்லித் தாயாரும் போகிற வருகிற வழியில் களத்துமேட்டு நெற்கதிராக வாசமடித்துக் கொண்டிருக்கிறார்கள். துளசி மாலைகள் துவளத் துவளத் தோள் நிரம்புகிறது. அபயக்கரம் காட்டுகிறான் ஆப்தன் காளமேகம். பிரகாரத்தில் சலார் என்று விழுகிறது காய்ந்த தென்னங்கீற்று.

கற்பிசுக்கில் சிரிக்கிறாள் கால துர்க்கை. செருப்பு டோக்கன்கள் விநியோகித்துக்கொண்டு இருக்கிறான் அக்ரஹாரத்துப் பையன்.

எல்லோர்க்கும் அன்புடன்

கல்யாணி சி.

மதுரை–16
16.11.94

அன்புமிக்க பாலு,

வணக்கம்.

உங்களுடைய 9–ஆம் தேதிக் கடிதம் இன்றுதான் கிடைத்தது. இதற்கிடையில் 6,7,8–ம் தேதிகளில் நான் சென்னையில் இருக்கவும், ராமச்சந்திரனைப் பார்க்கவும் நேர்ந்ததால் நீங்கள் சுபமங்களாவில் இருந்து விலகிக்கொண்டதையும் முன்னறிந்திருந்தேன். 9–ம் தேதியோ, 10–ம் தேதியோ கல்யாண்குமார் வேல. ராமமூர்த்தியுடன் வந்திருந்தவர் உங்களுடைய புதுமைப்பித்தன் டாக்குமெண்டரி பற்றிச் சொன்னார். சுபமங்களாவில் சொ.வி.யின் கடிதங்கள் வெளிவந்ததுகூட உங்களின் புண்ணியத்தால்தான் என்று அறியவும், மேலும் அதிகமான கடிதங்கள் உங்களிடம் செல்லரித்துப்போன நிலையில் இருப்பதாகவும் உணர்ந்து சந்தோஷம். தமிழுக்கு ஒவ்வொரு வகையில் ஒவ்வொருவரும் பங்களிக்கிறோம். உங்களுடைய பங்கு என் வரிகளை விடவும் ஆழமும் நிரந்தரமும் மிக்கதாகிவிட்டது.

கலாப்ரியா நேர்காணல் அனைவரின் கவனிப்பையும், ஒருமித்த பாராட்டையும் பெற்றிருக்கிறது. (என்னுடைய அண்ணன் (திருவேந்தி) உட்படப் பாராட்டு!) என்னுடைய – கலாப்ரியா நேர்காணல் எல்லாம் நீங்கள் இருந்தால் அன்றிச் சாத்தியமாகி யிருப்பது அரிது. நானே ராமச்சந்திரனிடம் சொன்னதுபோல ஒருவகையில் காவன்னாவுக்குச் செய்ய வேண்டியதைச் செய்துவிட்ட திருப்தியோடு சுபமங்களா – கணக்கை முடித்துக் கொண்டிருக்கிறீர்கள். இப்படியெல்லாம் ஒரு காலத்திலும் நான் யோசித்தது இல்லையெனினும், இப்படி யோசிக்கும் படியாகிவிட்டது வாழ்வு.

உங்களுடைய புதுமைப்பித்தன் டாக்குமெண்டரி வெற்றி பெறட்டும். எனக்குப் புதுமைப்பித்தனின், தற்போதைய தலைமுறை விருத்தாசலமும் அவனுடைய அப்பா வெங்கடாசலம் பிள்ளையும் தெரியும். அந்தப் பேச்சியம்மன் படித்துறையும் வண்ணாரப்பேட்டை

சாலைத் தெருவும் தெரியும். புதுமைப்பித்தனின் எழுத்துக்களை என்னைவிட அறிந்தவர்கள் வண்ணநிலவனும், தொ.மு.சி. ரகுநாதனும், தி.க.சி.யும், சுந்தரராமசாமியும். இருப்பினும் என்னால் ஆகக்கூடியதை உங்களுக்கு என்றும் செய்யத் தயாராக இருக்கிறேன்.

உங்களுடைய உடல்நிலையைக் கவனித்துக் கொள்ளுங்கள். ஒரே பாதுகாப்பான முகவரியில் இருப்பவர்களும், என்னைப்போல எந்த நேரம் போனாலும் வீட்டில் பார்க்க முடிகிறவர்களும், கலையை விட்டும் வெற்றியை விட்டும் வெகுதூரத்தில்தான் இருக்கிறார்கள். நீங்கள் உங்களுடைய மாறுகிற முகவரி குறித்துப் பெருமை கொள்ளுங்கள்.

கோமலுக்கு உடம்பு எப்படியிருக்கிறது. இப்போது பரவாயில்லையா. அவரை நேரில் ஒரு தடவை பார்த்துவிட நினைத்தேன். கூடவில்லை.

ஊரில் அப்பா நலம். வரவர மெலிவு. ஆனால் என்றும் மாறாத உற்சாகம்.

வீட்டில் எல்லோரும் அவரவர் உலகத்தில். தன்னைத்தானே சுற்றிக்கொண்டு பூமியையும் சுற்றும்போது எல்லாக் கிரகங்களும் – முக்கியமாகச் சூரியன் – நன்றாகத்தானே இருக்கும். சின்ன வயது காற்சட்டைப் பைக்குள் எத்தனை வகை கண்ணாடிக் கோலிக்குண்டுகள். உரசும். மோதும். வடுப்படும். ஆனால் நன்றாக இருக்கும். யாருடைய காற்சட்டைப் பையிலோ நான்.

முடிகிறபோது எல்லாம் எழுதுங்கள். நானும் எழுதுகிறேன்.

எல்லோர்க்கும் அன்புடன்,

கல்யாணி சி.

21-E சுடலைமாடன் கோயில் தெரு,
திருநெல்வேலி –6
26.05.98

அன்புமிக்க இளையபாரதி,

வணக்கம்.

21-E. சுடலைமாடன் கோவில் தெரு விலாசத்தில் இருந்து கடிதம் எழுதி ரொம்ப வருடங்கள் ஆயிற்று. வந்ததில் இருந்தே உங்களுக்கு ஏதாவது எழுத வேண்டும் என்று தோன்றிக்கொண்டே

இருக்கிறது. சமீப காலத்தில் என்னுடைய ஞாபகத்தில் இருக்கும் ஒரே நபர் நீங்களாகத்தான் இருக்கவேண்டும்.

இதற்கு தென்பாண்டிச் சிங்கம் மட்டும் காரணமாக இருக்க முடியாது. அல்லது சுபமங்களாப் பேட்டிக்கு என்னையும் உட்படுத்தியது மட்டும் காரணமாக இருக்க முடியாது. இதற்கு மத்தியில் ஊடாடுகிற ஏதோ ஒன்று. அந்த ஊடாடலையே இருபுறச் சிறகுகளாக அடித்துக்கொண்டு ஒரு உயிருள்ள சிறு பறவைபோல நமக்கு மத்தியில் பறந்துகொண்டிருக்கிறது என நினைக்கிறேன்.

ஆளற்ற புறவாசலில் இரண்டு மரங்களுக்கு இடையில் இழுத்துக் கட்டப்பட்டிருக்கிற பொச்சக் கயிற்றுக் கொடியில் – பழைய கருப்பட்டிச் சிப்பமோ, புளிச்சிப்பமோ இப்படிக் கலர் கலரான தாம்புக் கயிறுகளால் ஓலைப்பாய்களில் இழுத்துக் கட்டப்பட்டு இருக்கும் – வெயிலுக்கும் காற்றுக்கும் அசைந்து துடித்து உலர்ந்து பரிதவிக்கிற வீட்டுத் துணிகள் போல மனம் கொஞ்சம் கொஞ் சமாகச் சென்னையில் ஈரம் உலர்ந்து கொண்டிருக்கையில் ஒரு அணிலைப்போல் அல்லது தேங்காய்ச்சில் கொத்துவதற்குக் கழுத்தைச் சாய்த்து அம்மியடியையே பார்த்துக் கொண்டிருக்கிற காக்கையைப் போல ஒரு உயிருள்ள நெருக்கத்தைத் தந்து கொண்டிருக்கிறது சென்னையில் நீங்களாகத்தான் இருக்கும்.

எனக்கு மட்டுமல்ல, உங்களின் இத்தனை வருடச் சென்னை இருப்புக்குப் பிறகும்கூட, உங்களைச் சுற்றியும் ஒரு சிநேகிதமற்ற தன்மை இருப்பது போலவே தோன்றுகிறது. நான் சதா தேடுகிற, கவனம் கொள்கிற, அடிக்கோடிடுகிற அடுத்த மனிதர்கள் மீதான அக்கறையுள்ளவர்களை உங்களைச் சுற்றிக் காணமுடியாத நிலையிலே அந்த வெளியில் அல்லது இடைவெளியில், கல்யாணச் சடங்குகளில் விதைக்கிற முளைப்பாரிகளைப்போல, என்னை உங்களுடைய ஒன்பது மண் கிண்ணங்களிலும் குனிந்து குனிந்து தூவிக் கொள்கிறேன். முளைப்பாரிகளை என்ன செய்வார்கள். மிஞ்சி மிஞ்சிப் போனால் ஆற்றில் ஓடுகிற தண்ணீரில் விடுவார்கள். ஆனாலும் கல்யாண தினத்திற்கு முன்பு முளைப்பாரி விடச் செல்கிற புதுப்பெண் அழகுகள் அருமையானதில்லையா. நான் தேரடிக்குக் கீழே, ஜோதி விலாசிற்கு எதிரே வந்து கொண்டிருந்தபோது, கல்லத்தி முடுக்குத் தெருவிலிருந்து முளைப்பாரி எடுத்துக்கொண்டு அந்த விலாஸ் ஜவுளிக் கடைப் பக்கம் திரும்பி நடந்த பெண் எவ்வளவு அழகானவள். இப்போது அவள் எங்கிருப்பாள். அவளுக்கும்

என்னைப் போலவே கல்யாணமாகிற வயதில் மகளிருந்து, அவளும் முளைப்பாரி எடுத்துக்கொண்டு போயிருப்பாள் அல்லவா.

என்னுடைய வெளிறலான பச்சை வரிகளை நீங்கள் எந்த ஆற்றில் விடுவீர்கள். நாற்றுக்களே முளைக்காதபோது, முளைப்பாரிகள் எங்கு நிலை கொள்ளும். நிலை கொள்ளுவது என் நோக்கமல்ல. எனக்குச் சிலநாள் வாழ்வு போதும்!

ஒரு வார லீவு எல்லாம் இங்கே காணாது. ஒவ்வொரு உறவினர் வீட்டிலும் போய் அவர்கள் வைத்திருக்கிற வருகைப் பதிவேட்டில் கையெழுத்துப் போடவே நேரம் சரியாகப் போய்விடுகிறது. லீவு நாட்களிலும் ஸ்பெஷல் கிளாஸ் வைக்கிற பள்ளிக்கூடங்கள் போல, படிப்புக்கு விளையாட்டைக் காவு கொடுப்பது போல, உறவுகளுக்கு சிநேகிதத்தை விட்டுக்கொடுத்துக்கொண்டு அலைகிறேன். நண்பர்களுடன் கழிக்கிற இரவுப் பொழுதுகள் இன்னும் இந்த முறை வாய்க்கவில்லை. இனியிருக்கிற மூன்று நாட்களிலும் வாய்க்காது போகக்கூடும்.

(இந்தப் போல – மாதிரி எல்லாம் உங்களுக்குப் பிடிக்காது. உயர்ந்த கலைஞர்களிடம்தான் போல – மாதிரி என்றெல்லாம் இராது. என் வாழ்வே போலச் செய்தும், போல வாழ்ந்தும் என்றாகிறது.)

கல்யாணி சி.

சென்னை–600 033.
30.09.98

அன்புமிக்க பாரதி,

திருநெல்வேலியில் இருந்து அனுப்பப்பட்டிருக்க வேண்டிய கடிதத்தை, சென்னையின் இந்த விஜயதசமி தினத்தில் மீண்டும் முடிக்கத் துவங்குகிறேன். முடிப்பேன் என்பதற்கும், அனுப்புவேன் என்பதற்கும் இப்போதுகூட உத்தரவாதமில்லை.

சென்னையில் இருந்து விடைபெற இருக்கிறோம். யாரிடம் கடைசியில் விடைபெறுகிறோமோ, உங்களிடம் முதலில் விடை சொல்லத் துவங்குகிறேன்.

நேற்று எல்லோருமாகப் பேசி, அடுத்த வருடத்திற்குப் பதிலாக இந்த வருடமே மாற்றல் கேட்டு வாங்கிக்கொண்டு திருநெல்வேலிக்கோ, திருநெல்வேலிக்கு அருகாமையிலோ போய்விடலாம் என்று முடிவு

செய்தோம். திருநெல்வேலியில் என்ன இருக்கிறது என்ற கேள்வி எனக்கும் உண்டு.

அப்படிக் கேட்டால், திருநெல்வேலியில் 73 வயது தாண்டிய அப்பாவும், அம்மாவும் இருக்கிறார்கள் என்பது முதல் விடை. திருநெல்வேலியில் என்ன இருக்கிறது என்பதற்குரிய இன்னொரு சாமர்த்தியமான விடை, 'திருநெல்வேலியில் திருநெல்வேலி யிருக்கிறது' என்பதுதான். அப்படிப் பார்க்கப்போனால் சென்னையில்தான் என்ன இருக்கிறது எங்களுக்கு.

ஊர் என்பது மனிதர்கள் எனில், திருநெல்வேலியில் எனக்கும் எங்களுக்கும் மனிதர்கள் அதிகம்தானே. என்னுடைய மிச்ச மயிர் தாமிரபரணியில் நரைக்கட்டும். மிச்ச மூச்சு திருநெல்வேலியில் கரையட்டும். நிறைய உறவுகள், நிறைய உறவுச் சிக்கல்களை உடைய நெல்லை, உறவுகளே அற்ற சென்னையை விட ஒருவகையில் அர்த்தமுள்ளது.

சென்னையிலும் நான் முடிந்த அளவு மற்றவர்களுக்கு உதவியிருக்கிறேன்.

சென்னையிலிருந்து எதையும் ஸ்வீகரித்துக் கொள்ளவில்லை. சம்பாதித்துக் கொள்ளவில்லை.

எங்கள் பெண்ணுக்குத் திருமணம் ஆனது ஒரு மகிழ்வு எனில், அந்த எட்டாம் மாத அழகிய ஆண் சிசுவை என் கைகளில் ஏந்தி, நான் இனிமேல் பார்க்கவே முடியாத கமலா தியேட்டருக்குப் பின்பக்க மயானத்தில் புதைக்க நேர்ந்தது மிகப் பெரிய துயரம்.

79-ம் ஆண்டில் அக்டோபர் நவம்பரில் அடுத்தடுத்து நடந்த எங்களது 81 வயது தாத்தா – ஆச்சி சாவுக்குப் பிறகு எங்கள் குடும்பத்தில் நான் எதிர்கொண்ட ஒரே மரணம் சங்கரியின் குழந்தையுடையது.

ராஜுவுக்கு இந்த வருடம் படிப்பு முடியும். அவனுக்கு வடக்கே எங்காவது வேலை கிடைக்கும். நிச்சயம் சென்னையாக இராது. வாழ்வில் இது எத்தனையாவது ஆஸ்ரமம் எனக்கு என்று தெரியவில்லை.

பிரும்மச்சரியம் சரி. கிருஹஸ்தம் சரி. அப்புறம் வானப்பிரஸ்தமா சன்யாசமா? தெரியவில்லை.

எதுவெனினும் அது திருநெல்வேலியில் தான்.

வண்ணதாசன்

தென்பாண்டிச் சிங்கத்திலிருந்து பின்னோக்கிப் போனால் கனிமொழி முன்னுரையில் துவங்கி, இன்றுவரை உங்களுக்கு அருகிலும் முடிந்த நேரம் எல்லாம் நானிருந்திருக்கிறேன். கோவிலுக்குப் பக்கத்திலும் கடவுளுக்குத் தூரத்திலும் போல கடவுளுக்குப் பக்கத்திலும், கோவிலுக்குத் தூரத்திலும் இருக்கிற இன்னொருவகை மனநிலை எனக்கு. ஒரு மனிதன் இன்னொரு மனிதன் என்ற வகையில்கூட உங்களை விட்டு தூரத்தில் இருந்து கொண்டு, உங்களுக்கு மிக அருகில் இருக்க முயல்வேன்.

டிசம்பர் 97-க்குப் பிறகு இன்று வரை ஒரு சிறுகதைகூட எழுதாத அளவுக்கு என் படைப்புணர்வுகள் சிதைந்து போயிற்று.

இங்கே தொலைந்து போனதை எல்லாம் திருநெல்வேலியில் மீட்டு எடுத்துவிட முடியுமா தெரியவில்லை. ஆனால் மீட்சியின் தேடலாகவும், தேடலில் இருந்து துவங்கும் மீட்சியுமாகவே மிச்சமுள்ள வாழ்வு இருக்கும்.

சென்னையில் நீங்கள் இனிச் செய்ய இருக்கிற எல்லா முயற்சிகளும் வெற்றியடைய என் மனப்பூர்வமான நல்வாழ்த்துக்கள்.

திட்டமிட்டு, எல்லோரையும் அனுசரித்துக்கொண்டு, உங்களுக்குரிய இடத்தை விட்டுக்கொடுக்காமல், மேலும் தாமதமின்றி வெற்றி பெறுங்கள்.

என் மனப்பூர்வமான நல்வாழ்த்துக்களுடன்,

கல்யாணி சி.

C -24, C. காலனி,
பெருமாள் புரம், 627 007
13.2.2001

அன்புமிக்க பாரதி,

வணக்கம்.

நான் பற்றிக்கொண்ட உங்களுடைய அம்மாவின் கைகளை, அதே வெதுவெதுப்புடனும் ஆதுரத்துடனும் இப்போதும் நான் பற்றியிருக்கிறேன்.

திருநீறு பூசிக்கொண்டு என் வலது கை தொட்ட அவர்களுடைய இடதுகால் விரல்களால் இந்த வாழ்வின் அரிச்சுவடிகளைப் புரட்டிக் கொண்டிருக்கிறேன்.

ராமச்சந்திரனின் அம்மாவுடைய சிரிப்பும் இப்படித் தாதன் குளத்துக் காரைச் சுவர்களில் மோதித் திரும்பி என்னுடைய வாடகை வீட்டு அறைகளுக்குப் பின்னணி இசையமைத்துக் கொண்டிருக்கிறது.

அப்பாவால் முதல் முதல் பார்க்கப்பட்ட அந்த மூன்று புத்தகங்களும், அதனுடைய நேர்த்தியும் எழிலும் சிந்திவிடாதபடி, தளும்பத் தளும்ப அப்படியே அலமாரி வரிசையில் வைக்கப் பட்டிருக்கின்றன.

உச்ச மகிழ்ச்சியில் கசிந்துகொண்டிருக்கிறது இந்தக் கணத்தின் கண்ணீர்.

இந்த மூன்று புத்தகங்களே போதும். அந்த மொத்தச் சிறுகதைத் தொகுப்பை என்னால் தாங்க முடியுமா. புளகத்திலும், பரவசத்திலும், இதிகாசத்தின் ஈரம் கசிந்து கிடக்கிறது போகத்திற்குப் பிந்திய, புராதனத்திற்கு முந்திய யோனி. வெந்து தணிந்தது காடு. கங்கு கங்காகக் கனல்கிறது கானகம். கடல் ஓதுக்கிய சங்கில் காற்று பிரணவம் ஓதுகிறது. ரொட்டி நுரைப்புக்குள்ளிருந்து புறப்பட்ட எறும்புகளுக்குக் காப்பரிசி அளக்கிறான் கைலாயத்துக்காரன். பாத்திரம் அறியாமலே பிச்சையிட்டிருக்கிறீர்கள். ஏற்பது இகழ்ச்சியல்ல. மகிழ்ச்சி.

வெள்ளிக்கிழமையும் சனிக்கிழமையும் சரி, ஆதம்பாக்கம் என்றும் சக்திநகர் என்றும் அலைந்து திரிந்த ஞாயிற்றுக்கிழமையும் சரி, ஒவ்வொரு வகையிலும் ஒவ்வொரு தினம் உயர்ந்து கிடந்தது.

குறைந்த அவகாசம். நிறையச் சந்திப்புக்கள்.

சிறிது வெளிச்சம் – பெரிய தெளிவுகள்.

என் சட்டைகளை உரித்துக்கொண்டும், என் கூடுகளை விட்டு இன்னொரு கூட்டில் பாய்ந்துகொண்டும், இந்த மூன்று நாட்களும் வேறொருவனாகவே அலைந்துகொண்டிருந்தேன். வேறொருத்தராக இருப்பதற்காக விரும்புகிற மனத்துடன் நானாகவும் நடமாடுகிற இந்தச் சமீபத்திய மனநிலை நான் அடைந்திருக்கிற சமீபத்திய சமநிலை.

மீண்டும் ஒருமுறை அலமாரியில் இருந்து மூன்று புத்தகங்களையும் எடுத்துப் பார்த்தேன். படித்துப் பார்க்கவில்லை. அப்படியே இருக்கட்டும் என்று தான் இந்த அதிகாலையில் தோன்றுகிறது.

வள்ளி நேற்றே முன்னுரைகளைப் படித்துவிட்டிருப்பாள் போல. 'சந்தியா நடராஜன் என்ன படிச்சிருக்காங்க. ரொம்ப நல்ல

எழுதியிருக்காங்க' என்று கேட்டாள். சந்தியா நடராஜன்தான் நடராஜன் என்றும், நடராஜன்தான் இளையபாரதி என்றும் சொன்னேன், உங்களின் நூலக அறையிலிருந்து படுக்கை அறைக்குச் செல்லும் வலப்பக்கச் சுவரில் பதித்திருக்கிற நடராஜன் குடும்பத்துப் புகைப்படத்தை நினைத்தபடி. எவ்வளவு அழகான நடராஜன். எவ்வளவு அழகான சந்தியா நடராஜன். எவ்வளவு அழகான குழந்தைகள்.

அட்டைப் படங்களை நேர்த்தியாகத் தேர்வு செய்திருக்கிறீர்கள். மருது ஒரு விதம். இது ஒரு விதம். மருது கிடைக்காததனால் இவை கிடைத்தன. மதிலுகள் அட்டைப் படத்து பஷீரை மருதுவால் வரைய முடியும்தான். ஆனால் இவ்வளவு ஆன்மா இருக்குமா அதில். அந்தப் புகைப்படத்தை அவரின் வேறுசில புகைப்படங்களுக்கு நடுவிலிருந்து தேர்ந்தெடுத்த உங்கள் ரசனை அருமையானது. தேர்ந்தெடுப்பவராக இருக்கிற நீங்கள் தேர்ந்து எடுக்கப்படுபவராகிற காலம் கனிய வாழ்த்துக்கள்.

கிருஷ்ணன் வைத்த வீட்டை யாருக்காவது சமர்ப்பித்திருக்கலாம் என்றும் –

கவிதைகளுக்குத் தலைப்பிடாவிட்டாலும்கூட, ஆரம்பம், முடிவு என்று ஒவ்வொரு கவிதையயும் பகுத்துக் கொள்கிற மாதிரி ஏதாவது அடையாளம் காட்டியிருக்கலாம் என்றும் –

விலை அதிகம் என்றும் –

இதை எழுதும்போது தோன்றுகிறது.

ராமச்சந்திரன் பரமனை வழியனுப்ப ஸ்டேஷனுக்கு வந்திருந்தார். ஞாயிறு அதிகாலையிலிருந்து முன்னிரவு 7.30 மணி வரை என்னுடன் இருந்தது அவருக்கும், அவருடனிருந்தது எனக்கும் நன்மை பயத்தது. உங்களை எதிர்பார்த்துக் கூவிக்கொண்டே ரயில் கிளம்பியது.

கொல்லைச் செம்பருத்திக்குச்சி லாயிட்ஸ் காலனியில் பூச்சொரிந்து சூரியன் பார்ப்பது போல, உங்களை இந்தப் பொழுதில் நட்டிருக்கிறேன்.

இங்கும் உங்கள் பூ. அல்லது நீங்களே பூவாக.

அப்பாவும் உங்களை விசாரிக்கிறார்கள்.

எல்லோர்க்கும் அன்புடன் –

கல்யாணி சி.

627 007
02.03.01

அன்புமிக்க இளையபாரதி,

வணக்கம்.

மீண்டும் கெடு வைத்திருக்கிறீர்கள். முன்னுரையை செவ்வாய்க் கிழமைக்குள் அனுப்பு என்று சொல்கிறீர்கள். நூலக ஆணை பெறுவது தொடர்பான நெருக்கடி அல்லது நியாயம் உங்களுக்கு. உங்களுடைய நெருக்கடியையும் உங்கள் பக்கத்து நியாயத்தையும் புரிந்துகொள்கிறேன். எல்லோரின் நெருக்கடியையும் நியாயத்தையும் புரிந்து கொள்கிறவனுக்கும் சில அடிப்படை நெருக்கடிகளும் நியாயங்களும் இருக்கலாம் அல்லவா.

ஒரு புதிய சிறுகதை, கவிதைத் தொகுப்பு மற்றும் மொத்தக் கவிதைகளுடன் இந்த வண்ணதாசன் சிறுகதைகளை வெளியிடுவதில் முதலில் இருந்தே நீங்கள் அவசரம் காட்டி வருகிறீர்கள். தீபாவளிக்கோ பொங்கலுக்கோ ஒரு இசையமைப்பாளரின் இசையில் நான்கு படங்கள் வரலாம். ஒரு நடிகன் அல்லது நடிகையின் அல்லது ஒரு இயக்குநரின் நான்கு படங்கள் வெளிவரலாமா.

ஒரு ஆயுட்காலத் தொகுப்பு என்பது எனக்கு நீங்கள் செய்திருக்கிற மிகப்பெரிய அங்கீகாரம். என்மீது கொண்ட தனிப்பட்ட அன்பால் அதிக சதவிகிதமும், என் எழுத்தின் மீது கொண்ட பொதுவான வாசக மதிப்பால் சிறு சதவிகிதமும், புதுமைப்பித்தன் பதிப்பகத்தின் அதிரடிப் பிரவேசத்திற்கு ரத்த சாட்சியளிக்க வண்ணநிலவன் போன்ற, அல்லது அதனினும் உயர்ந்த மகா கலைஞர்கள் முன்வராத நிலையில், என்னுடைய எளிய சாட்சியே உங்களின் அத்தாட்சியாகிற மிகுதிச் சதவிகிதமும் ஆக, இதை உங்களுக்கே உரிய வேகத்துடன் வெளியிடத் தயாராகிவிட்டீர்கள். கோவை வைகறை நஞ்சப்பன் மூலமாக வரும் ஆண்டுகளில் இரண்டு தொகுதிகளாக வெளியிடுவதற்குத் திட்டமிடப்பட்டிருந்த இந்தத் தொகுப்பை, உள்ளங்கவர் கள்வனாக ஒரே அல்லது ஓரிரு தொலைபேச்சில் நீங்கள் வெளியிட ஒப்புதல் பெற்று, இந்த ஆயிரம் பக்க அச்சு வரை வந்துவிட்டீர்கள். பிள்ளையார் சண்டிகேஸ்வரர் தேர், அம்மன் தேர் மாதிரிப் பெரிய தேரையும் ஒரே நாளில் இழுத்து நிலையத்தில் விட்டுவிட்டால், ஆனித் திருவிழாவுக்காகக் காத்திருக்கிற இந்த ரதவீதிகள் என்னாகும். நெல்லையப்பனுக்கே அடுக்குமா இது. நின்று நிதானித்து அவன் என்றைக்கு ஊர் பார்ப்பான். பரோலில் வெளிவந்து தாய்க்குச் சிதை நெருப்பூட்டுகிற அல்லது

தங்கையின் திருமணத்திற்கு அட்சதை தூவுகிற தமிழ் சினிமாக் கதாநாயகனுக்கும் நெல்லையப்பனுக்கும் வித்தியாசமில்லையா.

என்னைப் பொறுத்தவரை –

இதுபோன்ற மொத்தத் தொகுப்புக்களுக்கு எழுதுகிறவனின் முன்னுரையே இருக்கக்கூடாது. இந்தத் தொகுப்புக்குரிய படைப்பாளியின் மொத்தக் கலையையும் அங்கீகரிக்கிற, சமநிலையில் சாய்வற்று மதிப்பீடு செய்கிற, மனமுவந்தும் அக்கறையோடும் கருத்துக்களை முன்வைக்கிற ஒருவரின் 16 அல்லது 20 பக்க ஒட்டுமொத்தத் திறனாய்வாக அது இருக்கவேண்டும். அல்லது எந்த முன்னுரையுமின்றித் திறந்த வாசல்களோடு, வாசிக்கிறவனை வரவேற்கிறது போல, மல்லாந்த நிலம் போல, மழை விழத் தன்னைத் திறந்து வைத்துக்கொண்டு தொகுப்பு இருக்க வேண்டும்.

எழுதுகிறவன் இந்த 117 கதைகளையும் எப்படி ஒரே தினத்தில், அல்லது அடுத்தடுத்த தினங்களில் தொடர்ந்து எழுதவில்லையோ, அதேபோலத் தொடர்ந்து அடுத்தடுத்த தினங்களில் ஒரே மூச்சில் வாசிக்கவும் இயலாது. இருக்கிறதோ ஒரே மூச்சு. அதை இன்னொரு கதையோ கவிதையோ எழுதுவதில் தொலைக்கலாமே தவிர, எழுதியது அனைத்தையும் வாசித்துக் கிடப்பதில் எதற்குத் தொலைக்க வேண்டும்.

ஒவ்வொருவித இச்சையோடும், ஒவ்வொருவிதப் பரவசங்களோடும், எட்டுத்திசைகளின் இருளும் ஒளியும் புரண்ட தினங்களிலிருந்து ஒரு முப்பது முப்பத்தைந்து வருடங்களுக்கு மேற்பட்ட கால அவகாசத்தில் அல்லது அவசரத்தில் எழுதியவற்றை ஒரே தினத்தில் ஞாயிற்றுக்கிழமைக்கும் பக்ரீத் லீவுக்கும் இடையில் மீள்பார்த்துவிட முடியாது. புதிது புதிதாகப் பார்க்கிறதாகுமா மீள்பார்த்தல் என்பது.

மேலும் Retrospect என்பது Retrospection என்பதும் ஒரு குறிப்பிட்ட ஓவியனின் கண்காட்சியாக, ஒரு திரைப்பட இயக்குநரின் ரசிகர்களுடைய அனுபவ நீட்சியாக இருக்குமே தவிர, யுத்த களங்களில் நீண்ட பிரம்புநுனியால், வரைபடங்களிலிருக்கிற தாக்குதல் நிலைகளையும் வியூகங்களையும் ராணுவ உடையுடன் விவரிக்கிற மாதிரி, படைப்பாளி விமர்சிக்க முடியுமா. 'என்ன பாடு பட்டு உங்களை எல்லாம் பெத்தேன்' என்று எந்தத் தாயும் சொல்கிறாளா. 'எப்படியெல்லாம் உங்களை வளர்த்தேன்' என்று வேண்டுமானால் அவள் துயரம் நிரம்பிய ஒரு பொழுதில் சொல்லக்கூடும்.

நான் அப்படியெல்லாம் இந்தச் சிறுகதைகளை வளர்த்து விடவில்லை. ஏதோ ஒரு வகையில் அவை என்னை வளர்த்தன என்பதுதான் உண்மை. ஒரு ஓவியம் பூரணமடைகிறபோது, அதை வரைந்த ஓவியர் முன்பிருந்ததை விடவும் பூரணமடைகிறான். நான் இந்தச் சிறுகதைகளை எழுதியபோதெல்லாம் பூரணமடைந்திருக்கிறேன். அல்லது என் ரணங்கள் குறைந்திருக்கின்றன.

சமீப காலங்களில், அபூர்வமான மனிதர்களை அறிய வரும்போது, நான் அவராக இருந்திருக்கலாம், நான் செயல்பட வேண்டியது அவரைப்போல, இது என் காரியமல்ல, அவர் ஆற்றிக் கொண்டிருப்பதே என் காரியம் என்று அடிக்கடி தோன்றுகிறது. அப்படித் தோன்றுகிறவர்கள், எழுத்தைச் சாராத, அன்றாட வாழ்வின் மத்தியில் எதிர்ப்படுகிற, மீண்டும் சந்திக்க வாய்ப்பற்றவர்களாகக் கூட இருக்கிறார்கள் என்பதுதான் உண்மை.

அதிகபட்ச உண்மையோடும் அதிகபட்ச நேர்மையோடும் வாழவே, அனுமதிக்கப்பட்டிருக்கிற என் வாழ்வின் எல்லாச் சூழல்களிலும் நான் முயல்கிறேன். நான் யாரையும் சந்தேகிப்பதில்லை. யாரையும் வெறுப்பதுமில்லை. உதாசீனங்களுக்கும் புறக்கணிப்புகளுக்கும் அப்பாற்பட்டும்கூட, நான் நெருங்கி நெருங்கி ஒவ்வொருவரையும் புரிந்து கொள்ளவே முயல்கிறேன். அப்படியான என் நெருக்கங்களின் மத்தியில், நான் யாரைப் புரிந்துகொள்ள நெருங்குகிறேனோ, அவர்கள் என்னைப் புரிந்துகொள்வதும் பெரும்பாலும் நேர்ந்திருக்கிறது. அலுவலகத்தின் ரகசியக் குறிப்பேடுகளில் எனக்குக் குறைந்த மதிப்பீடுகளை வழங்கியவர்கள், மீண்டும் என்னைச் சந்திக்கையில், அவ்வாறு மதிப்பிட்டதற்காகக் குற்றவுணர்வும் வருத்தமும் கூட அடைந்திருக்கிறார்கள். குற்றவுணர்வும் பெருமிதங்களும் இன்றி, உடன் வருகிற ஒருசிலரின் கைகளைப் பற்றிக்கொண்டு நான் போய்க்கொண்டிருக்கிறேன். அந்தக் கைகள் அல்லது பற்றுதலே என் ஆதாரமாக இருக்கிறது. என் மையம், என் அச்சு எது என்று அறியாமலே என் சக்கரம் சுழன்றுகொண்டே இருக்கிறது. என் வாழ்வின் எத்தனையோ சுழற்சிகளுள் உங்களுடன் சுழன்றதும் சுழல்வதும் ஒன்று. நான் கி.ரா. அல்ல. கயத்தாற்று ஆசாரி வண்டி செய்த கதை அவருக்குத் தெரிந்தது போல எனக்குத் தெரியாது. கலாப்ரியா போல கணிதம் அறிந்தவனும் அல்ல. ஆரக்கண்களும் விட்டமும் இவ்வளவு இருந்தால், இவ்வளவு நேரத்துக்குள் சக்கரம் சுழன்றால், இவ்வளவு தூரம் போகமுடியும் என்பதை அவனால் பகுத்துவிட முடிகிறது. பகுப்பையும் தொகுப்பையும் அறியாத பராபரமாகவே நானிருக்கிறேன். என் தந்தையின், தாயின்,

வண்ணதாசன் 229

மனைவியின், நண்பர்களின் சிறகுகளிலிருந்து உதிர்ந்திருக்கிறது என் எழுத்தில் ஒற்றைப் பீலி. ஒற்றைப் பீலி பறந்து வருமே தவிர பறக்கச் செய்யுமா என்ன.

மீன்கொத்திப் பறவையைப் பார்க்காதவரை, அந்தப் பிரும்மாண்ட வேப்பமரத்திலிருந்து உதிர்ந்து கிடந்த மீன்கொத்தி இறகே எனக்குப் பறவையாக இருந்தது. இறகின் பறவைகளே பின்பு பறவையின் இறகுகளாகின்றன. இருத்தலும், பறத்தலும், இரண்டிற்கும் இடையே உள்ள வெளியும்தான் காலத்தாலும் வாழ்வாலும் தீர்மானிக்கப்படுகின்றன. காலமாகவும் வாழ்வாகவும், உள்ளாகவும் வெளியாகவும், அந்த இருத்தலுக்கும் பறத்தலுக்கும் உதவுகிறவர்களாகவும் என் உடன் வாழ்கிற, உடனுறைகிற, உடன் உயிர்க்கிற மனிதர்களே இருக்கிறார்கள்.

மனிதர்களே தாமிரபரணியைப் போல ஜீவனுடன் பாய்ந்து கொண்டிருக்கிறார்கள்.

கம்பா நதியைப்போல, மறைந்து போனவர்களும் அந்த மனிதர்களே.

கம்பா நதிகளுக்கும் தாமிரபரணிக்குமே என் கதைகள் சமர்ப்பணம். அப்படிச் சமர்ப்பிப்பது மறைந்துபோன, ஜீவனுடன் பெருகுகிற என் மனிதர்களுக்கான சமர்ப்பணமே ஆகும்.

அப்படியொரு ஜீவன் நிரம்பிய, என் தாகம் தீர்க்கிற, நான் முங்கிக் குளித்துக் கரையேற முடிகிற, நீச்சல் தெரிந்தவனையும் நீச்சல் அறியாதவனையும் நீரால் சமன்செய்கிற, பெருகுகிற நதியாக நீங்கள் இருக்கிறீர்கள். நீங்கள் என்கிற பன்மையில் நடராஜனும், சந்தியா நடராஜனும், அந்தக் குழந்தைகளும் அடங்கிய அந்தக் கருப்பு வெள்ளைப் புகைப்படமும் அடக்கம்.

அவர்கள் சொல்வதுபோல வெள்ளை என்பது நிறமல்ல. இருட்டு என்பது குறைந்த வெளிச்சம். இதை எழுதுகிற அதிகாலைகூட அப்படித்தானிருக்கிறது, நிறமற்ற நிறத்தோடு, என்னைப்போல.

கல்யாணி சி.

எமது வெளியீட்டில்
வண்ணதாசன் படைப்புகள்

சிறுகதைகள்

வண்ணதாசன் கதைகள்
கிருஷ்ணன் வைத்த வீடு
பெய்தலும் ஓய்தலும்
கலைக்க முடியாத ஒப்பனைகள்
ஒளியிலே தெரிவது
தோட்டத்திற்கு வெளியிலும் சில பூக்கள்
கனிவு
மனுஷா மனுஷா
சமவெளி
பெயர் தெரியாமல் ஒரு பறவை
உயரப்பறத்தல்
நடுகை
ஒரு சிறு இசை
நாபிக் கமலம்
கமழ்ச்சி
மதுரம்

கவிதைகள்

கல்யாண்ஜி கவிதைகள்
நிலா பார்த்தல்
இன்னொரு கேலிச் சித்திரம்
மணல் உள்ள ஆறு
மீனைப்போல இருக்கிற மீன்
பூனை எழுதிய அறை
நொடி நேர அரைவட்டம்
என் ஓவியம் உங்கள் கண்காட்சி
மூன்றாவது முள்
ரணங்களின் மலர்ச்செண்டு
அந்தரப் பூ
உருப்பளிங்கு

கடிதங்கள்

எல்லோர்க்கும் அன்புடன்
சில இறகுகள் சில பறவைகள்

குறுநாவல்

சின்னுமுதல் சின்னுவரை

கட்டுரை

சின்ன விஷயங்களின் மனிதன்